சுவாசிக்க நேரமில்லை

NO TIME TO BREATHE

ராஜேஷ்குமார்

RAJESHKUMAR RK Publishing

சுவாசிக்க நேரமில்லை (RK095)

ராஜேஷ்குமார்

முதல் பதிப்பு - அக்டோபர் 2025

வெளியீடு: RK பப்ளிஷிங், 23, யமுனா தெரு,
க்யூரியோ கார்டன் அவென்யூ, வடவள்ளி, கோயம்புத்தூர் - 641046.

அட்டை வடிவமைப்பு: நவீன்குமார் மு

நூல் வடிவமைப்பு: மூ. சிவசுந்தரம், இன்லெட்பப்ஃப் சொல்யூஷன்ஸ்

Swasikka Neramillai (RK095)

Rajeshkumar

First Edition - October 2025

Published by: RK Publishing, 23, Yamuna Street,
Curio Garden Avenue, Vadavalli, Coimbatore - 641046.
Mob: 89251 16783
email: rkpublishing41@gmail.com
Web: www.rajeskumarnovels.in

Cover Designed by: Naveenkumar M

Book Designed by: M Sivasundaram, inletPUB Solutions, www.inletpub.com

எழுத்தாளரைப் பற்றி...

ராஜேஷ்குமார், 1947-ம் ஆண்டு மார்ச் 20ம் தேதி கோவை மாநகரில் பிறந்தவர். இவரின் இயற்பெயர் கே.ராஜகோபால். எழுத்துக்காக ராஜேஷ்குமார் என்று தன் பெயரை மாற்றிக் கொண்டார். இவரின் முதல் சிறுகதை "உன்னைவிட மாட்டேன்" 1969ம் வருடம் மாலை முரசு கோவை பதிப்பில் வெளிவந்தது. 1980வது வருடம் இவருடைய முதல் நாவல் "வாடகைக்கு ஓர் உயிர்" மாலைமதி மாத இதழில் வெளிவந்தது. அதே வருடம் கல்கண்டு வார இதழில் "ஏழாவது டெஸ்ட் ட்யூப்" என்ற முதல் தொடர்கதை வெளியானது.

கடந்த 56 ஆண்டுகளில், இதுவரை 1500 மேற்பட்ட நாவல்கள் 2000 மேற்பட்ட சிறுகதைகள் எழுதியுள்ளார். இதைத்தவிர, நூற்றுக்கணக்காண அறிவியல், சமூக, ஆன்மிக மற்றும் வாழ்வியல் கட்டுரைகள் படைத்துள்ளார். அவற்றில் "ஸார் ஒரு சந்தேகம்!", "வாவ்! ஐந்தறிவு", "எஸ் பாஸ்", "சித்தர்களா! பித்தர்களா!!" முக்கியமானவை. "என்னை நான் சந்தித்தேன்" என்ற தலைப்பில் தன் வாழ்க்கையில் நடந்த நிகழ்வுகளை சுவராஸ்யமான நடையில் எழுதியுள்ளார். இது மிகச் சிறந்த சுயமுன்னேற்ற நூலாகவும் பார்க்கப்பட்டு பாராட்டப்படுகிறது.

இவரது சில தேர்ந்தெடுக்கப்பட்ட படைப்புக்கள் பிராந்திய மொழிகளிலும், ஆங்கிலத்திலும் மொழி பெயர்க்கப்பட்டுள்ளன. இவருடைய நாவல்கள் பல, திரைப்படங்களாகவும் தொலைக்காட்சித் தொடர்களாகவும் தயாரிக்கப்பட்டுள்ளன.

தான் எழுதிய குற்ற புதினங்களில், நவீன அறிவியலையும் பல புதுமைகளையும் புகுத்தி தனிமுத்திரை பதித்ததால், வாசகர்களும் பதிப்பாளர்களும் இவரை 'க்ரைம் கதை மன்னர்' என்று அழைக்கிறார்கள். இந்த 2023 வருடத்திலும் பல முன்னணி அச்சிதழ்களிலும் மின்னிதழ்களிலும் இன்னும் எழுதிக் கொண்டிருக்கிறார்.

எழுத்துலகில் இவர் ஆற்றிய சாதனையை இந்தியன் புக் ஆஃப் ரெக்கார்ட்ஸ் 2022ல் அங்கீகரித்துள்ளது. இவர்க்கு தமிழக அரசு, 2010ல் கலைமாமணி விருது வழங்கி சிறப்பு செய்துள்ளது.

எழுத்தாளரைப் பற்றி...

சுவாசிக்க நேரமில்லை

NO TIME TO BREATHE

இந்தக் கதை 2025 ஆம் ஆண்டு
தினமலர் - வாரமலர் இதழில் தொடராக
வெளிவந்தது

1

அந்த போலீஸ் கான்ஃபரன்ஸ் அறையில், டி.ஜி.பி குருபிரசாத் தனக்கு முன்பாய் விறைப்பாய் நிமிர்ந்து உட்கார்ந்திருந்த க்ரைம் ப்ராஞ்ச் அதிகாரிகளை ஒரு கோபப்பார்வையில் நனைத்தபடி கிட்டத்தட்ட கர்ஜித்துக் கொண்டிருந்தார்.

பேச்சில் ஆங்கிலம் அருவியாய் கொட்டியது.

"நேற்றைக்கு வந்த ஒரு ஆங்கில இதழில் நேஷனல் க்ரைம் ரிக்கார்ட்ஸ் அமைப்பு முக்கியமான ஒரு புள்ளிவிபரத்தை வெளியிட்டிருந்தது. உங்களில் யாராவது அதைப் படித்தீர்களா?"

அறையில் இருந்த அத்தனை அதிகாரிகளும் பரஸ்பரம் ஒருவரையொருவர்பார்த்துக்கொண்டுநிசப்தம்காக்க,டி.ஜி.பி கேலியான குரலில் கேட்டார்.

"பத்திரிகைகளைப் படிக்கும் பழக்கமாவது உங்களுக்கு இருக்கிறதா, இல்லையா?"

"எக்ஸ்யூஸ் மீ சார்!"

அறையின் கடைசி வரிசை நாற்காலியில் நடுவில் உட்கார்ந்திருந்த கிரிமினல் இண்டலிஜென்ஸ் துறையைச் சேர்ந்த நவநீதன் தயக்கத்தோடு கையை உயர்த்தியபடி மெல்ல எழுந்து நின்றான். டி.ஜி.பி கேட்டார்.

"என்ன?"

“நான் அந்த புள்ளிவிவரச் செய்தியைப் படித்தேன் சார்!”

“குட்...! புள்ளி விவரம் என்ன சொல்கிறது?”

“க்ரைம் அக்கரன்ஸ் நம்பர்ஸ் பற்றிய ஸ்டாட்டிஸ்டிக்ஸ் அது. நம்முடைய இந்தியாவில் க்ரைம் ரேட் 2021-வது வருடக் கணக்குப்படி ஒரு லட்சம் பேருக்கு 445 பேர்கள் இருந்தார்கள் என்றும், இப்போது 525 பேர் இருப்பதாகவும் அது சொல்கிறது சார்!”

“அது மட்டும்தானா?”

“அது மட்டும் இல்லை சார். மர்டர், கிட்நாப்பிங், ரேப் என நாளுக்கு நாள் அதிகமாகிக் கொண்டு போவதாகவும், குற்றம் செய்பவர்கள் அதி நவீனமான வழிமுறைகளைக் கையாள்வதால் உண்மையான குற்றவாளிகளைக் கண்டறிவதில் காவல்துறை கதிகலங்கிப் போய் இருப்பதாகவும் அந்த அறிக்கை சொல்கிறது!”

டி.ஜி.பி குருபிரசாத் சிரித்தார்.

“மிஸ்டர் நவநீதன்...! நீங்கள் இன்னமும் அந்தப் புள்ளிவிவரம் சொன்ன ஒரு முக்கியமான விஷயத்துக்கு வரவேயில்லை!”

“அடுத்து அதைத்தான் சொல்லப்போகிறேன் சார். மிகக் கொடூரமான குற்றங்களைச் செய்துவிட்டு தலைமறைவாக உள்ள குற்றவாளிகளைத் தேடும் பணியில் காவல்துறை அக்கறை காட்டுவதில்லை என்றும், அடையாளம் தெரியாத ‘அன்-ஐடென்டிபைட்’ கிரிமினல்ஸ் பெருகி விட்டதின் விளைவு, அன்சால்வ்ட் கேஸ் ஃபைல்ஸ் ஒவ்வொரு மாநில காவல்துறையிலும் நிரம்பி வழிவதாகவும் அது சொல்கிறது. அப்படிப்பட்ட மாநிலங்களில் நம்முடைய தமிழ்நாடும் ஒன்று ஸார்.”

நவநீதன் பேசி முடிக்க, மைக்குக்கு முன்பாய் நின்றிருந்த டி.ஜி.பி குருபிரசாத்தின் குரல் உயர்ந்தது.

"என் முன்னே க்ரைம் பிராஞ்ச் டிபார்ட்மெண்ட்டைச் சேர்ந்த ஐம்பதுக்கும் மேற்பட்ட அதிகாரிகள் உட்கார்ந்து இருக்கிறீர்கள். ஆனால் உங்களில் ஒருவரான நவநீதன் மட்டுமே அந்த செய்தியை படித்திருக்கிறார். இது ஒரு குறை என்று சொல்ல மாட்டேன். ஆனால் அலட்சியம் என்று சொல்லலாம். ஒரு காலத்தில் தமிழ்நாடு காவல்துறை ஸ்காட்லாண்ட் யார்ட் க்ரைம் பிராஞ்சுக்கு இணையாக பேசப்பட்டது. இன்றைக்கும் நம்முடைய காவல்துறை சிறப்பாகவே செயல்பட்டு வருகிறது. ஆனால் இப்போது அதில் மெத்தனம் கலந்து விட்டது என்பதுதான் கவலைக்குரிய விஷயம்."

"எக்ஸ்க்யூஸ் மீ சார்!"

முதல் வரிசையின் நடுவில் அமர்ந்திருந்த சூப்ரின்டெண்டன்ட் ஹரி நாராயணன் எழுந்து நின்றார்.

"சார்...! இது சம்பந்தமாக நான் சில விஷயங்களை உங்களோடு பகிர்ந்து கொள்ளலாமா?"

"தாராளமாய்! அதற்காகத்தானே இந்தக் கூட்டம். ம்... சொல்லுங்கள்!"

"சார்...! சமீபகாலமாய் நகரின் புற எல்லைப் பகுதியில் குற்றங்கள் அதிகரித்து காணப்படுகிறது. மான்செஸ்டர் காலனியில் சென்ற வாரம் அந்த ஏரியாவில் இருந்த எல்லா சிசிடிவி காமிரா இணைப்புகளின் வயர்களையும் அறுத்து விட்டு, பதினைந்து பேர் அடங்கிய ஒரு கும்பல் பூட்டியிருந்த வீட்டுக் கதவுகளை உடைத்து பொருள்களைத் திருடிக் கொண்டு போயிருக்கிறது. மேலும் ஆரண்யா கார்டன் என்னும் பகுதியில் ஏ.டி.எம் மெஷினை உடைத்து பணத்தைக் கொள்ளையடிக்க முயற்சி செய்திருக்கிறார்கள். வயதான நபர்கள் குடியிருக்கும் வீடுகள்தான் பெரும்பாலும் குறி வைக்கப்படுகின்றன. எனக்குக் கிடைத்த ஒரு தகவலின்படி ராஜஸ்தானிலிருந்து ஒரு கும்பல் தமிழ்நாட்டுக்கு வந்து பரவலாகப் பிரிந்து இந்தச் கொள்ளைச் சம்பவங்களை

நடத்திக் கொண்டிருக்கிறார்கள். அதில் பெண்களும் பெருமளவில் இருக்கிறார்கள் என்பதுதான் அதிர்ச்சிக்குரிய செய்தி. அவர்களை மட்டும் மடக்கிப் பிடித்து விட்டால் க்ரைம் ரேட்டை வெகுவாய் குறைத்து விடலாம் சார்."

"அந்த ராஜஸ்தான் கேங்கைக் கண்டுபிடித்துவிட்டால் குற்றச் செயல்பாடுகள் இருக்காது என்று சொல்ல வருகிறீர்களா?"

"ஆமாம் சார்!"

"அப்பிடியே அதற்கு என்ன செய்யலாம் என்றும் சொல்லுங்கள்!"

"விஜிலென்ஸ் ஸ்பெஷல் ஸ்க்வாட் விங் ஒன்றை உருவாக்க வேண்டும்."

"உருவாக்கினால் சரியாகி விடுமா?"

நவநீதன் மறுபடியும் எழுந்து நின்றான்.

"சரி செய்து விடலாம் சார். ஆனால்..."

"சொல்லுங்கள்!"

"அந்த கேங்கைக் கண்டுபிடித்தும் அவர்களைக் கைது செய்து ஸ்டேஷனுக்கு கொண்டு போகாமல் ஃஎப்.ஐ.ஆர் போடாமல் கோர்ட்டுக்கு கூட்டிப் போய் கூண்டில் நிறுத்தாமல் அவர்களைப் பார்த்த விநாடியே என்கவுண்ட்டரில் போட்டு முற்றுப்புள்ளி வைக்க வேண்டும். ஏனென்றால் எல்லா சமூக விரோத கும்பலுக்கும் பின்னால் ஒரு அரசியல்வாதியோ, பணபலம் படைத்த தாதாவோ இருக்கிறான். விவகாரத்தைக் கோர்ட்டுக்கு கொண்டு போனால் குற்றிவாளிகளுக்கு விடுதலை கிடைத்து விடுகிறது. சட்டம் விலைக்கு வாங்கப்படுகிறது."

"அப்படியொரு ஸ்பெஷல் ஸ்க்வாட் விங் ஒன்றை உருவாக்கினால் நீங்கள் அதில் இடம்பெற்று என்கவுண்ட்டர் செய்ய முன்வருகிறீர்களா?"

“சார், எழுத்து மூலம் உத்தரவு கொடுத்தால் அந்த ஓட்டுமொத்த கேங்கையும் என்கவுண்ட்டர் செய்ய நான் தயாராகயிருக்கிறேன்!”

“குட்...! இங்கே அமர்ந்திருக்கும் அனைத்து க்ரைம் ப்ராஞ்ச் அதிகாரிகளுக்கும் ஒரு வார காலம் அவகாசம் தருகிறேன். அதற்குள் நீங்கள் அனைவரும் கலந்து பேசி ஏ.டி.ஜி.பி தலைமையில் ஒரு விஜிலென்ஸ் ஸ்பெஷல் ஸ்க்வாட் விங்கை உருவாக்கி அதை உடனடியாக செயல்பாட்டுக்குக் கொண்டுவர வேண்டும். துளியும் தாமதம் இருக்கக்கூடாது!” டி.ஜி.பி உரத்த குரலில் பேசிவிட்டு மைக்கினின்றும் நகர்ந்து அந்த அறையை விட்டு வேகமாக வெளியேற, மற்ற அதிகாரிகளும் ஒவ்வொருவராய் எழுந்து முணுமுணுப்பாக பேசிக் கொண்டே கலைந்தார்கள்.

நவநீதன் மணிக்கட்டில் நேரம் பார்த்தபடி வெளியே வரவும், அவனுடைய அட்டெண்டர் சுகுமார் எதிர்பட்டான்.

“சார்...! ரிசப்ஷன்ல உங்க ஒய்ஃப் வெயிட் பண்றாங்க!”

“வந்து நேரமாச்சா?”

“முப்பது நிமிஷம் இருக்கும் சார்!”

“ஓ... ஓகே!” சொன்ன நவநீதன் பதட்ட நடையுடன் அலுவலகத்தின் முன்புறம் இருந்த ரிசப்ஷனை நோக்கிப் போனான்.

ஒரு நிமிட நடை.

வரவேற்பறை வந்தது.

அவனுடைய மனைவி தான்யா ஆரஞ்சு வண்ணப் பட்டுச் சேலையில் தலைக்குப் பின்புறம் மல்லிகை சரத்தோடு சோஃபாவுக்கு சாய்ந்து உட்கார்ந்தபடி காத்திருந்தாள். அவளுடைய அழகான முகம், ஒரு இறுக்கத்துக்கு உட்பட்டிருந்தது.

நவநீதன் பக்கத்தில் போய் உட்கார்ந்து அவள் தோள்மீது கை வைத்தபடி மெல்லிய குரலில் ‘சாரி’ என்றான்.

தான்யாவின் பெரிய கரிய விழிகளில் கோபம் கொப்பளித்தது. சுற்றுமுற்றும் பார்த்துவிட்டு குரலைத் தாழ்த்தினாள்.

"இப்ப மணி எவ்வளவு தெரியுமா?"

"ஏழு மணி!"

"ஆறரை மணிக்கெல்லாம் ரெடியா இருப்பேன்னு சொன்னீங்க!"

"டி.ஜி.பி வந்துட்டார். ஒரு அவசர மீட்டிங். இப்பத்தான் முடிச்சுட்டு போனார்!"

"இன்னிக்கு என்னோட சீஃப் டாக்டரோட பொண்ணு மேரேஜ் ரிசப்ஷன். நான் லேட்டா போனா நல்லாவாயிருக்கும்?"

"எனக்குப் புரியுது. நான் என்ன செய்யட்டும்? சரியா அஞ்சு மணிக்கு டி.ஜி.பி வந்து ஒட்டுமொத்த ஆபீஸர்ஸையும் வறுத்து எடுத்துட்டு இப்பத்தான் கிளம்பிப் போனாரு!"

"எனக்கு கூடத்தான் ஹாஸ்பிடல்ல ஓ.பி டியூட்டி இருக்கு. அதையெல்லாம் விட்டுட்டு நான் வரலையா?"

"இதோ பார் தான்யா! நீ ஒரு டாக்டர். நான் போலீஸ் க்ரைம் பிராஞ்ச். நாம ரெண்டுபேருமே நேரத்துக்கு அப்பாற்பட்டவங்க. நீ என்னைக் காதலிக்கும் போதே இதைப்பத்தி யோசிச்சுப் பார்த்திருக்கணும்! இப்போ டூ லேட்டும்மா." சுற்றுமுற்றும் பார்த்து அங்கே யாரும் இல்லை என்பதை உறுதி செய்துகொண்ட தான்யா, நவநீதனின் காதைப் பற்றினாள்.

"என்ன சொன்னீங்க?"

"சாரி... சாரி, ஒரு ஜோக்குக்குச் சொன்னேன். ஏழேகால் ஆகப்போகுது. கிளம்பலாமா? இப்ப கிளம்பினாத்தான் எட்டு மணிக்கெல்லாம் கல்யாணமண்டபத்துக்குப் போக முடியும். எனக்கு இந்த சட்டை போதுமா... இல்ல என்னோட ரூமுக்குப் போய் வேற ஒரு சர்ட்டைப் போட்டுக்கிட்டு வரட்டுமா?"

"இது போதும். இந்த மெரூன் நிற சர்ட், ஒயிட் பேண்ட்டுல் சின்ன வயசு அஜித் மாதிரி இருக்கீங்க..."

"தேங்க் காட்...!!!"

"எதுக்கு இப்ப கடவுளுக்கு நன்றி சொன்னீங்க?"

"உனக்கு இப்பக் கோபம் போயி பழைய மூடுக்கு வந்துட்டியே. அதுக்குத்தான்!"

இருவரும் சிரித்தபடி எழுந்து கார் பார்க்கிங்கை நோக்கிப் போனார்கள்.

எய்து விட்ட அம்பைப் போல் கிழக்குக் கடற்கரைச் சாலையில் ஹோண்டா அமேஸ் கார் பறந்து கொண்டிருக்க, தொலைவில் கடல் ஒரு கருப்புப் போர்வையாய்த் தெரிந்தது.

ஸ்டியரிங்கை கைகளும், ஆக்ஸிலேட்டரை காலும் கவனமாய்க் கையாண்டு கொண்டிருக்க, நவநீதன் தன் அருகில் உட்கார்ந்திருந்த தான்யாவிடம் கேட்டான்.

"கல்யாண மண்டபத்தோட பேரென்ன?"

"சொர்க்கா..."

"மத்சய நாராயணா டெம்பிள் பீச்சுக்குப் பக்கத்துல புதுசா ஒரு மண்டபம் கட்டியிருக்காங்களே, அதுதானே?"

"அதேதான்..."

"இன்னும் அஞ்சு கிலோமீட்டர் போகணும். இவ்வளவு தூரம் தள்ளியா மேரேஜ் ரிசப்ஷனை வெப்பாங்க? கொஞ்சமாவது யோசிச்சுப் பார்க்க வேண்டாமா?"

"சீஃப் டாக்டரோட ஃப்ரண்ட்ஸ் சர்க்கிளும் சரி, ரிலேட்டிவ் சர்க்கிளும் சரி ரொம்பவும் பெரிசு. கொஞ்சம் பெரிய மண்டபமாய்ப் பார்த்ததுல இந்த சொர்க்காதான் கிடைச்சதுன்னு என்கிட்ட சொன்னார். கார் இருக்கிறவங்களுக்கு இதெல்லாம் தூரமே கிடையாது."

"ம்ம்...! நீ என்னைக்குமே உன்னோட சீஃப் டாக்டரை விட்டுக் கொடுக்க மாட்டியே?"

“நான் எம்.பி.பி.எஸ் முடிச்ச கையோட எனக்கு வேலை கொடுத்தவரை அவ்வளவு சீக்கரத்துல விட்டுக் கொடுக்க முடியுமா?” தான்யா சொல்லிக் கொண்டிருக்கும் போதே காரின் பின்பக்கம் ஒரு வாகனத்தின் ஹார்ன் சத்தம் கர்ணகடூரமாக ஒலித்து காதின் செவிப்பறையைப் பதம் பார்த்தது.

தான்யா திடுக்கிட்டு போய் திரும்பிப் பார்த்தாள்.

ஃபோர்ட் ட்ரான்ஸிட் கருப்புநிற வேன் ஒன்று ஹெட்லைட் வெளிச்சக் கண்களோடு காருக்குப் பின்னால் மிக அருகாமையில் வந்து கொண்டிருந்தது.

தான்யா நடுக்கத்தோடு நவநீதனின் தோள் மீது கையை வைத்தாள்.

“எ... என்னங்க...! எவனோ ஒரு வேன்காரன் நம்ம கார்க்குப் பின்னால மோதற மாதிரி ஹார்ன் கொடுத்துட்டே வர்றான்! வழி விட்ருங்க!!”

காரின் ரியர்வ்யூ கண்ணாடிக்கு தன்னுடைய பார்வையை கொண்டு போனான் நவநீதன். காருக்குப் பின்னால் வெகு நெருக்கமாக வந்த வேன் சட்டென்று வேகத்தை அதிகப்படுத்தி ஓவர்டேக் செய்து காரை உரசாத குறையாக மைக்ரோ விநாடியில் ஒரு கத்திவீச்சைப் போல் கடந்தது.

அதில் அரை நிமிட நேரம் நிலைகுலைந்து போன நவநீதன் அதற்குப் பிறகு சுதாரித்துக் கொண்டு ஆக்ஸிலேட்டரை மிதித்து காரின் வேகத்தை அதிகரித்தான். கார் சீறியது.

தான்யா கலவரமானாள்.

“என்னங்க இவ்வளவு ஸ்பீடா போறீங்க?”

“அந்த வேன்காரனை மடக்கணும். அவன்கிட்ட ஏதோ தப்பு இருக்குன்னு நினைக்கிறேன்!”

“அப்படின்னா ரிசப்ஷன்?”

“மறந்துட வேண்டியதுதான்!”

2

தான்யா முகம் மாறிப் போனவளாய் காரை வேகமாய் ஓட்டிக் கொண்டிருந்த நவநீதனைப் பார்த்தாள்.

"என்ன சொன்னீங்க..? அப்ப இன்னிக்கு நாம ரிசப்ஷனுக்குப் போக முடியாதா?"

"ஆமா...! நம்ம காரை உரசாத குறையா ஓவர்டேக் பண்ணிட்டு போற அந்த வேன்காரனை விரட்டிப் பிடிச்சு மடக்கி வார்ன் பண்ண வேண்டாமா?"

"இப்ப அதுதான் ரொம்ப முக்கியமா..? எவனோ ஒரு பொறுப்பில்லாத வேன்காரன் ஓவர்டேக் பண்ணிட்டுப் போனா அவனை விரட்டிப் பிடிச்சு மடக்கறதால நமக்கு என்ன லாபம்?"

"உனக்கு ஒரு விஷயம் புரியலை தான்யா..."

"என்ன புரியலை?"

"அது ஒரு தப்பான வேன்..."

"எப்படிச் சொல்றீங்க? நம்ம காரை எத்தனையோ வண்டிங்க ஓவர்டேக் பண்ணிப் போயிட்டிருக்காங்க. குறிப்பிட்ட அந்த வேனை மட்டும் தப்பான வேன்னு எப்படி சொல்றீங்க?"

நவநீதன் காரின் வேகத்தை அதிகரித்துக் கொண்டே ஒரு சிறிய புன்னகையோடு தான்யாவைப் பார்த்தான்.

"நீ ஒரு டாக்டர்... ஒருத்தரோட உடம்பைப் பார்த்ததுமே இவருக்கு இந்தப் பிரச்னை இருக்கலாமோன்னு உனக்கு தோணுமா இல்லையா?"

"ஆமா... சில சமயங்கள்ல தோணும்!"

"அதே மாதிரிதான் ஒரு போலீஸ்காரனுக்கும் நடக்கிற சில சம்பவங்களைப் பார்த்தா அதுல சந்தேகம் வரும். அப்படிப்பட்ட ஒரு சந்தேகம்தான் இதுவும்!"

"அப்படி சந்தேகம் இருந்தா போலீஸ் கண்ட்ரோல் ரூமுக்கு தகவல் கொடுங்க. அந்த வேனை ஏதாவது ஒரு செக்போஸ்ட்ல அந்த ஏரியா போலீஸ் மடக்கிடுவாங்க."

"அதுக்கெல்லாம் நேரம் இல்ல, தான்யா. அந்த வேன் இன்னும் என்னோட பார்வையிலதான் இருக்கு. எப்படியும் ஒரு பத்து நிமிஷத்துல அந்த வேனை மடக்கிடுவேன்."

"இப்ப நமக்கு இது தேவையில்லாத விஷயம்!"

"நான் ஒரு சாதாரண ஆளா இருந்திருந்தா இப்ப நடந்த இந்த ஓவர்டேக் சம்பவத்தைக் கண்டுக்காமே கடந்து போயிருப்பேன்."

"ம்... இனி உங்ககிட்ட பேசி பிரயோஜனமில்லை. நான் மட்டும் வீட்டிலிருந்து கிளம்பி ரிசப்ஷனுக்கு போயிருக்கணும்."

"தான்யா! சில நேரங்கள்ல சில விஷயங்களை தவிர்க்க முடியாது." சொல்லிக் கொண்டே ஆக்ஸிலேட்டரை அழுத்தினான். ஸ்பீடா மீட்டரில் சிவப்பு முள் நூறைத் தாண்டி நூற்றி இருபதைத் தொட்டது.

முன்னால் போய்க் கொண்டிருந்த வேனின் பின்பக்க சிவப்பு விளக்குகள் இரண்டும் ரத்தப் புள்ளிகளாய் தெரிய நவநீதன் தன் பார்வையை சாலையினின்றும் ஒரு விநாடி கூட நகர்த்தாமல் ஸ்டீயரிங்கைக் கையாண்டான். கார் ஓர் ஏவுகணையாக மாறியிருந்தது. தான்யாவின் உடல் ஒரு மெல்லிய நடுக்கத்துக்கு உட்பட்டது.

"என்னங்க, இவ்வளவு வேகம் வேண்டாம்!"

"பயப்படாதே... கண்ணை மூடிக்கோ! இந்த வேகத்துல போனாத்தான் அந்த வேனை மடக்க முடியும்!"

"எதிர்ல ஒரு போர்டு தெரியுது. அதுல என்ன எழுதியிருக்குன்னு பாருங்க."

"பார்த்துட்டேன். 'ஆக்ஸிடண்ட் ப்ரோன் ஏரியா'. விபத்து நடக்குற பகுதி மெதுவா ட்ரைவ் செய்யுங்கனு சொல்ற போர்டு தானே!"

"அதேதான்!"

"கவலைப்படாதே...! இந்த ஏரியால எந்த வேகத்துல எப்படி ஓட்டணும்னு எனக்குத் தெரியும். கொஞ்ச நேரம் பேசாம இரு, தான்யா!"

"உங்க ராசிக்கு இன்னிக்கு சந்திராஷ்டமம்ன்னு காலண்டர்ல போட்டிருந்தது. அதுக்கு ஏத்தமாதிரியே ஒவ்வொரு விஷயமும் நடக்குது. இனி அந்த வேன்காரனை மடக்கி என்ன பிரச்னை பண்ணப் போறீங்களோ தெரியலை!"

தான்யா புலம்பிக் கொண்டிருக்கும் போதே அந்தப் பிராந்தியமே அதிர்ந்துபோகிற தினுசில் இடி இடிப்பது போல் ஒரு சத்தம்கேட்டு அது அடங்க சில விநாடிகள் பிடித்தன.

"என்ன சத்தங்க அது?"

நவநீதன் காரின் வேகத்தை குறைத்துக்கொண்டே சொன்னான். "நான் துரத்தி பிடிக்க நினைச்ச அந்த வேன் ரோடு டிவைடர்ல மோதி தலைகுப்புற விழுந்து கிடக்கு. எதிர்ல பாரு!"

தான்யா எகிறுகிற இதயத்தோடு காரின் முன்பக்க கண்ணாடி வழியே பார்த்தாள்.

நூறுமீட்டர் தூரத்தில் சாலையின் நடுவே ஒரு யானை ஒருக்களித்துப் படுத்திருப்பது போல் அந்த வேன் விழுந்து கிடக்க, அதன் ஹெட்லைட்களில் ஒன்று மட்டும் அணைந்து அணைந்து வெளிச்சத்தை உமிழ்ந்து கொண்டிருந்தது.

நவநீதன் காரின் வேகத்தை வெகுவாய்க் குறைத்து ரோட்டோரமாய் நிறுத்திக்கொண்டே சற்றுப் பதட்டமான குரலில் 'தான்யா...!' என்றான்.

"என்னங்க?"

"நீ கார்லயே உட்கார்ந்திட்டிரு. நான் போய்ப் பார்த்துட்டு வர்றேன்!"

"வேண்டாங்க...! எனக்கு பயமாயிருக்கு."

"டாக்டருக்கு எதுக்கு பயம்? நீ ரொம்ப பதட்டமா இருக்கே... ரிலாக்ஸ். அப்பிடியே அங்கப் பாரு...! நடந்த ஆக்ஸிடண்ட்டை வேடிக்கை பார்க்கிறதுக்காக பெரிய கூட்டமே கூடியிருக்கு. நீ காரை விட்டு இறங்காம உள்ளேயே உட்கார்ந்திட்டு இரு, அது தான் ஸேஃப். நான் என்னன்னு பார்த்துட்டு வர்றேன்."

தான்யா வியர்த்து வழியும் முகத்தோடு தலையசைக்க, நவநீதன் காரைவிட்டு இறங்கி விபத்து நடந்த இடத்தை நோக்கி நடக்க ஆரம்பித்தான்.

நடக்க நடக்கவே செல்போனை எடுத்து ஒரு எண்ணைத் தேய்த்துவிட்டு பேசினான்.

"கண்ட்ரோல் ரூம்?"

"எஸ்...!"

"நான் நவநீதன், க்ரைம் ப்ராஞ்ச் விஜிலென்ஸ்"

"சொல்லுங்க சார்...!" மறுமுனையில் பேசிய கண்ட்ரோல் ரூம் ஆபரேட்டரின் குரலில் பவ்யம் தொற்றிக் கொண்டது.

"ஈசிஆர் ரோட்ல பாலவாக்கத்துக்குப் பக்கத்துல ஒரு ஆக்ஸிடண்ட். வேகமாய் போன வேன் டிவைடர்ல மோதி கவிழ்ந்திருக்கு."

"விபத்து நடந்த லொகேஷன் எதுன்னு சொல்ல முடியுமா சார்?"

"பாலவாக்கம்... பக்கத்துல ஆக்ஸிடெண்ட் ப்ரோன் ஏரியான்னு போட்டு இருக்கு!"

"நான் உடனே பாலவாக்கம் போலீஸ் ஸ்டேஷனுக்கு தகவல் கொடுத்துடறேன் சார்."

"பத்து நிமிஷத்துக்குள்ளே ஆம்புலன்ஸ் வேன் வரணும்!"

"ஏற்பாடு பண்ணிடறேன் சார்..."

"தட்ஸ் குட்!" என்று சொல்லி செல்போனை அணைத்து சட்டைப் பாக்கெட்டில் போட்டுக் கொண்ட நவநீதன் வேக நடை போட்டு வேன் கவிழ்ந்து கிடந்த இடத்தை நெருங்கினான்.

சாலையோர உணவு கடைகளில் சாப்பிட்டுக் கொண்டிருந்தவர்களும் நான்கைந்து வாகன ஓட்டிகளும் வேனைப் புரட்டிப் போடும் முயற்சியில் ஈடுபட்டிருக்க, உள்ளே சிக்கியிருந்த இரண்டு பெண்கள் ரத்தம் தோய்ந்த கைகளை வெளியே நீட்டியபடி மரண அவஸ்தையோடு கத்திக் கொண்டிருந்தார்கள். மீட்புப் பணியில் ஈடுபட்டவர்களோடு தானும் இணைந்து கொண்டான் நவநீதன். செல்போன்களின் டார்ச் வெளிச்சங்கள் வேனுக்குள் பாய்ந்து அலைந்தன.

நாலாபுறம் கூக்குரல்கள்.

"உள்ளே எத்தனை பேர் மாட்டியிருக்காங்க தெரியலையே?"

"அஞ்சு பேருக்கு மேல இருக்கும் போலிருக்கு."

"வேன் கதவை நீ அந்தப்பக்கம் இழு. நான் இந்தப் பக்கமா இழுக்கறேன். பிடியை விட்டுடாதே!"

"யாரும் வேன் மேல ஏறாதீங்க."

திடகாத்திரமாய் இருந்த, இரண்டு இளைஞர்கள் ஒரு பெண்ணை ரத்தமும் சதையுமாய் வெளியே இழுத்துப் போட்டார்கள். கூடவே துண்டிக்கப்பட்ட ஒரு கையும் வெளியே வந்தது. செல்போனில் டார்ச்சை உயிர்ப்பித்துக் கொண்ட நவநீதன் விழுந்து கிடந்த வேனைச் சுற்றிக்

கொண்டு ட்ரைவிங் இருக்கைக்குப் பக்கத்தில் வந்து குனிந்து பார்த்தான்.

சீட்பெல்ட் அணிந்த நிலையில் ஸ்டீயரிங் மேல் தலையைக் கவிழ்த்திருந்தான் அந்த இளைஞன். ஏர்பேக் விரிந்து அவனுடைய முகத்தை மூடியிருந்தது.

'இவன் உயிரோடு இருக்க வாய்ப்பு அதிகம்.'

நவநீதன் அருகே நின்றிருந்த இரண்டு பேரை அழைத்து இளைஞனை மீட்கும் முயற்சியில் ஈடுபட்டுக் கொண்டிருக்கும் போதே சைரன் சத்தத்தோடு ஆம்புலன்ஸும் போலீஸ் ஜீப்பும் சூறாவளிக் காற்றாய் வந்து சேர்ந்தன.

ஜனங்கள் விலகி நிற்க ஜீப்பினின்றும் குதித்து இறங்கிய இன்ஸ்பெக்டர், பரவியிருந்த அந்த அரைகுறை வெளிச்சத்திலும், நவநீதனை அடையாளம் கண்டு கொண்டு அவனுக்கு முன்பாய் வந்து நின்று சல்யூட் ஒன்றை வைத்துவிட்டு சொன்னார்.

"சார்...! நான் ராஜேந்திரன். கண்ட்ரோல் ரூமிலிருந்து தகவல் கொடுத்தாங்க. உடனே ஆம்புலன்ஸையும் கூட்டிட்டு வந்துட்டேன். எனி ஸ்பாட் டெத் சார்?"

"தெரியல...! வேனுக்குள்ளே எத்தனை பேர் மாட்டிகிட்டு இருக்காங்கன்னும் தெரியலை. எவ்வளவு கான்ஸ்டபிள்ஸ் உங்க கூட வந்திருக்காங்க?"

"அஞ்சு பேர் சார்... அது தவிர ஆம்புலன்ஸ்லயும் மெடிக்கல் ரெஸ்க்யூ டீம் இருக்காங்க..."

"அப்புறம் என்ன? ரெஸ்க்யூ ஆப்ரேஷனை ஸ்டார்ட் பண்ணுங்க. பக்கத்துல எந்த ஹாஸ்பிடல் இருக்கு?"

"பாலவாக்கத்துல 'நலம்'னு ஒரு ஹாஸ்பிடல் இருக்கு சார். ஆக்ஸிடெண்ட்ல சிக்கின ஆளுங்களை முதல்ல அந்த ஹாஸ்பிடலுக்கு கொண்டு போயிடுவோம். அதுக்கப்பறம் நிலைமையை அனுசரிச்சு ஜி.ஹெச் கொண்டு போயிடலாம்!"

"தட்ஸ் குட்!" நவநீதன் தலையசைக்க இன்ஸ்பெக்டர் ராஜேந்திரன் கான்ஸ்டபிள்களோடு வேனை நோக்கி ஓடினார்.

நவநீதன் தன்னுடைய காருக்கு திரும்பவும் வந்து கலவரப் பார்வையோடு உள்ளே அமர்ந்திருந்த தான்யாவிடம் குனிந்து மெல்லிய குரலில் சொன்னான்.

"வெரி சாரி தான்யா...! நாம இன்னிக்கு ரிசப்ஷனுக்கு போக முடியாது போலிருக்கு. ஒரு மோசமான விபத்து நடந்திருக்கு. நான் ஸ்பாட்ல இருக்கணும். நீ வேணும்னா காரை எடுத்துக்கிட்டு கிளம்பு. ரிசப்ஷனை அட்டெண்ட் பண்ணிட்டு வீட்டுக்குப் போயிடு. நான் பார்த்துட்டு வந்துடறேன். கொஞ்சம் லேட்டாகும்."

தான்யா கணவனின் கையை மெதுவாய்ப் பற்றினாள்.

"சாரி நான்தான் சொல்லணும். நம்ம கண் முன்னாடி ஒரு விபத்து நடந்த பின்னாடி ரிசப்ஷனை பத்தி என்னால நினைச்சுப் பார்க்க முடியல. நான் வீட்டுக்கே போறேன். நீங்க ஆக்ஸிடெண்ட் ஸ்பாட்டுக்குபோய் உங்க ஃபார்மாலிட்டிஸை ஆரம்பிங்க. நாம ரெண்டு நாள் கழிச்சு என்னோட சீஃப் டாக்டர் வீட்டுக்குப் போய் பொண்ணையும் மாப்பிள்ளையையும் வாழ்த்திட்டு வந்திடுவோம்!" தான்யா சொல்லிக் கொண்டே காரை நகர்த்தி யூ-டர்ன் அடித்து கிளம்பிவிட, நவநீதன் விபத்து நடந்த இடத்தை நோக்கி வேகவேகமாய்ப் போனான்.

விபத்து மீட்புப் பணிகள் வேகமாய் நடைபெற்றுக் கொண்டிருக்க, இன்ஸ்பெக்டர் ராஜேந்திரன் உரத்த குரலில் உத்தரவுகளைப் பிறப்பித்துக் கொண்டிருந்தார். நவநீதனைப் பார்த்ததும் பக்கத்தில் வந்தார்.

"சார்...! வேனுக்குள்ளே நடுத்தர வயசுல லேடீஸ் மூணு பேரும், ஜெண்ட்ஸ் நாலுபேரும் இருந்தாங்க. டிரைவரையும் சேர்த்து மொத்தம் எட்டுப் பேர். ஒரு ஆணும் பொண்ணும் ஸ்பாட் டெத். மத்தவங்களுக்கு பலத்த காயம். எட்டுப் பேரையும் ஆம்புலன்ஸூக்கு கொண்டு போயிட்டோம்."

“வேனோட ரெஜிஸ்ட்ரேஷன் நம்பரை நோட் பண்ணீங்களா?”

“பண்ணிட்டேன் சார். ஆந்திரா ஸ்டேட் ஏபி19 எக்ஸ் ஒய் டபுள் ஃபோர் நைன் எய்ட்!”

“ஆர்.சி புக் கிடைச்சுதா?”

“இல்ல சார். ஆர்.டி.ஓ வெஹிகள் இன்பர்மேஷன் ஆப் மூலமா டீடெயில்ஸ் கண்டுபிடிக்க சொல்லியிருக்கேன் சார்.”

நவநீதன் மெல்ல நடந்து ஒருக்களித்து விழுந்து கிடந்த வேனின் பின்பக்கம் வந்தான். வேன் ரெஜிஸ்ட்ரேஷன் நம்பர் எழுதப்பட்டிருந்த நம்பர் பிளேட்டைப் பார்த்துவிட்டு இன்ஸ்பெக்டரை ஏறிட்டான்.

“ராஜேந்திரன்...!”

“சார்.”

“இந்த நம்பர் பிளேட்டை போட்டோ எடுத்துகிட்டீங்களா?”

“எஸ் சார்... நம்ம டிபார்ட்மெண்ட் போட்டோகிராபரை வெச்சு எடுத்துகிட்டேன் சார்.”

“அவர் போட்டோ எடுக்கும் போது இதை நீங்க கவனிக்கலையா?”

“எதை சார்?”

“இங்கே பாருங்க...!” என்று சொன்ன நவநீதன், அந்த நம்பர் ப்ளேட்டின் இடதுபக்க ஓரம், தன் ஆட்காட்டி விரலை வைத்து நகத்தால் மெல்ல சுரண்டினான். பிறகு அந்த பிசிறின் முனையைப் பிடித்து இழுத்தான். அந்த நம்பர் பிளேட்டின் ஸ்டிக்கர் ஒரு பிளாஸ்டிக்தாள் போல் உரிந்து வந்தது.

3

இன்ஸ்பெக்டர் ராஜேந்திரன் அதிர்ந்து போனவராய் நவநீதனை ஏறிட்டார்.

"சாரி சார்...! இந்த நெம்பர் பிளேட் மேல ஒரு ஸ்டிக்கர் இருக்கும்ன்னு நான் கொஞ்சம்கூட நினைச்சுப் பார்க்கல."

நவநீதன் மென்மையாய் புன்னகைத்து விட்டு சொன்னான்.

"உங்க கவனமெல்லாம் ரெஸ்க்யூ நடவடிக்கைல இருந்ததினால இந்த நம்பர் ப்ளேட்டை உங்களால சரியா அப்சர்வ் பண்ண முடியலைன்னு நினைக்கிறேன். அதுவுமில்லாமே வேன் ஆக்ஸிடெண்ட்ல நம்பர் ப்ளேட் அடிவாங்கி நசுங்கி ஸ்டிக்கரோட நுனி சேதமானதால... அது என்னோட பார்வைக்குப் பட்டிருக்கலாம்."

"யூ மே பி கரெக்ட் சார்...! போலியான ரெஜிஸ்ட்ரேஷன் நம்பரை ஒட்ட வெச்சிருக்காங்கன்னா வேன்ல வந்தவங்க எல்லாருமே ஏதோ இல்லீகல் நடவடிக்கைல ஈடுபட்டிருக்கலாம்..."

"அதேதான் என்னோட அஸ்ஸம்ஷனும்! பை த பை..., வேனுக்குள்ளே ட்ராவல் பண்ணினவங்களோட உடைமைகள்னு ஏதாவது இருந்ததா?"

"எதுவும் இருந்த மாதிரி தெரியலை. எஸ்.ஓ.சி பார்க்க சொல்லியிருக்கேன் சார்."

இருவரும் பேசிக் கொண்டிருக்கும் போதே ஒரு கான்ஸ்டபிள் தயக்கத்துடன் பக்கத்தில் வந்து நின்றார்.

ராஜேந்திரன் கேட்டார்.

"என்ன பெருமாள்?"

"சார்...! அந்த வேனுக்குள்ளே திங்க்ஸ் ஏதாவது கிடைக்குமான்னு தேடினப்போ இந்த செல்போன் கிடைச்சது. போனை 'ஸ்விட்ச் ஆன்' பண்ண முயற்சி செஞ்சேன். ஆனா 'எண்டர் யுவர் பாஸ்வேர்ட்'ங்கிற வார்த்தைகள் ஸ்க்ரால் ஆகுது."

ராஜேந்திரன் வாங்கிப் பார்த்துவிட்டு "இந்த செல்போன் வித்தியாசமா இருக்கு. நார்மல் ஸ்மார்ட் போன் மாதிரியும் தெரியலை...!!" என்றார்.

நவநீதனின் பார்வை அந்த செல்போனின் மீது சில விநாடிகள் படிந்து புருவங்களை உயர வைத்தது.

"அந்தப் போனைக் கொடுங்க!"

செல்போன் கை மாறியது.

நவநீதன் அதைத் திருப்பி பார்த்துவிட்டு "ஸீம்ஸ் டு பி அப்நார்மல்..." என்றான்.

ராஜேந்திரன் திகைத்தார்.

"என்ன சார் சொல்றீங்க?"

"இது சாட் போன்... ஐ மீன் சாட்டிலைட் போன். சட்டப்படி பொதுமக்கள் இது மாதிரியான போன்களை உபயோகிக்கக் கூடாது. அப்படி உபயோகிக்கணும்ன்னா டெலிகம்யூனிகேஷன் டிபார்ட்மெண்ட்டுக்கு அப்ளை பண்ணி முறைப்படி அனுமதி வாங்கணும். இந்திய வயர்லஸ் டெலிகிராபி சட்டப்படி கடலில் பயணம் செய்யறவங்க, ரிமோட் லொகேஷன்னு சொல்லப்படுற பாலைவனம், மலைப்பகுதியில வசிக்கறவங்க தகவல் பரிமாற்றத்துக்காக மட்டுமே, இது மாதிரியான சாட் போன்களைப் பயன்படுத்தணும். ஆனா வேன்ல வந்தவங்க கிட்ட இந்த போன் இருந்ததுதான், கொஞ்சம் நெருடலாயிருக்கு..."

சொன்ன நவநீதன், போனின் பக்கவாட்டுப் பகுதியைத் தடவி பட்டன் போன்ற ஒன்றை மெல்ல அழுத்த, ஆன்டெனா கம்பி ஒன்று அதன் மையப்பகுதியிலிருந்து மெல்ல வெளிப்பட்டு ஸ்லோமோஷனில் நீண்டது.

பார்த்துக் கொண்டிருந்த ராஜேந்திரனின் விழிகளில் ஒரு திகைப்புப் பரவி உறைந்தது.

"சார்...! நடந்த விபத்து சம்பவத்துக்குப் பின்னால ஏதோ ஒரு விபரீதம் இருக்கும் போல..?"

"நிச்சயமா...! ஏன்னா இது மாதிரியான சாட்டிலைட் போனை உபயோகிக்க பெரிய அளவுல பணம் செலவழிக்க வேண்டியிருக்கும். டெலிகம்யூனிகேஷன் டிபார்ட்மெண்ட் ஈதர்நெட் மூலமா ஸ்கை லிங்க் கொடுக்க பெரிய தொகையை வசூலிக்கும்."

"சைபர் க்ரைம் ப்ராஞ்ச்ல இந்தப் போனைக் கொடுத்தா அவங்களால 'ஸ்விட்ச் ஆன்' பண்ணி உள்ளே பதிவாகியிருக்கிற தகவல்களைத் திரட்டி கொடுக்க முடியுமா சார்?"

"பாஸ்வேர்ட் தெரியாமே அவங்களும் இந்தப் போனுக்குள்ளே நுழைய முடியாது. அதுவுமில்லாமல இது மாதிரியான சாட்லைட் செல்போனுக்கு ஒரு ஸ்ட்ராங்கான பாஸ்வேர்டை செட் பண்ணி வெச்சிருப்பாங்க."

நவநீதன் சொல்லிக் கொண்டிருக்கும் போதே ராஜேந்திரனின் செல்போன் முணுமுணுப்பாய்க் கூப்பிட்டது.

எடுத்து அழைப்பது யாரென்று பார்த்தார்.

மறுமுனையில் ஹெட் கான்ஸ்டபிள் சகாயம் பேசினார்.

"சொல்லுங்க சகாயம்!"

"சார்...! நான் நலம் ஹாஸ்பிடல்லயிருந்து பேசறேன். இங்கே அட்மிட்டான அந்த ஆக்ஸிடெண்ட் கேஸ்ல இன்னும் ரெண்டு பேர் செத்துட்டாங்க. மத்தவங்களுக்கு ட்ரீட்மெண்ட் போயிட்டிருக்கு."

"டாக்டர் என்ன சொல்றார்?"

"உங்களை உடனே புறப்பட்டு ஹாஸ்பிடலுக்கு வரச் சொன்னார்."

"என்ன விஷயம்ன்னு கேட்டீங்களா?"

"கேட்டேன் சார்...! அவர் உங்ககிட்டதான் பேசணும்ன்னு சொல்றார்."

"வர்றேன்...! டாக்டரோட பேர் என்ன?"

"திருக்குமரன் சார்."

"பத்து நிமிஷத்துல அங்கே இருப்பேன்."

ராஜேந்திரன் செல்போனை அணைத்துவிட்டு நவநீதனிடம் விஷயத்தைச் சொல்ல, அவன் யோசிப்பாய் இருந்து விட்டு குரலைத் தாழ்த்தினான்.

"டாக்டருக்கு ஏதோ ஒரு உண்மை தெரிஞ்சிருக்கு. வாங்க சார், புறப்படலாம்!"

இருவரும் வேகமாய் நடந்து சாலையின் மறுபக்கம் இருட்டில் நின்றிருந்த ஜீப்பை நெருங்கினார்கள்.

நலம் நர்சிங் ஹோம்.

இரவு 9.30 மணி.

அறுபது வயதின் விளிம்பில் இருந்த டாக்டர் திருக்குமரன் முன்பாய் இன்ஸ்பெக்டர் ராஜேந்திரனும், நவநீதனும் உட்கார்ந்திருந்தார்கள்.

அறையில் நிலவிய மௌனத்தை கலைத்தார் திருக்குமரன்.

"இன்னிக்கு நடந்த இந்த வேன் விபத்துல எனக்கு ஒரு குழப்பம் இருக்கு. அதை உங்ககிட்ட ஷேர் பண்ணிக்கத்தான் ஹாஸ்பிடலுக்கு உடனடியாய் புறப்பட்டு வரச் சொன்னேன்."

நவநீதனின் நெற்றியில் வியப்பின் சுருக்கங்கள் தோன்றி மறைந்தது.

“என்ன குழப்பம் டாக்டர்?”

“வேன் விபத்துக்குள்ளானப்ப அதுக்குள்ள நடுத்தர வயசுல லேடீஸ் மூணு பேரும், ஜெண்ட்ஸ் நாலு பேரும் இருந்திருக்காங்க. டிரைவரையும் சேர்த்து மொத்தம் எட்டு பேர், சரியா?”

“எஸ்...!”

“அந்த எட்டுப் பேர்ல ஒரு ஆணும் பொண்ணும் ஸ்பாட் டெத், இல்லையா?”

“ஆமா சார்!”

“மீதியிருந்த ஆறு பேர்க்கு ட்ரீட்மெண்ட் தர்றதுக்காக நான் முயற்சி பண்ணிட்டிருக்கும்போதுதான் ஒரு அதிர்ச்சியான விஷயம் தெரிய வந்தது. அதாவது அந்த ஆறு பேர்ல மூணு பேர் ஏற்கனவே இறந்து போனவங்க. ஐ... மீன் டெட்பாடீஸ்...”

“டா... டாக்டர் என்ன சொல்றீங்க?” நவநீதனும், ராஜேந்திரனும் ஒருசேர நிமிர்ந்தார்கள்.

“இதே அதிர்ச்சிதான் எனக்கும். அந்த மூணு டெட்பாடீஸ்ல ரெண்டு ஆண், ஒரு பெண். இந்த உடல்களை மேலோட்டமாப் பரிசோதனை செஞ்சுப் பார்த்தப்ப அவங்க இறந்து இருபது மணி நேரத்துக்கு மேலே ஆயிருக்கலாம்ன்னு தெரிய வந்தது.”

“ஓ மை குட்னஸ்...! அப்படீன்னா இப்போ ட்ரீட்மெண்ட்ல இருக்கிறது மூணுபேர் மட்டும்தானா?”

“எஸ்...! ஒரு பெண், ஒரு ஆண், அப்புறம் அந்த வேன் ட்ரைவர்.”

“அவங்க உயிர் பிழைக்கறதுக்கு வாய்ப்பிருக்கா?”

“டிரைவர் மட்டும் சொற்பக் காயங்களோட இருக்கிறதால உயிர் பிழைக்க வாய்ப்பு அதிகம். மத்த ரெண்டு பேரோட ‘சர்வைவல் ரேட்’ கொஞ்சம் கவலைப்படும்படியாய்

இருக்கு... லைஃப் சேவிங் ட்ரக்ஸ் கொடுத்திருக்கோம். லெட் அஸ் வெயிட் அண்ட் ஸீ...”

நவநீதன் அதிர்ச்சி விலகாத முகத்தோடு நிமிர்ந்தான்.

“டாக்டர்...! அந்த டெட்பாடீஸ்ல ரெண்டு ஆண் ஒரு பெண்ன்னு சொன்னீங்க. அவங்க எப்படி இறந்திருப்பாங்கன்னு சொல்ல முடியுமா?”

“சாரி...! போஸ்ட்மார்ட்டம் பண்ணாத்தான் சரியான காரணத்தைக் கண்டுபிடிக்க முடியும். பாடீஸை ஜி.ஹெச்சுக்கு அனுப்ப ஏற்பாடு நடந்துட்டிருக்கு. உங்கள்ல யாராவது ஒருத்தர் அது சம்பந்தப்பட்ட பேப்பர்ஸ்ல கையெழுத்துப் போட்டுட்டா அந்த ஃபார்மாலிடீஸையும் முடிச்சுடலாம்.”

“ஓகே டாக்டர்...!”

இன்ஸ்பெக்டர் ராஜேந்திரன் தலையசைத்துக் கொண்டிருக்கும் போதே டாக்டர் முன்பாய் இருந்த இண்டர்காம் டெலிபோன் மெலிதாய் முணுமுணுத்தது.

எடுத்து காதுக்கு ஒற்றினார்.

மறுமுனையில் டியூட்டி டாக்டர் திலீப்குமார் பேசினார்.

“டாக்டர்...! ரெண்டு நிமிஷத்துக்கு முந்தி அந்த வேன் டிரைவருக்கு கான்ஷியஸ் வந்தது. ஆனா ஒரு நிமிஷம் கூட அந்த நிலைமை நீடிக்கலை. நான் பேச்சு கொடுத்து அவரைச் சுய உணர்வுக்கு கொண்டு வர முயற்சி பண்ணினேன். முடியலை...”

“இட்ஸ் ஓகே...! அவருக்கு கான்ஷியஸ் வந்ததே பெரிய விஷயம். இனிமே அவரைப் பத்தி கவலைப்பட வேண்டிய அவசியம் இல்லை. மத்த ரெண்டுபேர்கிட்ட ஏதாவது ரெஸ்பான்ஸ் இருக்குதா..?”

“அந்தப் பொண்ணு மட்டும் ஒரு தடவை கையையும், காலையும் அசைச்சா. ஆனா, இன்னொரு பேஷண்ட்கிட்டயிருந்து எந்த ரெஸ்பான்ஸூம் இல்லை...”

"அவங்களுக்கு எல்.எஸ்.டி ரெண்டாவது டோஸ் போட்டீங்களா?"

"இல்ல டாக்டர்...!"

"போட்டுட்டு பல்ஸ் ரேட்டை செக் பண்ணுங்க. நான் இன்னும் ஒரு அஞ்சு நிமிஷத்துல அங்கே வர்றேன்." பேசிவிட்டு ரிஸீவரை வைத்த திருக்குமரன் எதிரில் உட்கார்ந்திருந்த நவநீதனையும், ராஜேந்திரனையும் ஏறிட்டார்.

"நான் ஐ.சி.யூவுக்கு போயிட்டு வந்துடறேன்... கேன் யூ வெயிட் ஃபார் ஃப்யூ மினிட்ஸ்?"

"நாங்களும் உங்க கூட வரலாமா?"

"தாராளமா...! ப்ளீஸ் கம் வித் மீ..."

மூன்று பேரும் நாற்காலிகளைத் தள்ளிக் கொண்டு எழுந்தார்கள்.

ஹாஸ்பிடல் அந்த முன்னிரவு நேரத்தில் ஒரு பிடிவாதமான நிசப்தத்தில் இருக்க, ஐ.சி.யூவை நோக்கி நடந்தார்கள்.

டாக்டர் திருக்குமரன் தன் நடையை நிதானமாக்கினார்.

"மொதல்ல அந்த மூணு டெட்பாடிஸையும் பார்த்துட்டு அப்புறமா ஐ.சி.யூவுக்குப் போகலாம்!" சொன்னவர் ஒரு அறைக்கு முன்பாய் நின்று அதன் கதவைத் திறக்க முயன்ற விநாடி, வராந்தாவில் யாரோ வேகமாய் ஓடி வரும் சத்தம் கேட்டது.

திருக்குமரன் திரும்பிப் பார்த்தார்.

நர்ஸ் செல்வி மூச்சிரைத்தபடி ஓட்டமும் நடையுமாக அவருக்கு முன்பாய் வந்து நின்றாள்.

"டா... டாக்டர்..!"

"சொல்லு!"

"ஐ.சி.யூல இருக்கிற ஒரு பேஷண்ட்டுக்கு ட்ரிப்ஸ் ஸ்டாண்ட்டை மாத்தச் சொல்லியிருந்தார் டியூட்டி டாக்டர்.

நான் ஸ்டாண்டை எடுத்துட்டு வர்றதுக்காக மெடிக்கல் டூல்ஸ் ரூமுக்கு போய் அதை எடுத்துட்டு வர்றதுக்குள்ள...”

“வர்றதுக்குள்ளே?”

நர்ஸ் செல்வி வேர்த்து வழிய மூச்சிரைத்தபடியே சொன்னாள்.

“அ... அந்தப் பேஷண்டைக் காணோம்.”

“எந்தப் பேஷண்ட்?”

“ரெண்டு மணி நேரத்துக்கு முந்தி ஐ.சி.யூல அட்மிட்டாயிருந்த அந்த வேன் டிரைவர்.”

4

டாக்டர் திருக்குமரனின் முகம் கலவரப் பிரதேசமாக மாறியது.

எதிரில் நின்றிருந்த நர்ஸ் செல்வியை ஒரு கோபப் பார்வையால் நனைத்துக் கொண்டே கேட்டார்.

“வாட்... பேஷண்ட்டைக் காணோமா?”

செல்வி வியர்த்து வழிந்து கொண்டு ‘ஆமாம்’ என்பது போல் தலையசைத்தாள்.

“எ... எப்படி?”

“தெரியலை டாக்டர்...! ட்ரிப்ஸ் ஸ்டாண்ட்டை ரூம்லயிருந்து எடுத்துட்டு வர்றதுக்குள்ளே பேஷண்ட்டைக் காணோம்.”

“இர்ரெஸ்பான்ஸிபிள்! நட.... போய்ப் பார்க்கலாம்...”

நர்ஸ் பதட்ட நடையோடு முன்னால் போக, டாக்டர் தொடர்ந்தார். நவநீதனும் ராஜேந்திரனும் அவர்களைப் பின்தொடர்ந்தார்கள்.

ஒரு நிமிட நடையில் ஐ.சி.யூ வந்தது.

ட்யூட்டி டாக்டர் திலீப்குமார் இருண்டுபோன முகத்தோடு எதிர்பட்டார். அவர் மீது எரிந்து விழுந்தார் திருக்குமரன்.

“வாட் ஈஸ் ஹேப்பனிங் ஹியர்?”

அவர் தலைகுனிந்தபடி சொன்னார்

"ஸாரி ஸார்...!"

"மிஸ்ஸிங்ன்னு சொன்னா எப்படி..? ஐ.சி.யூல அட்மிட்டான ஒரு பேஷண்ட் காணாமப் போக வாய்ப்பேயில்லை. அந்நிய ஆட்கள் யாராவது உள்ளே வந்து கூட்டிட்டு போயிட்டாங்களா?"

"யாரும் வரலை..."

"அப்புறம் எப்படி?"

"அவரே நினைவு வந்து பர்ப்பஸா வெளியே போயிருக்கணும்னு நினைக்கிறேன்."

"அதாவது அவர் தப்பிச்சு போயிருப்பார்ன்னு சொல்ல வர்றீங்க இல்லையா?"

"எஸ் ஸார்!"

"காரணம்..?"

"நடந்த விபத்துல சின்ன காயங்களோட உயிர் தப்பினவரு இந்த ட்ரைவர் ஒருத்தர் மட்டும்தான்! அவர் இங்கே வந்து அட்மிட்டாகும் போதே சுயஉணர்வோடதான் இருந்திருக்கார். ஆனா சுய உணர்வு இல்லாத மாதிரி நடிச்சுட்டிருந்தாரோன்னு இப்ப எனக்கு ஒரு சந்தேகம் வருது."

"அப்படி ஏன் சந்தேகப்பட்டீங்க?"

"பொதுவா அன்கான்ஷியஸ் கண்டிஷன்ல இருக்கிற பேஷண்ட்டுகளுக்கு இஞ்ஜெக்ஷன் போட்டா, அவங்களுக்கு வலி தெரியாது. எந்த உணர்ச்சியையும் வெளிப்படுத்த மாட்டாங்க. உடம்புல ஒரு சின்ன அசைவு கூட இருக்காது. ஆனா நான் அந்த ட்ரைவருக்கு ஆன்டிசெப்டிக் இஞ்ஜெக்ஷன் போட்டப்ப அவரு முகத்தைச் சுழிச்சார். கண்ணிமை ரெண்டும் ஒரு தடவை திறந்து மூடிச்சு."

அதுவரை எதுவும் பேசாமல் மவுனமாய் இருந்த நவநீதன் டியூட்டி டாக்டரை ஏறிட்டான்.

"அந்த சமயத்துல ட்ரைவர் மேல உங்களுக்கு சந்தேகம் வரலயா?"

"வரலை...! காரணம் விபத்துல அடிபட்ட ஒரு நபர்க்கு உடம்போட எல்லா பாகங்களிலும் வலி இருக்கும். அதனால முகம் சுழிச்சிருக்கலாம்ன்னு நினைச்சுட்டேன். பேஷண்ட்டோட உடல் நிலவரம் ட்ரீட்மெண்ட் கொடுத்த ரெண்டு நாளைக்குப் பின்னாடிதான் கொஞ்சம் கொஞ்சமா தெரிய வரும்."

"உங்க ஹாஸ்பிடல் ஐ.சி.யூல சிசிடிவி காமிரா ஃபிக்ஸ் பண்ணியிருக்கீங்களா?"

"இல்ல சார்..."

"ஏன்?"

நவநீதன் கேட்ட கேள்விக்கு டாக்டர் திருக்குமரன் இடைமறித்து பதில் சொன்னார்.

"போன வருஷம் வரைக்கும் ஐ.சி.யூல சிசிடிவி காமிரா இருந்தது. ஒரு சில அரசியல் புள்ளிகளும், சினிமாத்துறை சம்பந்தப்பட்டவங்களும் இங்கே ட்ரீட்மெண்ட் எடுக்க வந்தப்ப ஐ.சி.யூல காமிரா பொருத்தப்பட்டிருக்குங்கிற ஒரே ஒரு காரணத்துக்காக இங்கே அட்மிட்டாக மறுத்துட்டு வேற ஒரு ஹாஸ்பிடலுக்கு போயிட்டாங்க."

"அவங்க அப்படி மறுக்க என்ன காரணம்?"

"பொதுவா பிரபலங்கள் தங்களுக்கு வர்ற பிரச்சனைகளைப் பத்தி வெளியே தெரியக்கூடாதுன்னு நினைப்பாங்க. ஒரு ஓ.பி பேஷண்டா வந்து கன்சல்ட் பண்ணிட்டு போறதுல அவங்களுக்கு எந்த ஒரு பிரச்னையும் இல்லை. ஆனா அட்மிட்டாகற நிலைமை வரும் போதுதான் பிரைவசியை எதிர்பார்க்கிறாங்க. ஒரு ஹாஸ்பிடல் சேவை மனப்பான்மையோட செயல்படணும்ன்னா அதுக்குப் பின்புலமாய் பொருளாதார நிலைமையும் நல்லா இருக்கணும்ங்கிற ஒரே ஒரு காரணத்துக்காக நிர்வாகம் ஐ.சி.யூல பொருத்தப்பட்டிருந்த எல்லா சிசிடிவி காமிராக்களையும் ரிமூவ் பண்ணச் சொல்லிட்டாங்க. இப்ப ஒரு காமிரா கூட இல்லை."

நவநீதன் சில விநாடிகள் மவுனம் காத்து விட்டு டியூட்டி டாக்டரை ஏறிட்டான்.

"சரி, ட்ரைவர் அப்படியே தப்பிச்சிருந்தாலும் இந்த முன்பக்க வராந்தாவைக் கடந்துதானே போயிருக்கணும்!"

"பேஷண்ட் அப்படி போக வாய்ப்பில்லை சார். இந்த ஐ.சி.யூக்கு பின்பக்கமும் ஒரு வழியிருக்கு. பொதுவா ட்ரீட்மெண்ட் பலன் அளிக்காமே, இறந்து போனவங்களை யூனிட்டோட முன்பக்க வழியா கொண்டு போகறப்ப வெளியே இருக்குற ஓ.பி பேஷண்ட்ஸ் மனரீதியாய் அதிர்ச்சி அடையலாங்கிற காரணத்துக்காகவே பின்பக்கமா ஒரு வழியை யூஸ் பண்ணிட்டு வர்றோம். இப்ப காணாமப் போன பேஷண்ட் அந்த வழியாய்த்தான் தப்பிச்சுப் போயிருக்கணும்."

அவர் சொல்லிக் கொண்டிருக்கும்போதே, நீலநிற யூனிஃபார்ம் அணிந்த செக்யூரிட்டி வராந்தாவில் ஓட்ட நடையோடு வந்து மூச்சிரைக்க நின்றார்.

டியூட்டி டாக்டர், செக்யூரிட்டியை ஏறிட்டார்.

"என்ன நாகய்யா, ஏதாவது தகவல் கிடைச்சுதா?"

"இல்லீங்க டாக்டர். நீங்க தகவல் கொடுத்ததுமே நான் ஐ.சி.யூவோட பின்பக்க வழியிலிருந்து தெருமுனை வரைக்கும் போய்ப் பார்த்துட்டேன். யாருமே பார்வைக்குத் தட்டுப்படல. ஹாஸ்பிடலிலிருந்து யாரும் வெளியே போன மாதிரியும் தெரியல. வெளியே இருக்கிற சிசிடிவி ஃபுட்டேஜ்ஸையும் போட்டுப் பார்த்துட்டேன். உபயோகப்படற அளவுக்கு எந்தப் பதிவும் இல்லை..."

"சரி, நீ போ!"

செக்யூரிட்டி கார்ட் நாகய்யா கிளம்பிப் போனதும் நவநீதன் திருக்குமரனிடம் திரும்பினான்.

"டாக்டர்...! நடக்கிற சம்பவங்களைப் பார்த்தா தப்பிச்சுப்போன அந்த டிரைவர் சாதாரண ஒரு ஆளா இருக்க

முடியாது. அவன் யார்ன்னு கண்டுபிடிக்க நமக்கு இருக்கிற ஓரேவழி, இப்ப நீங்க ட்ரீட்மெண்ட் கொடுத்துட்டிருக்கிற அந்தப் பொண்ணை எப்படியாவது உயிர் பிழைக்க வைக்கணும், முடியுமா?

"சர்வைவல் ரேட் ஃபிபிட்டி பர்சண்ட்தான். வில் ட்ரை அவர் பெஸ்ட்!" பெருமூச்சுவிட்டபடி சொன்னார் டாக்டர்.

மறுநாள் காலை பதினொரு மணி முப்பது நிமிடம்.

'காவல்துறை தலைமை இயக்குநர் அலுவலகம்' என்கிற பெயர்ப்பலகை, பாலீஷ் செய்யப்பட்ட பித்தளை உலோக எழுத்துக்களோடு தெரிய, நவநீதன் பார்க்கிங் ஏரியாவில் தன்னுடைய ஹோண்டா சிபிஆர் 250ஆர் பைக்கை நிறுத்திவிட்டு, அகலமான கருப்புநிற கிரானைட் படிகளில் ஏறினான்.

எதிரே வந்த காவல்துறை சம்பந்தப்பட்ட அதிகாரிகள் அளித்த உத்யோகபூர்வமான சல்யூட்களை ஏற்றுக் கொண்டே லிஃப்ட்டில் பயணித்து மூன்றாவது மாடியில் இருந்த டி.ஜி.பி குருபிரசாத்தின் அறைக்கு முன்பாய் போய் நின்றான்.

'உள்ளே வரலாமா?' என்பதற்கான பட்டனை அழுத்திவிட்டு, காத்திருந்த அடுத்த சில விநாடிகளில் கதவின் நெற்றியில் பச்சை விளக்கு ஒளிர்ந்து 'வரலாம்' என்பதற்கான அனுமதி கிடைத்தது.

செர்ரி நிறத்தில் இருந்த கனமான ரோஸ்வுட் கதவைத் திறந்து கொண்டு உள்ளே போனான்.

விறைப்பாய் சல்யூட் அடித்துவிட்டு நின்றவனை, டி.ஜி.பி இறுக்கமான முகத்தோடு பார்த்தபடி தனக்கு முன்பாய் இருந்த நாற்காலியைக் காட்டினார்.

"ப்ளீஸ்..."

நவநீதன் உட்கார்ந்தான்.

"எனி ப்ராக்ரஸ்?"

"ஒரு மணி நேரத்துக்கு முந்தி ஒரு தகவல் கிடைச்சுது ஸார்."

"என்ன..?"

"அந்த விபத்துக்குள்ளான வேன் ரெஜிஸ்ட்ரேஷன் நெம்பர் போலியானதா இருந்தாலும் என்ஜின் சேஸிஸ் நம்பரை ட்ரேஸ் பண்ணிப் பார்த்ததில் அந்த வேன் ராஜஸ்தான் ஸ்டேட் ஆர்.டி.ஓல பதிவு செய்யப்பட்டிருக்கு. வேனோட ஓரிஜினல் ரெஜிஸ்ட்ரேஷன் நெம்பர் ஆர்.ஜே.92 எக்ஸ்ஓய் 2525."

"வேனோட ஓனர் யாரு?"

"சுபாஷ் ஜெயின். சொந்த ஊரு அஜ்மீர். ஒரு விவசாயி. வாஹன் வெப்சைட்டுக்குப் போய் சர்ச் பண்ணிப் பார்த்தப்ப அவரோட செல்போன் நெம்பர் கிடைச்சது."

"போன்ல அந்த சுபாஷ் ஜெயினை காண்டாக்ட் பண்ணி பேசினீங்களா?"

"எஸ் சார்!"

"என்ன சொன்னார்..?"

"ரெண்டு வருஷத்துக்கு முந்தி அஜ்மீர் மண்டிப் பகுதியில வேனை நிறுத்திட்டு, ஒரு நண்பரோட வீட்டு விசேஷத்துக்கு போயிட்டு வர்றதுக்குள்ளே வேன் திருட்டுப் போயிட்டதாகவும், அது சம்பந்தமான ஒரு புகார் மனுவை, அஜ்மீர் ஜோதிகாம் போலீஸ் ஸ்டேஷன்ல கொடுத்திருக்கறதாச் சொன்னார்."

"அது உண்மைதானா?"

"ஆமா சார். உடனே ஜோதிகாம் போலீஸ் ஸ்டேஷனுக்குப் போன் பண்ணி அங்கேயிருக்கிற இன்ஸ்பெக்டர் கிட்ட பேசினேன். வேன் திருடு போனது உண்மைதான்னு சொன்னார்."

"நவநீதன்...! இப்ப உங்களுக்கு ஒரு விஷயம் புரிஞ்சிருக்கும்னு நினைக்கிறேன். ரெண்டு நாளைக்கு முன்னால டிபார்ட்மெண்ட் சம்பந்தப்பட்ட மீட்டிங்ல நான் பேசும் போது தமிழ்நாட்டுல குற்றச் சம்பவங்கள்

அதிகமா நடக்க காரணம், ராஜஸ்தான்லேருந்து ஒரு கேங் தமிழ்நாட்டுக்கு வந்திருக்கறதா சொன்னேன். இன்னிக்கு அந்த செய்தி நிஜமாயிருக்கு.”

“எஸ் சார்...!”

“என்னோட யூகப்படி வேனை ஓட்டிட்டு வந்தவன் டிரைவர் மட்டுமில்ல, அவன்தான் முக்கியமான குற்றவாளி. அந்தக் கும்பலுக்கு தலைவனாவும் இருக்க வாய்ப்பு அதிகம். நீங்க என்ன நினைக்கறீங்க?”

“மே பி சார். இதுல நாம் கவனிக்க வேண்டிய இன்னொரு முக்கியமான விஷயம் வேன்ல பயணம் செஞ்ச எட்டுபேர்ல மூணு பேர் ஏற்கனவே இறந்து போனவங்க. அந்த இறந்து போன உடல்களை எடுத்துகிட்டு மத்தவங்க எந்த இடத்துக்குப் பயணப்பட்டு யாரைப் பாக்கப் போனாங்கன்னு தெரியலை.”

டி.ஜி.பி அனலாய் பெருமூச்சொன்றை வெளியேற்றிவிட்டு கேட்டார்.

“பை த பை...! அந்த மூணு டெட்பாடீஸோட போஸ்ட்மார்ட்டம் ரிப்போர்ட் என்ன சொல்லுது.?”

“அன்-க்ளியர் அண்ட் அன்-நேச்சுரல் டெத்ன்னு டாக்டர்ஸ் அந்த ரிப்போர்ட்ல மென்ஷன் பண்ணியிருக்காங்க...”

“அதாவது மரணம் எப்படி நடந்திருக்கும்ன்னு டாக்டர்களால கண்டுபிடிக்க முடியலை?”

“எஸ் சார்...!”

“வேன் விபத்துல சம்பந்தப்பட்ட எல்லாரோட போட்டோவையும் பிரிண்ட் அண்ட் டிவி மீடியாவுக்கு குடுக்கச் சொல்லீட்டீங்களா?”

“சொல்லிட்டேன் சார். இதுவரைக்கும் எந்த தகவலும் கிடைக்கல.”

“ஸீம்ஸ் டூ பி வெரி காம்ப்ளிகேட்டட். உண்மையை வெளியேக் கொண்டுவர நாம நிறைய சிரமப்பட வேண்டியிருக்கும்ன்னு நினைக்கிறேன்...”

“ஒரு சின்ன தடயம் கிடைச்சாக் கூட போதும் சார். இது எது மாதிரியான கேஸ்ங்கிறதை ஸ்மெல் பண்ணிடலாம்.”

நவநீதன் சொல்லிக் கொண்டிருக்கும் போதே அவனுடைய செல்போன் வைபரேஷன் மோடில் மெலிதாய் உறுமியது.

“எக்ஸ்க்யூஸ் மீ சார்!” என்று சொல்லிவிட்டு அழைப்பது யாரென்று மொபைல் ஸ்கீரினில் பார்த்தான்.

‘தான்யா’ என்கிற எழுத்துக்களோடு மனைவி புன்னகை முகம் தெரிந்தது.

“என்னோட ஓய்ஃப் சார்.”

“கேரி ஆன்...”

செல்போன் திரையில் பச்சைநிற போன் ஐகானைத் தேய்த்துவிட்டு காதுக்கு ஒற்றினான்.

“சொல்லு தான்யா!”

“டி.ஜி.பி ஆபீஸூக்குப் போறதா சொன்னீங்க... போயிட்டீங்களா?”

“இப்ப அங்கதான் இருக்கேன்.”

“பேசலாமா?”

“சொல்லு...!”

“அந்த வேன் விபத்துல இறந்து போனவங்களோட போட்டோ எல்லாம் இப்பத்தான் டிவி நியூஸ் சேனல்லப் பார்த்தேன். அதுல ஒரு பொண்ணோட முகம் மட்டும் எனக்கு பரிச்சயமாப் படுதுங்க.”

நவநீதனின் முதுகு நிமிர்வுக்கு உட்பட்டது.

“என்ன சொல்றே... தான்யா?”

“அதுல ஒரு பொண்ணைத் தெரியும்னு சொல்றேன்..! அவ பேரு சுடர்விழி.” என்றாள் தான்யா.

5

நவநீதனின் இருதயத்துடிப்பு உச்சத்துக்குப் போயிற்று.

"சுடர்விழியை உனக்கு எப்படித் தெரியும்... தான்யா?"

செல்போனின் மறுமுனையில் இருந்த தான்யா பேச்சைத் தொடர்ந்தாள்.

"போன வருஷம் எங்க ஹாஸ்பிடல்ல புதுசா சில நர்ஸ்களை ரெக்ரூட் பண்றதுக்காக இண்டர்வ்யூ ஒண்ணை நடத்தினோம். மொத்தம் ஏழு வேகன்ஸிதான். ஆனாலும் நூத்துக்கும் மேற்பட்டவங்க கலந்துக்கிட்டாங்க. மூணு பேர் கொண்ட மருத்துவர் குழு இண்டர்வியூவை கண்டக்ட் பண்ணாங்க. அதுல நானும் இருந்தேன். இண்டர்வியூக்கு வந்தவங்கள்ல ஒருத்திதான் அந்த வேன் விபத்துல இறந்து போனவளா இருக்கலாம்ங்கிறது என்னோட யூகம்."

"அவதான்னு உன்னால கன்ஃபர்மா சொல்ல முடியுமா?"

"ஒரு எழுபது சதவீதம் என்னோட யூகம் சரியா இருக்கும்ன்னு நினைக்கிறேன். அதுக்குக் காரணம் அவ தன்னோட அடர்த்தியான சுருள் முடியை நேர்த்தியாய்ச் சீவி, வித்தியாசமா கொண்டை போட்டிருந்தா... அது என்னோட கவனத்தைக் கவர்ந்தது. அதுவுமில்லாம இண்டர்வியூல கேட்கப்பட்ட சில கேள்விகளுக்கு அந்தப் பொண்ணு சொன்ன பதில்கள் கொஞ்சம் கவனிக்கும்படி இருந்துச்சு."

"அவ எந்த ஊர் என்கிற ஞாபகம் இருக்கா?"

"இல்ல... எங்க ஹாஸ்பிடல் ஹெச்.ஆர்.ஓவுக்கு இன்பார்ஃம் பண்ணி, போன வருஷம் நடந்த அந்த இண்டர்வியூ

சம்பந்தப்பட்ட விபரங்களையும், அதுல கலந்துக்கிட்ட எல்லா கேண்டிடேட்ஸ் பத்தியும் கேட்டிருக்கேன். அவரும் ஒரு மணி நேரத்துக்குள்ளே டீடெயில்ஸ் தர்றதா சொல்லியிருக்கார்."

"இப்ப நீ சொன்னது வெரி வெரி யூஸ்ஃபுல் இன்பர்மேஷன். நான் உடனே புறப்பட்டு ஹாஸ்பிடலுக்கு வரட்டுமா?"

"வேண்டாங்க... மொதல்ல எங்க ஹெச்.ஆர்.ஓ விபரங்களைக் கொடுக்கட்டும். நான் பார்த்துட்டு கன்ஃபார்ம் பண்ணினதுக்கப்பறம் நீங்க வரலாம்."

"ஓகே..."

நவநீதன் செல்போனை அணைத்துவிட்டு டி.ஜி.பியிடம் விபரத்தைச் சொன்னான்.

அவருடைய முகம் மலர்ச்சிக்குப் போயிற்று.

"மிஸ்டர் நவநீதன், இருட்டாயிருந்த இந்த கேஸுக்குள்ளே இப்பத்தான் லேசா ஒரு வெளிச்சக்கதிர் எட்டிப் பார்த்திருக்கு."

"எஸ் சார். அப்பறம் டாக்டர் திருமுருகன் சொன்ன மாதிரி ஹாஸ்பிடல் ட்ரீட்மெண்ட்ல இருக்கிற அந்தப் பொண்ணுக்கு இன்னிக்கு சாயந்தரத்துக்குள்ளே எப்படியும் கான்ஷியஸ் திரும்பிடும்ன்னு எதிர்பார்க்கிறேன்."

"வி வில் ஹோப் ஃபார் த பெஸ்ட்...! அதை க்ளோஸா ஃபாலோ அப் பண்ணுங்க."

"ஷ்யூர் சார்!"

நவநீதன் சொல்லிக் கொண்டிருக்கும் போதே, அவனுடைய செல்போன் மீண்டும் வைபரேஷன் மோடில் விர்ர்ர்ரென்றது.

அழைப்பது யாரென்று பார்த்தான்.

டாக்டர் திருமுருகனின் பெயர் டிஸ்ப்ளே திரையில் மெதுவாக ஊர்ந்து கொண்டிருந்தது. டி.ஜி.பியின் அனுமதியோடு செல்போனை ஸ்பீக்கர் மோடில் வைத்து விட்டு நவநீதன் மெல்ல குரல் கொடுத்தான்.

"குட்மார்னிங்... டாக்டர்!"

"வெரி குட்மார்னிங் மிஸ்டர் நவநீதன்."

"இப்பத்தான் உங்களைப் பத்தி நானும் டி.ஜி.பி சாரும் பேசிட்டிருந்தோம். ட்ரீட்மெண்ட்ல இருக்கிற அந்தப் பொண்ணுக்கு கான்ஷியஸ் வந்ததா? இப்ப அவ ஹெல்த் கண்டிஷன் எப்படியிருக்கு?"

"நவ் ஷி ஈஸ் ஓ.கே. பத்து நிமிஷத்துக்கு முந்தி கான்ஷியஸ் வந்தது. பக்கத்துல இருந்த நர்ஸ் பேச்சுக் கொடுத்துப் பார்த்ததுல ஏதோ சில வார்த்தைகளை ஹிந்தியில பேசியிருக்கா. நர்ஸுக்குப் புரியலை."

"அவ பேசினதை ரிக்கார்ட் பண்ணியிருக்கீங்களா?"

"நர்ஸ் தன்னோட செல்போன்ல அந்த வார்த்தைகளைப் பதிவு பண்ணியிருக்கா. பை.. த.. பை நீங்க இப்ப ஏதாவது முக்கியமான மீட்டிங்ல இருக்கீங்களா நவநீதன்?"

"இல்லை... சொல்லுங்க."

"அப்படீன்னா உடனடியா ஹாஸ்பிடலுக்கு வர முடியுமா?"

"எனிதிங் இம்பார்ட்மெண்ட்?"

"எஸ்..."

"அடுத்த அரைமணி நேரத்துக்குள்ளே அங்கே இருப்பேன்."

"ப்ளீஸ் கம்...! அயாம் வெயிட்டிங்." டாக்டர் பேசிவிட்டு செல்போனை அணைத்தார்.

நவநீதன் டி.ஜி.பி குருபிரசாத்திடம் அனுமதி பெற்றுக் கொண்டு நலம் ஹாஸ்பிடலுக்கு பைக்கை விரட்டிக் கொண்டு போய்ச் சேர்ந்த போது, மதியம் பனிரெண்டு மணி முப்பது நிமிடம்.

டாக்டர் திருக்குமரன் அவருக்கான அறையில் காத்திருக்க, அவருக்கு முன்பாய்ப் போய் உட்கார்ந்தான்.

"சாரி டாக்டர்...! ஹெவி டிராஃபிக்... கொஞ்சம் லேட்டாயிடுச்சு."

"நோ ப்ராப்ளம்!" சொன்னவர் சில விநாடிகள் மவுனம் காத்துவிட்டு நவநீதனை ஏறிட்டார்.

"கொஞ்ச நேரத்துக்கு முந்தி ட்ரீட்மெண்ட்டுல இருக்கிற அந்தப் பொண்ணைப் பத்தின ஒரு உண்மை தெரிய வந்திருக்கு. அதைப் பத்தி பேசத்தான் உங்களைக் கூப்பிட்டேன்."

"என்ன உண்மை?"

"நாம நினைச்சிட்டிருக்கிற மாதிரி அந்த பேஷண்ட் பெண் இல்லை."

"தென்...?"

"ட்ரான்ஸ்ஜெண்டர். ஐ மீன்! திருநங்கை!"

நவநீதனின் முகம் அதிர்ச்சியில் விழுந்தது.

"என்ன சொல்றீங்க டாக்டர்?"

"எஸ்...! நேத்து ராத்திரியே எனக்கு சந்தேகமாய் இருந்தது. பட் இன்னிக்கு அதை கன்ஃபர்ம் பண்ணிக்கிட்டேன்."

"டாக்டர், இதை இப்ப ஒரு சாதாரண விபத்தா என்னால நினைக்க முடியலை. இதைச் சரியான முறையில விசாரணை செஞ்சாத்தான் உண்மையான குற்றாவளிகளை நெருங்க முடியும். அந்த திருநங்கைக்கு கான்ஷியஸ் வந்தப்ப அவ பேசினதை ஒரு நர்ஸ் தன்னோட செல்போன்ல ரெக்கார்ட் பண்ணி வெச்சிருக்கிறதா சொன்னீங்க இல்லையா?"

"ஆமா...! ஏழெட்டு தடவையாவது போட்டு கேட்டிருப்பேன். ஒரு வார்த்தை கூட புரியலை. ஹிந்தியில பேசியிருக்கா. நீங்க கேட்டுப் பாருங்க. உங்களுக்கு ஹிந்தி தெரியுமா..?"

"தெரியும்!"

டாக்டர் தன்னுடைய செல்போனை எடுத்து, வாட்ஸ்அப்பில் இருந்த அந்த வீடியோவை ஆன் செய்தார். அந்தப் பெண்ணின் முகம் குளோசப்பில் தெரிய,

ஆண்மையும் பெண்மையும் கலந்த ஒரு குரல் மூச்சு வாங்கிக் கொண்டு பேசியது.

புரியாத துண்டு துண்டாய் வார்த்தைகள். ஹிந்தியும், மராட்டியும் கலந்து கூடவே இன்னொரு மொழியும் சேர்ந்து கதம்பமாய் கேட்க, ஒரே ஒரு வாக்கியம் மட்டும் சற்றே புரிகிற மாதிரி இருந்தது.

நவநீதன் உற்றுக் கேட்டான். என்ன சொல்ல வருகிறாள் என்று பிடிபடாமல் போகவே நான்கைந்து முறை கேட்டுவிட்டு டாக்டரிடம் நிமிர்ந்தான்.

“எனக்கும் அந்த வார்த்தைகள் பிடிபடலை. ஹிந்தி தெரிஞ்ச வேற யார்கிட்டேயாவது இதைப் போட்டுக் காட்டினீங்களா?”

“இங்கே இருக்கிற ட்யூட்டி டாக்டர்ஸ் ரெண்டுபேருக்கு நல்லாவே ஹிந்தி தெரியும். அவங்களும் ஆனவரைக்கும் உன்னிப்பாய்க் கேட்டுப் பார்த்துட்டு புரியலைன்னு சொல்லிட்டாங்க.”

“மறுபடியும் கான்ஷியஸ் திரும்ப வாய்ப்பிருக்கா?”

“வாய்ப்பிருக்கு... எல்.எஸ். ட்ரக்ஸ் மூளைப்பகுதியை டெத் ஸ்டேஜ்க்கு போகாமே பாதுகாத்திட்டிருக்கிறதால அட் எனி டைம் சுயஉணர்வுக்கு திரும்பலாம். லெட் அஸ் வெயிட் அண்ட் ஸீ. பை... த... பை! காணாமப் போன அந்த டிரைவர் பத்தி ஏதாவது தகவல் கிடைச்சுதா?”

“இல்ல டாக்டர்...! அவனைத் தேடற வேலையில ஒரு சர்ச் ஸ்க்வாட் ஈடுபட்டிருக்கு. அதே மாதிரி வேன்ல இருந்த அந்த டெட்பாடீஸ் யார்ங்கிற கேள்விக்கும் இதுவரை பதில் கிடைக்கல. இப்போ கிடைச்சிருக்கிற ஒரேயொரு உபயோகமான தகவல் என்னோட ஒய்ப் சொன்னதுதான்.”

“அவங்க என்ன சொன்னாங்க?”

“வேன் விபத்துல இறந்து போனவங்கள்ல ஒரு பொண்ணு தனக்கு பரிச்சயமா தெரியறதாகவும், ஹாஸ்பிடல்ல போன வருஷம் நர்ஸ் வேலைக்காக ஒரு இண்டர்வியூ நடந்தப்ப...

அவ ஒரு கேண்டிடேட்டா வந்து கலந்திருக்கலாம்ங்கிறது என் மனைவியோட சந்தேகம்.”

“உங்க ஒய்ப் டாக்டர்ன்னு சொன்னீங்க. அவங்க எந்த ஹாஸ்பிடல்ல ஒர்க் பண்றாங்க?”

“குட்வில் நர்சிங் ஹோம்...”

“அந்த ஹாஸ்பிடலோட சீஃப் டாக்டர் லட்சுமிபதியை எனக்கு நல்லாவே தெரியும். பெஸ்ட் கார்டியாலஜிஸ்ட் இன் த சிட்டி.” திருக்குமரன் பேசிக் கொண்டிருக்கும் போதே கதவு மெலிதாய் தட்டப்படும் சத்தம் கேட்டது.

“எஸ்... கம்மின்.”

கதவைத் திறந்து கொண்டு ஒரு ட்யூட்டி டாக்டர் மெல்ல எட்டிப் பார்த்தார்.

“டாக்டர்...! ஒரு எமர்ஜென்ஸி கேஸ்... மாசிவ் அட்டாக் மாதிரி தெரியுது. இந்தத் தொகுதி எம்.எல்.ஏவோட ரிலேஷன்னு சொன்னாங்க. ஒரு பெரிய கும்பலே வந்திருக்கு.”

“பேஷண்டை ஐ.சி.யூக்கு கொண்டு போயிட்டீங்களா?” என்று கேட்டுக் கொண்டே எழுந்த திருமுருகன் தனக்கு முன்பாக உட்கார்ந்திருந்த நவநீதனைப் பார்த்தார்.

“உங்களால வெயிட் பண்ண முடியுமா?”

“சாரி டாக்டர்...! நான் கிளம்பறேன். வேற ஒரு கேஸ் விஷயமாய் முக்கியமான நபர் ஒருத்தரைப் பார்க்க வேண்டியிருக்கு. இன்னிக்கு ஈவ்னிங் போன் பண்ணிட்டு வர்றேன்.”

“இட்ஸ் ஓகே...!” திருமுருகன் நவநீதனின் கையைப் பற்றிக் குலுக்கிவிட்டு அறையினின்றும் வெளியேற, அவரைப் பின்தொடர்ந்து வராந்தாவுக்கு வந்து டூவீலர் பார்க்கிங்கை நோக்கி நடந்தான்.

பாதி தூரத்தைக் கடந்திருந்த போது சட்டைப் பாக்கெட்டில் இடம் பிடித்திருந்த செல்போன் வைபரேஷன் மோடில் கூப்பிட்டது.

எடுத்து அழைப்பது யாரென்று பார்த்தான்.

தான்யா.

ஹேண்ட்செட்டை காதுக்குக் கொடுத்தான்.

“சொல்லு...! அந்தப் பொண்ணு யார்ன்னு தெரிஞ்சுதா?”

“எஸ்...! நான் சொன்னது சரி...! அவ பேரு சுடர்விழிதான். வயசு 37. கொடைக்கானல்ல இருந்து வந்திருக்கா.”

“முழு அட்ரஸ் இருக்கா?”

“இருக்கு... அப்ளிகேஷன் ஃபார்ம்ல அவளோட செல்போன் நம்பரையும் மென்ஷன் பண்ணியிருக்கா. நீங்க உடனே புறப்பட்டு ஹாஸ்பிடல் வாங்க.”

“இதோ...! அரைமணி நேரத்துக்குள்ள அங்க இருப்பேன்.” நவநீதன் பேச்சை முடித்துக் கொண்டு டூவீலர் பார்க்கிங்கை நோக்கி, ஓட்டமும் நடையுமாய் நெருங்கி, தன்னுடைய பைக்கில் பரவி, ஸ்டாண்ட்டை விடுவித்து கிக்கரை உதைக்க, அது சிக்கனமாய் புகை கக்கி உயிர் பிடித்துக் கொண்டு உறுமியது. நகர்த்தினான். பிரதான சாலைக்கு வந்தான்.

எண்பது அடி அகலமான போக்குவரத்தற்ற சாலை என்பதால் வேகத்தைக் கொஞ்சம் கொஞ்சமாய் அதிகப்படுத்தினான்.

காற்றைச் சீவிக் கொண்டு பைக் பறக்க, மனைவி தான்யாவின் குரல், இன்னமும் காதுகளில் ஒலித்துக் கொண்டிருந்தது.

‘பேரு சுடர்விழி

வயசு 37,

ஊர் கொடைக்கானல்...’

‘இந்த தகவல் போதும். இந்த சல்லிவேரைப் பிடித்துக் கொண்டு போனால் ஆணிவேரைத் தொட்டு விடலாம்.’

பைக்கை விரட்டினான். அடுத்த சில நிமிடங்களில் அது ஒரு ஏவுகணையாக மாற, ஸ்பீடாமீட்டரில் சிவப்பு

முள் நூறைத் தடவிய விநாடி நவநீதனின் பார்வையில் சாலையோரம் ஒளிந்து கொண்டிருந்த அறிவிப்புப் பலகை 'திடும்' என்று பார்வையில் பட்டது.

'SPEED BREAKER AHEAD'

வேகத்தடை எச்சரிக்கை

சட்டென்று வேகத்தைக் குறைத்தான்.

பைக் பிரேக்கிற்கு கட்டுப்படாமல் தடுமாற, பின்பக்க டயர் பெரும் சத்தத்தோடு வெடித்தது.

நவநீதன் பைக்கினின்றும் எகிறி... காற்றில் இரண்டு விநாடிகள் பறந்து... சாலையின் மையத்தில் விழுந்தவன்... அதே வேகத்தில் சில மீட்டர் தூரம் சாலையைத் தேய்த்துக் கொண்டே போய் டிவைடரில் மோதி அலறலோடு மல்லாந்தான்.

அடுத்த விநாடி....!

அவனுடைய தலையைச் சுற்றிலும் ரத்தம் ஸ்லோமோஷனில் பரவ ஆரம்பித்தது.

6

தான்யாவும், டி.ஜி.பி குருபிரசாத்தும் ஜி.ஹெச்சின் ஐ.சி.யூ வார்டுக்கு வெளியே போடப்பட்டிருந்த நாற்காலிகளில் பாறையைப் போல் இறுகிப்போன முகங்களோடு உட்கார்ந்திருந்தார்கள்.

சுற்றுப்புறம் கனமான அமைதியில் உறைந்து போயிருந்தது.

க்ரைம் ப்ராஞ்ச் டிபார்ட்மெண்ட்டைச் சேர்ந்த அதிகாரிகள் சிலர் ஆங்காங்கே நின்றபடி கவலை தோய்ந்த பார்வைகளோடு தாழ்ந்த குரல்களில் பேசிக் கொண்டிருக்க, மீடியா பீப்பிள் காமிராக்களோடு காத்திருந்தார்கள்.

இன்ஸ்பெக்டர் ராஜேந்திரன் வார்டுக்குப் பக்கவாட்டில் இருந்த ஒரு அறைக்குள்ளிருந்து வெளிப்பட்டு, டி.ஜி.பியை நெருங்கி தளர்வாய்ச் சல்யூட் அடித்துவிட்டுக் குனிந்தார்.

"சார்...! ஹாஸ்பிடல் டீன் உங்களையும், மேடத்தையும் ஐ.சி.யூக்குப் பின்னாடியிருக்கிற அவரோட அறைக்கு வரச் சொன்னார்."

"எனி இஷ்யூஸ்...? டீன் ஏதாவது சொன்னாரா? நவநீதனோட ஹெல்த் கண்டிஷன் எப்படியிருக்கு?"

"அதைப் பத்தி என்கிட்ட எதுவும் சொல்லலை. உங்க ரெண்டு பேரையும் வரச்சொல்லிட்டு அவசரமா போயிட்டார்."

டி.ஜி.பி, தான்யாவிடம் திரும்பினார்.

“மிஸஸ் தான்யா...! ஏதோ ஒரு முக்கியமான விஷயத்தை சொல்றதுக்காகத்தான் டாக்டர் வரச்சொல்லியிருப்பார்ன்னு நினைக்கிறேன். டோண்ட் கெட் டென்ஷன். உங்க ஹஸ்பெண்ட்டுக்கு எந்த பிரச்னையும் இருக்காது. தைரியமா வாங்க.”

இருவரும் ஐ.சி.யூக்கு இடது பக்கத்தில் இருந்த நுழைவாயிலை நோக்கிப் போனார்கள். ஒரு நிமிஷ நடையில் கனமான கண்ணாடி கதவைத் திறந்து கொண்டு எதிர்ப்பட்ட அறைக்குள் நுழைய, எக்ஸ்ரேக்களை லைட் பாக்ஸில் வைத்துப் பார்த்துக் கொண்டிருந்த மெடிக்கல் டீன் டாக்டர் சகாதேவ் தலையசைத்து அவர்களை வரவேற்று, தனக்கு முன்பாய் இருந்த நாற்காலிகளைக் காட்டி மெல்லிய குரலில் ‘ப்ளீஸ்’ என்றார்.

இருவரும் உட்கார்ந்தார்கள்.

சகாதேவ் லைட் பாக்ஸை அணைத்துவிட்டு, மேஜையின் மீதிருந்த ஸ்கேன் ரிப்போர்ட்டுகளை தள்ளி வைத்தபடி தான்யாவை ஏறிட்டு புன்னகை பூத்தப்படி சொன்னார்.

“டோண்ட் வொர்ரி...! ஃபீல் ஃப்ரீ. உங்க கணவர் அபாயக் கட்டத்தை தாண்டிட்டார்.”

தான்யா நீர் நிரம்பிய விழிகளோடு கைகளை குவிக்க, அவர் பேச்சை தொடர்ந்தார்.

“நவநீதன் தலைக்கு ஹெல்மெட் போட்டிருந்ததால அவரோட பின்மண்டையில் அடிபடலை. கழுத்துல ஏற்பட்ட ஒரு காயம்தான் பெரிய அளவுல ரத்த சேதத்தை ஏற்படுத்தியிருக்கு. மூளையில ரத்தக்கசிவு துளியும் இல்லை. ப்ரெய்ன் போர்ஷன் சேஃப்டி லாக்கர்ல வெச்ச பொருள் மாதிரி பத்திரமாயிருக்கு. ஆனா இப்போ என்னோட கவலையெல்லாம் அவர்க்கு ஏற்பட்டிருக்கிற போன் ஃப்ராக்சர்ஸ்தான். அது சாதாரண எலும்பு முறிவாய் இருந்தாக்கூட பரவாயில்லை. ஸீம்ஸ் டு பி வெரி சிவியர்.”

“சிவியர்ன்னா..?” தான்யாவின் கண்களில் கலவரம் படர்ந்தது.

“நீங்க ஒரு டாக்டர்...! அதனால நான் சொல்ற சில மெடிக்கல் சம்பந்தப்பட்ட வார்த்தைகள் உங்களுக்கு நல்லாவே புரியும். பைக் சாதாரண வேகத்துல போயிருந்தா உங்க கணவர்க்கு ‘க்ரீன் ஸ்டிக் ஃப்ராக்சர்ஸ்’ மட்டுமே ஏற்பட்டிருக்கும். ஆனா அவர் பைக்கை வேகமா ஓட்டிகிட்டுப் போய் சடன் பிரேக் போட முயற்சி பண்ணதுல ஹெவி இம்பேக்ட் ஆனதுதான், டயர் வெடிப்புக்கு காரணம். அவர்க்கு இப்ப செக்மென்ட்டல் ஃப்ராக்சர், ஸ்பைரல் ஃப்ராக்சர், கம்மினிட்டட் ஃப்ராக்சர்ங்கிற மூணு வகையான எலும்பு முறிவுகளும் ஏற்பட்டிருக்கு. இதையெல்லாம் சரிப்படுத்த குறைந்தபட்சம் நாலு சர்ஜரியாவது தேவைப்படும். இந்த ஆப்ரேஷன்களை வெற்றிகரமாய்ப் பண்ணிட்டாலும் அந்தக் காயங்கள் ஆறவும், உடம்பு பழைய நிலைமைக்குத் திரும்பவும் எப்படியும் ரெண்டு வருஷமாயிடும்...”

தான்யாவின் கண்களில் நீர் மின்னியது.

“பரவாயில்லை டாக்டர், அவரோட உயிருக்கு ஆபத்து இல்லைங்கிற ஒரு விஷயத்துக்காக மத்த எல்லா பிரச்சனையையும் என்னால தாங்கிக்க முடியும்.”

அதுவரைக்கும் எதுவும் பேசாமல் மவுனமாய் இருந்த டி.ஜி.பி மெல்லிய குரலில் கேட்டார்.

“நவநீதனுக்கு இப்ப கான்ஷியஸ் இருக்கா டாக்டர்?”

“அட்மிட்டாகும் போது அன்கான்ஷியஸ் ஸ்டேஜ்ல இருந்தார்.”

“இப்போ எப்படி இருக்கார்... போய்ப் பார்க்கலாமா?”

“தாராளமா. ஆனா அஞ்சு நிமிஷத்துக்கு மேல அங்கே இருக்க வேண்டாம். காரணம் ரிஸ்க் ஆப் இன்ஃபெக்ஷன்.”

“புரியுது டாக்டர். நாங்க ரெண்டே ரெண்டு நிமிஷம் மட்டும் பார்த்துட்டு வந்துடறோம்.”

டி.ஜி.பியும் தான்யாவும் நாற்காலிகளைத் தள்ளிக் கொண்டு எழுந்தார்கள். மருத்துவ ஊழியர்கள் மட்டுமே செல்லும் அந்த பிரத்யேக வழியில் நடந்து, ஐ.சி.யூக்குள் நுழைய, இதமான ஏ.ஸி அந்த ஹால் முழுவதும் பரவியிருந்தது.

நவநீதன் அனுமதிக்கப்பட்டிருந்த அறைக்குள் எகிறும் இதயத்துடிப்போடு தான்யா எட்டிப் பார்த்தாள்.

ஏகப்பட்ட மருத்துவ உபகரணங்களுக்கு நடுவில் நவநீதன் உயர்த்திப் போட்ட சாய்வான கட்டிலில் படுத்திருந்தான் .

கண்களில் நீர் மறுபடியும் உடைப்பெடுத்துக் கொள்ள தளர்வான நடையோடு கட்டிலை நெருங்கினாள்.

பக்கத்தில் போடப்பட்டிருந்த ஸ்டூலில் உட்கார்ந்து மெல்ல குரல் கொடுத்தாள்.

"என்னங்க...!"

நவநீதனின் கண்ணிமைகள் துடித்தன. சிரமப்பட்டு ஸ்லோமோஷனில் விழிகளை மலர்த்தினான். மூக்குத் துவாரங்களில் பொருத்தப்பட்டிருந்த நேசோ காஸ்ட்ரிக் ட்யூபும் மார்புப் பகுதியில் இணைக்கப்பட்டிருந்த இ.சி.ஜி எலக்ட்ராட்ஸும் உறுத்த உடம்பில் ஒரு வலி பரவி முகத்தைச் சுளிக்க வைத்தது.

அவனுக்குத் தான்யாவின் முகம் சில விநாடிகளுக்கு மங்கலாகக் காட்சியளித்து, பின் தெளிவாக புலப்பட, வறண்ட உதடுகளில் ஒரு சிறிய புன்னகை உதித்தது.

"தா... தா... தான்யா..." அரற்றிக் கொண்டே எழ முயன்றவனின் கைகளைப் பற்றினாள்.

"அப்படியே படுங்க. அசையாதீங்க...!! உங்களுக்கு மல்டிபிள் ஃப்ராக்சர்ஸ் ஆயிருக்கு. பட், பயப்படாதீங்க, சர்ஜரி பண்ணினா எல்லாம் சரியாயிடும்."

தள்ளி நின்றிருந்த டி.ஜி.பி பக்கத்தில் வந்து அவனுடைய தலைமாட்டில் குனிந்தார்.

“மிஸ்டர் நவநீதன்...! நடந்தது ஒரு மோசமான விபத்துதான். இருந்தாலும் அதிர்ஷ்டவசமா உங்களுக்கு எதுவும் ஆகல. சர்ஜரி முடிஞ்சு ஒரு மாசம் நீங்க ரெஸ்ட் எடுத்தா போதும். ட்யூட்டியில ஜாய்ன் பண்ணிடலாம்.”

நவநீதன் அவரைச் சோர்வாய்ப் பார்த்தான்.

“ஸ... ஸ... ஸாரி சார்.”

“எதுக்கு...?”

“அவ்வளவு வேகமா நான் பைக்ல போயிருக்கக்கூடாது. வேன் விபத்துல சம்பந்தப்பட்ட ஒரு பொண்ணை தனக்குத் தெரியும்ன்னு என்னோட ஓய்ஃப் சொன்னதால கொஞ்சம் பதட்டமாயிட்டேன்.”

டி.ஜி.பி அவனுடைய தோளின் மீது மெல்ல கையை வைத்தார்.

“இனிமேல அந்தக் கேஸை நான் ஃபாலோ அப் பண்ணிக்கறேன். நீங்க அதையே நினைச்சுட்டிருக்க வேண்டாம்.”

நவநீதன் மேற்கொண்டு பேச முயல, அந்த அறையின் ஓரத்தில் உட்கார்ந்து ஹெல்த் மானிட்டர் ஸ்கிரீனைப் பார்த்துக் கொண்டிருந்த நர்ஸ், தான்யாவிடம் திரும்பினாள்.

“மேடம்...! பேஷண்ட்டை பேச வைக்காதீங்க. ஹார்ட் ரேட், எஸ்.பி.ஓ.டூ பல்ஸ் ரேட், பிபி குறையுது...”

“இதோ...! நாங்க கிளம்பறோம்...”

இருவரும் நவநீதனிடம் பார்வையாலேயே விடை பெற்றுக் கொண்டு ஐ.சி.யூவை விட்டு வெளியே வந்தார்கள்.

மறுநாள் காலை.

சூரியன் இன்னமும் கண் திறந்து பார்க்காத விடியல் வேளை. பெசண்ட் நகர் கடற்கரை எல்.இ.டி விளக்குகளின் வெளிச்சத்தில் உயிர்ப்போடு இருந்தது.

ஆண்கள் தொப்பைகளோடு வாக்கிங் போக, பெண்கள் ஆங்காங்கே ஜாக்கிங் சூட்களில் தெரிந்தார்கள். தெரிந்த முகங்கள் பரஸ்பரம் குட்மார்னிங்குகளை பரிமாறிக் கொண்டு பேசியபடியே மெல்ல நடை போட்டன. கடல்காற்றில் பேச்சுக் குரல்கள் கரைந்து கலவையாக கேட்டன.

"என்ன... நேத்து நீ வாக்கிங் வரலை போலிருக்கே?"

"ஆமா...! ஒரு க்ளோஸ் ரிலேட்டிவோட கல்யாணம். அஞ்சு மணிக்கு முகூர்த்தம். போக வேண்டியதாயிடுச்சு."

"ஒரு மாசமா வர்றேன். ஒரு மணி நேரம் வாக்கிங் போறேன்... வெயிட் ஒரு கிராம் கூட குறையலை..."

"ஏறாமே இருக்கேன்னு சந்தோஷப்படு. அப்புறம் ஒரு விஷயம் சொல்றேன்னு தப்பா நினைச்சுக்க கூடாது."

"என்ன?"

"வாக்கிங் முடிஞ்சு வீட்டுக்கு போகும் போது பீச்ல இருக்குற ரெஸ்ட்டாரண்ட்டுக்கு போய் சாம்பார் வடை சாப்பிடறதை மொதல்ல நிறுத்து."

"நானாப் போறேன்...! அந்தப் பக்கம் போனாலே வடை சாம்பார் வாசனை உள்ளே தூக்கிட்டு போயிடுதே.. நான் என்ன பண்ணட்டும்?"

"நீ திருந்தமாட்ட. அது சரி, காதுல என்ன புது வெள்ளைக்கல் கம்மல்?"

"வெள்ளைக் கல்ன்னு சொல்லாதே. அது வைரம். டயமண்ட் பேலஸ்ல போன வாரம் வாங்கினது. புத்தாவது வெட்டிங் ஏன்வர்ஸரிக்காக அவர் வாங்கிக் கொடுத்தார்."

காதில் வந்து மோதிய எல்லா சம்பாஷணைகளையும் கதம்பமாகக் கேட்டபடி, இறுக்கமான ஜாக்கிங் சூட்

அணிந்திருந்த டி.ஜி.பி குருபிரசாத் கடற்கரை ஓரமாய் இருந்த பேவ்மெண்டில் வேக நடை போட்டுக் கொண்டிருந்தார்.

சென்னை வானத்தின் கிழக்குத்திசை கேரட் நிறத்தில் விடிய ஆரம்பித்திருக்க, பறவைகளின் இரைச்சல் சாலையோர மரங்களில் கேட்டது.

நடைபாதையில் பாதி தூரத்தைக் கடந்திருந்தபோது அவருடைய செல்போன் ரிங்டோனை சிதறடித்தது.

எடுத்து அழைப்பது யார் என்று பார்த்து மைக்ரோ ரிஸீவரை காதுக்கு கொடுத்தபடி பேசினார்.

"சொல்லு சபரி!"

"நீங்க பீச்சுக்கு வந்துட்டீங்களா சார்?" மறுமுனையில் ஆண்குரல் கேட்டது.

"வந்துட்டேன். இன்னும் ஒரு அஞ்சு நிமிஷத்துல உன்னோட கடைக்கு முன்னாடி இருப்பேன். அவங்க வந்துட்டாங்களா?"

"இன்னும் வரலை சார்."

"கடையில கூட்டம் இருக்கா?"

"ஒரு பெரியவர் மட்டும் அருகம்புல் ஜூஸ் சாப்பிட்டுக்கிட்டிருக்கார். நீங்க வர்றதுக்குள்ளே அவரும் கிளம்பிடுவார் சார்."

"சரி, ஒரு அரைமணி நேரத்துக்கு கடை வியாபாரத்தை நிறுத்து. நான் வரும்போது கடைக்கு முன்னாடி கூட்டம் இருக்க கூடாது."

"சரி சார்!"

குருபிரசாத், செல்போனின் இணைப்பைத் துண்டித்து விட்டு நடையின் வேகத்தை அதிகரிக்க, சரியாய் மூன்று நிமிட நடை.

'ஹெர்பல் ஜூஸ் ஷாப்' – ***உங்கள் ஆரோக்கியம் இங்கே ஆரம்பமாகிறது.***

என்கிற வாக்கியத்தோடு ஒரு பெயர்ப்பலகை தெரிய, ஆஸ்பெஸ்டாஸ் கூரையாலான அந்தக் கடைக்கு முன்பாய்ப் போய் நின்றார்.

கற்றாழையின் தோலை சீவிக் கொண்டிருந்த, அந்த நடுத்தர வயது சபரி, அவரைப் பார்த்ததும் தன் வேலையைப் பாதியிலேயே விட்டுவிட்டு பக்கத்தில் வந்து குரலைத் தாழ்த்தினார்.

"சார்...! அவங்க ரெண்டு பேரும் இப்பத்தான் வந்தாங்க. உள்ளேயிருக்கிற ரூம்ல உட்கார வெச்சிருக்கேன்."

"ஓ.கே... நாங்க பேசிட்டு போற வரைக்கும் கடைக்கு முன்னாடி யாரும் நிக்கக்கூடாது... புரியுதா?"

"புரியுது சார்.."

சபரி மார்புக்குக் குறுக்காக கைகளைக் கட்டிக்கொண்டு பவ்யமாய் தலையசைக்க, குருபிரசாத் கடைக்குள் போனார்.

முன்புறம் இருந்த மரக்கதவை மெதுவாய்த் தள்ளியபடி உள்ளே நுழைந்தார்.

எட்டுக்கு எட்டு என்ற அளவிலான அந்தச் சிறிய அறை ஒரு குண்டு பல்பின் உபயத்தில் வெளிச்சத்தால் நிரம்பியிருக்க, கோணிப் பைகளில் இருந்த மூலிகைகள் மூச்சையடைப்பது போல் மணம் வீசின.

அறையின் இடதுபக்கமாய்த் தெரிந்த சோஃபாவில் பக்கம் பக்கமாய் உட்கார்ந்தபடி, செல்போன்களைப் பார்த்துக் கொண்டிருந்த விவேக்கும் விஷ்ணுவும் சட்டென்று எழுந்து நின்று... டி.ஜி.பிக்கு சுள்ளென்று சல்யூட் ஒன்றைக் கொடுத்துவிட்டு இரு நேர்க்கோடுகளாய் நின்றார்கள்.

7

விவேக்கையும், விஷ்ணுவையும் ஒரு புன்னகையோடு கூடிய பார்வையால் நனைத்த டி.ஜி.பி குருபிரசாத் இருவரையும் நெருங்கி கை குலுக்கினார்.

“நான் சொன்ன நேரத்துக்குச் சிரமம் பாக்காமே சரியா வந்துட்டீங்க. தேங்க்ஸ்... போத் ஆஃப் யூ...!”

விவேக் சிரித்தான்.

“ஸார்... சரியான காரணம் இல்லாம இந்த விடியற் காலையில அதுவும் இந்த இடத்துக்கு நீங்க எங்களை வரச் சொல்லமாட்டீங்க. எனிதிங் இம்பார்ட்டண்ட்?”

“நாட் ஒன்லி இம்பார்ட்டண்ட் பட் ஆல்ஸோ எமர்ஜென்சி!” சொன்ன டி.ஜி.பி சுவரோரமாக இருந்த நாற்காலிகளைக் காட்டினார்.

“ப்ளீஸ்...!”

விவேக்கும், விஷ்ணுவும் உட்கார்ந்ததும் பேச்சை ஆரம்பித்தார்.

“உங்க க்ரைம் ப்ராஞ்ச் டிபார்ட்மெண்ட் நவநீதனுக்கு பைக் ஆக்ஸிடெண்ட் நடந்து, அவர் இப்போ ஜி.ஹெச் ஐ.சி.யூல இருக்கிற விஷயம் உங்களுக்கு தெரிஞ்சிருக்கும்னு நினைக்கிறேன்.”

“தெரியும் சார்...! நேத்து ராத்திரி டி.வி நியூஸ்லகூட அதப்பத்திச் சொன்னாங்க.”

“அது ஆக்ஸிடெண்ட் இல்லை. நவநீதனைக் கொல்ல நடந்த முயற்சின்னு நான் நினைக்கிறேன்..”

விவேக்கும், விஷ்ணுவும் அதிர்ச்சியோடு நிமிர்ந்து உட்கார்ந்தார்கள்.

“கொலை முயற்சியா?”

“எஸ்.”

“எதுக்காக?”

“ரெண்டு நாளைக்கு முன்னாடி ஈசிஆர் ரோட்டுல... ஒரு வேன் டிவைடர்ல மோதி... விபத்துக்குள்ளான செய்தி உங்களுக்குத் தெரியுமா?”

“பேப்பர்ல பார்த்தேன் சார்!”

“அந்த விபத்தைப் பத்தின முழு விபரங்களும் எனக்கும் நவநீதனுக்கும் மட்டும்தான் தெரியும். அதை உங்ககிட்ட ஷேர் பண்ணிக்கத்தான் இந்த இடத்துக்கு வரச் சொன்னேன்.”

குழப்பமான முகங்களோடு விவேக்கும் விஷ்ணுவும் மௌனம் காக்க, டி.ஜி.பி தொடர்ந்தார்.

“நான் இப்போ உங்ககிட்ட சொல்லப் போற சில விஷயங்கள் நம்ம டிபார்ட்மெண்ட்ல இருக்கிற முக்கியமான அதிகாரிகளுக்குக்கூடத் தெரியாது.” சொல்லிக்கொண்டே தன்னுடைய செல்போனை உயிர்ப்பித்து வாட்ஸ்அப்பில் பதிவு செய்து வைத்திருந்த வேன் விபத்து சம்பந்தப்பட்ட வீடியோ பதிவுகளையும், மருத்துவ ரிப்போர்ட்களையும் காட்டியபடி தாழ்ந்த குரலில் பேச்சை ஆரம்பித்து ஒரு பத்து நிமிடத்தில் எல்லாவற்றையும் சொல்லி முடித்தார்.

விவேக்கின் இரு புருவங்களும் வியப்பில் ஒரு முடிச்சு போட்டுக் கொண்டு மெல்ல அவிழ்ந்தன.

“சார்...! ஸீம்ஸ் டு பி அப்நார்மல்.”

“எஸ்...! வெரி அப்நார்மல். அந்த வேன் விபத்தைச் சாதாரணமா நிகழ்வாக் கடந்துபோக முடியல. நவநீதன்

இதுல ஆர்வம் காட்டி இன்வெஸ்டிகேஷனை ஆரம்பிச்சார். இப்ப ஐ.சி.யூல இருக்கார்.”

அதுவரைக்கும் எதுவும் பேசாமல் இறுகிய முகத்தோடு உட்கார்ந்திருந்த விஷ்ணு கேட்டான்.

“சார்...! மிஸ்டர் நவநீதனை கொலை செய்ய முயற்சி நடந்ததாச் சொன்னீங்க. அப்படி நீங்க நினைக்க என்ன காரணம்?”

“நானே அதைப்பத்திச் சொல்லலாம்னு இருந்தேன். நீங்களே கேட்டுட்டீங்க. ஒரு பைக்கோட டயர் வெடிக்கணும்ன்னா சில காரணங்கள் வேணும். முதல் காரணம், லோடு அதிகமா இருந்தா... இரண்டாவது காரணம், நெருப்பு... மூணாவது, மட்டமான டயர் க்வாலிட்டி... நாலாவது காரணம், ரொம்ப நாளா யூஸ் பண்ணதாலே ஏற்பட்ட சேதம்... அஞ்சாவது காரணம், ரோடு கண்டிஷன். இப்ப நான் சொன்ன அஞ்சு காரணங்களுமே நவநீதனோட பைக் டயர் வெடிப்புக்கு பொருந்தலை. சீன் ஆஃப் க்ரைம் ரிப்போர்ட்படி யாரோ துப்பாக்கியால டயரை ஷூட் பண்ணியிருக்காங்க.”

“அதுக்கான எவிடன்ஸ் கிடைச்சிருக்கா சார்?”

“இல்லை.. ஆனா ஒரு சாதாரண டயர் வெடிப்புக்கும் இந்த டயர் வெடிப்புக்கும் வித்தியாசம் இருக்குங்கிறதை ரிப்போர்ட்ல ஸ்ட்ராங்கா மென்ஷன் பண்ணியிருக்காங்க.”

விவேக் கேட்டான். “சார்... இந்த விஷயத்துல நீங்க எங்ககிட்டயிருந்து எது மாதிரியான உதவியை எதிர்பார்க்கறீங்க?”

“கம்மிங் டு த பாய்ண்ட், நவநீதன் இப்ப இருக்கிற நிலைமையில அவரால இந்தக் கேஸை இன்வெஸ்டிகேட் பண்ண முடியாது. இனி அந்தப் பொறுப்பை நீங்க எடுத்துக்கணும். இதுக்கு டிபார்ட்மெண்ட் மூலமா அஃபிஷியல் ஆர்டர் வராது. நீங்க ரகசியமான முறையில இந்தக் கேஸை இன்வெஸ்டிகேட் பண்ணி உண்மைகளைக்

கண்டுபிடிக்கிற வரைக்கும் ஃபைல் ஸ்டேஷன்ல இருக்கிற ரெக்கார்ட் ரூம் அலமாரியில தூங்கிட்டிருக்கும். இந்த அண்டர்கவர் ஆபரேஷன் உங்களுக்கு சம்மதமா?"

விவேக் மெல்லச் சிரித்துவிட்டு சொன்னான்.

"சார்...! இது மாதிரியான கேஸையெல்லாம் உடைச்சு உண்மைகளை வெளியே கொண்டு வர எங்களாலதான் முடியும்ன்னு நீங்க நினைச்சதே சந்தோஷமாயிருக்கு. இதுல எனக்கு சில சந்தேகங்கள் இருக்கு... கேட்கலாமா?"

"பை ஆல் மீன்ஸ்...!"

"போலி ரெஜிஸ்ட்ரேஷன் நெம்பரோட வந்த அந்த வேன், ரோடு டிவைடர்ல மோதி விபத்துக்குள்ளானப்ப அதுக்குள்ளே நடுத்தர வயசுல லேடீஸ் மூணு பேரும் ஜெண்ட்ஸ் நாலு பேரும், ட்ரைவரையும் சேர்த்து மொத்தம் எட்டுப் பேர் இருந்தாங்கன்னு சொன்னீங்க?"

"ஆமா."

"அந்த எட்டுப் பேர்ல ஒரு ஆணும், பெண்ணும் 'ஸ்பாட் டெத்' இல்லையா?"

"எஸ்...!"

"மீதியிருந்த ஆறு பேருக்கு ட்ரீட்மெண்ட் தரும் போதுதான் டாக்டர்களுக்கே அந்த ஆறு பேர்ல மூணு பேர் ஏற்கனவே இறந்தவங்க.. அதாவது விபத்துக்கு முன்னாடியே டெத்தான பெர்சன்ஸ்ங்கிற அதிர்ச்சியான விஷயம் தெரிய வந்திருக்கு. அதுல ரெண்டு ஆண், ஒரு பெண்."

"கரெக்ட்!"

"உயிரோட இருந்த மத்த மூணு பேர் ஐ.சி.யூல இருந்தப்ப, ட்ரீட்மெண்ட்ல இருந்த ட்ரைவர் மட்டும் தப்பிச்சுட்டு போயிட்டான். இப்ப நம்ம கைவசம் இருக்கிறது ரெண்டு பேர்... ஒரு ஆணும் பெண்ணும்தான்?"

"எஸ்...! அந்தப் பொண்ணு ஒரு திருநங்கை. அவ கான்ஷியஸுக்கு வந்தப்ப முக்கலும், முனகலுமா ஹிந்தி

மராத்தி கலந்த பாஷையில ஏதோ சொல்ல முயற்சி பண்ணியிருக்கா. ஆனா அவ பேசினது யாருக்குமே புரியலை. இன்னொருத்தருக்கு இன்னும் சுய உணர்வே வரலை.”

விவேக் எழுந்து நின்று அவருடைய கையைப் பற்றி குலுக்கினான்.

“நவ் ஆல் க்ளியர் சார். இந்த அண்டர்கவர் ஆபரேஷனை இந்த நிமிஷத்திலிருந்தே ஆரம்பிக்கறோம். இதுல ஒளிஞ்சிட்டிருக்கிற ஒவ்வொரு உண்மையையும் வெளியே இழுத்துட்டு வந்து உங்க முன்னாடி நிறுத்தறோம். இப்ப நீங்க காட்டின எல்லா வீடியோ பதிவுகளையும், அந்த ட்ரான்ஸ்ஜெண்டரோட ஸ்டேட்மெண்ட்டையும் என்னோட மெயிலுக்கு அனுப்பி வைங்க.”

“ஷ்யூர்!” என்ற டி.ஜி.பி மெல்ல குரலை இழுத்தார்.

“அப்புறம்...! ஒரு முக்கியமான விஷயம்.”

“என்ன சார்?”

“என்னைப் பார்க்க விரும்பினா என்னோட ஆபீஸுக்கு வர வேண்டாம். எதுவாயிருந்தாலும் என்னோட பெர்சனல் செல் நம்பரைக் காண்டாக்ட் பண்ணிப் பேசுங்க. என்னைப் பார்க்கணுங்கிற அவசியம் ஏற்பட்டா நீங்க இந்த ஹெர்பல் ஜூஸ் சபரி கடைக்கு காலை ஆறு மணிக்கு வரணும்...! வர்றதுக்கு முன்னாடி எனக்கு வாட்ஸ் அப்ல மெசேஜ் அனுப்பிருங்க. பை... த... பை இந்த நேரத்துல ஹெர்பல் ஜூஸ் கடை சபரியைப் பத்தி சொல்லிடறேன்.

சபரிக்கு பூர்வீகம் கேரளா. எர்ணாகுளம் போலீஸ் ஸ்டேஷன்ல ரைட்டரா வேலை பார்த்தவர். ஒய்ஃப் தன்னை விட்டுப் பிரிஞ்சு போயிட்டாங்கிற வருத்தத்துல வேலையை ராஜினாமா பண்ணிட்டு சென்னைக்கு வந்து... இங்கே ஹெர்பல் ஜூஸ் கடையை வெச்சு நடத்திட்டு வர்றார். நான் வாக்கிங் வந்தா இங்கே வந்து ஹெர்பல் டீ மட்டும் சாப்டுட்டுப் போவேன். இவர் போலீஸ் டிபார்ட்மெண்ட்ல

இருந்தவர்ங்கிற உண்மை எனக்குத் தெரிஞ்சதுமே அவரை ஒரு இன்ஃபார்மரா மாத்திட்டேன். இந்த பீச்சுக்கு எந்தெந்த வி.ஐ.பிக்கள் வாக்கிங் வர்றாங்க, அவங்க யார்கூடப் பேசறாங்கற மாதிரியான தகவல்கள் எல்லாம் எனக்கு சுடச்சுட வந்துடும். அவர் கொடுத்த தகவல்களை வெச்சு சில குற்றவாளிகளைப் பிடிச்சிருக்கேன்."

"யூ ஆர் க்ரேட் சார்!"

"நோ... நோ... வீ ஆர் ஏ க்ரேட் டீம்!" என சிரித்தபடியே டி.ஜி.பி எழுந்தார்.

"நான் மொதல்ல இங்கிருந்து கிளம்பறேன். அப்பறமா ஒரு பத்து நிமிஷம் கழிச்சு நீங்க வெளியே வாங்க."

மறுபடியும் அவர் கைகுலுக்கி விடைபெற்றுக் கொண்டு போனதும், விவேக்கும், விஷ்ணுவும் நாற்காலிகளுக்குச் சாய்ந்தார்கள்.

அதுவரைக்கும் வாலைச் சுருட்டி வைத்திருந்த விஷ்ணு தன் வழக்கமான சுபாவத்துக்கு மாறினான்.

"தரைமட்டமாயிடுச்சு பாஸ்."

"எது?"

"என்னோட கனவு பாஸ். இந்த வாரம் கோவா போய் 'கலன்க்யூட் பீச்' மணல்வெளியில படுத்து சன்பாத் எடுத்து பர்சனால்டியை கொஞ்சம் லோடு பண்ணிட்டு வரலாம்ன்னு நினைச்சிட்டிருந்தேன். டி.ஜி.பி வந்து இப்படி காலங்கார்த்தால 'அண்டர்கவர் ஆபரேஷன்'ங்கிற பேர்ல நம்ம கழுத்துல ஒரு கல்லைக் கட்டிட்டு போயிட்டார்."

"சரி, நீ கோவாவுக்கு கிளம்பு...! இந்த பிரச்னையை நான் பார்த்துக்கறேன்."

"என்ன விளையாடறீங்களா பாஸ்? டி.ஜி.பி கொடுத்துட்டு போயிருக்கிறது சாதாரண கேஸ் இல்லை. இடியாப்பச் சிக்கல் கேஸ். நாலு பேரை உசுரோடவும் மூணு பேரை டெட்பாடியாவும்

வெச்சு போலி ரெஜிஸ்டர் நெம்பரோட ஒருத்தன் வேனை தைரியமா ஓட்டிட்டு வந்திருக்கான். ஹாஸ்பிடல்ல அட்மிட்டாகி ஐ.சி.யூவிலிருந்து தப்பிச்சும் போயிருக்கான். கேஸை விசாரிக்க ஆரம்பிச்ச க்ரைம் ப்ராஞ்ச் ஆபீஸர் நவநீதனைக் கொல்ல முயற்சி பண்ணியிருக்காங்க. இதெல்லாம் தெரிஞ்சுமா பிரச்னையை நான் பார்த்துக்கறேன்னு சொல்றீங்க. இருந்தாலும் உங்களுக்கு துணிச்சல்தான் பாஸ். நான் இல்லேன்னா உங்க பாடு கஷ்டம். உங்களுக்கு ஏதாவது ஒண்ணு ஆயிடுச்சுன்னா ரூபலா மேடத்துக்கு நான் என்ன பதில் சொல்றது?"

"டேய்...! போதுண்டா..."

"சும்மாயிருங்க பாஸ். போன மாசம் சதுரகிரிக்குப் போய்ட்டு வந்ததிலிருந்து எனக்குள்ளே ஒரு பவர் தூங்கிட்டிருக்கு. அந்த பவர்க்கு நான் வேலை கொடுக்க வேண்டிய வேலை வந்துடுச்சு."

"அப்படி என்னடா பவர்?"

"அஷ்டமாசித்திகளைக் கத்துக்கிற கலை. சதுரகிரி அடிவாரத்திலிருந்த வெத்திலைப் பாக்கு சித்தர்கிட்டே ட்யூஷன் எடுத்துக்கிட்டேன். இப்ப என்னால தண்ணிமேல நடக்க முடியும். ஆனா அது ஐசா மாறியிருக்கணும். நெருப்பு மேல நடக்க முடியும். ஆனா அது சாம்பலாகியிருக்கணும். அவ்வளவுதான் பாஸ்."

"பரவாயில்லையே...! நாம கேஸை சுலபமாக் கண்டுபிடிக்கிறதுக்கு ஏதாவது ஒரு அஷ்டமாசித்தி இருக்கா?"

"இருக்கு பாஸ்...! அந்த சித்திக்கு பேரு வசித்துவம்."

விவேக் சிரித்துக் கொண்டிருக்கும் போதே ஜூஸ் கடை சபரி மரக் கதவைத் திறந்து கொண்டு உள்ளே வந்தார்.

"ஜூஸ் ஏதாவது சாப்ட்றீங்களா சார்?"

விஷ்ணு கேட்டான்.

"இங்கே எந்த ஜூஸ் ஸ்பெஷல்?"

"எல்லாமே ஸ்பெஷல்தான் சார். அருகம்புல், வாழைத்தண்டு, சோற்றுக்கற்றாழை, முடக்கத்தான், கருவேப்பிலை, நெல்லி, துளசி, வெண்பூசணி, சிறியாநங்கை, ஒயிட் லோட்டஸ் இப்படி சின்னதா ஒரு பட்டியலே போடலாம். இது எல்லாமே நம்ம ஹெல்த்துக்கு நல்லது."

"எல்லாமே நல்லதுதான். ஆனா வாய்ல வைக்க முடியாது. கசந்து வழியுமே!"

"உங்களுக்கு சுகர் இருக்கா சார்?"

"ரெண்டு பேருக்குமே இல்லை!"

"அப்படின்னா கரும்புச்சாறோட சேர்த்து ஹெர்பல் ஜூஸ் தர்றேன். கூடவே லெமனையும் பிழிஞ்சுட்டா சூப்பரா இருக்கும்."

"கொண்டாங்க... ட்ரை பண்ணிப் பார்ப்போம்!" விஷ்ணு சொல்லிக் கொண்டிருக்கும் போதே விவேக்கின் செல்போன் வைபரேஷன் மோடில் 'விர்ர்ர்' என்று உறுமியது.

செல்போனை எடுத்து அழைப்பது யாரென்று டிஸ்ப்ளேயில் பார்த்தான். செல்திரையில் ஒரு புது எண் நகர்ந்து கொண்டிருந்தது.

செல்போனை காதுக்கு ஒற்றி மெல்லக் குரல் கொடுத்தான்.

"எஸ்...!"

"மிஸ்டர் விவேக்?" மறுமுனையில் ஒரு பெண் குரல்.

"ஸ்பீக்கிங்..."

"நான் உங்ககூடக் கொஞ்சம் பேசணும்?"

"மொதல்ல நீ யார்னு சொல்லு!"

"என்னோட பேர் நற்பவி."

"என்ன விஷயம்?"

"சொல்றேன். மொதல்ல ஹெர்பல் ஜூஸ் கடையை விட்டு வெளியே வாங்க!"

8

விவேக் சில விநாடிகள் அமைதியாய் இருந்து விட்டு செல்போனின் மறுமுனையிலிருந்த பெண்ணிடம் பேசினான்.

"உன்னோட பேர் என்னன்னு சொன்னே?"

"நற்பவி..!"

"ஹெர்பல் ஜூஸ் கடையில நான் இருக்கிறது உனக்கு எப்படி தெரியும்?"

"மொதல்ல அந்த ஜூஸ் கடையிலிருந்து வெளியே வாங்க. நான் பீச்சோட வடக்குப் பக்கம் இருக்கிற ஒரு கோல்டுமொஹர் மரத்துக்கு கீழே சிமெண்ட் பெஞ்ச்ல உட்கார்ந்திட்டிருக்கேன். சிவப்பு கலர்ல சுடிதார், ஒயிட் கலர்ல துப்பட்டா. கையில ஒரு ஹைட்ரஜன் கேஸ் பலூன் பறந்துட்டிருக்கும். இவ்வளவு அடையாளம் போதுமா... இல்ல இன்னும் வேணுமா?"

"என்கிட்ட என்ன பேசணும்?"

"முக்கியமான விஷயங்களை போன்ல பேச வேண்டாமே..."

"சரி... வர்றேன்!"

"அப்புறம்?"

"என்ன?"

"உங்ககூடவே ஒருத்தர் இருப்பாரே. அவர் பேர் என்ன?"

"விஷ்ணு!"

"அவரையும் கூட்டிகிட்டு வந்துடுங்க!"

"ம்."

போனை அணைத்தான் விவேக். விஷ்ணு கேட்டான்.

"என்ன பாஸ்...! செஞ்சுரி அடிக்கப் போய் டக்அவுட்டான பேட்ஸ்மேன் மாதிரி ஆயிட்டீங்க. போன்ல யாரு?"

"நற்பவின்னு ஒரு பொண்ணு என்கூட பேசணுமாம். ஜூஸ் கடையை விட்டு வெளியே வாங்கன்னு சொல்றா."

"நாம இங்கேயிருக்கிறது அவளுக்கு எப்படி தெரியும்? டி.ஜி.பி சார் இன்னும் பெசண்ட் நகர் ஏரியாவையே தாண்டியிருக்க மாட்டாரே! அதுக்குள்ளே ரகசியம் எப்படியோ ஆவியாகியிருக்கு. வாங்க பாஸ்...அது யார்ன்னு போய்ப் பார்த்துட்டு வந்துடலாம்."

"வேண்டாம்...! சபரி தர்ற ஜூஸைக் குடிச்சிட்டு நேரா வீட்டுக்கு கிளம்புவோம்."

"என்ன பாஸ் விளையாடறீங்களா? நாம இங்கே இருக்கிற விஷயம் வெளியே இருக்கிற ஒரு பொண்ணுக்கு தெரிஞ்சிருக்கு. அவ உங்ககிட்ட ஏதோ சொல்ல விரும்பறா... அது என்னன்னு தெரிஞ்சுக்க வேண்டாமா?"

"வேண்டாம்!"

"ஏன் பாஸ்...?"

"ஏன்னா பேசினது நற்பவி கிடையாது!"

"என்னது...! நற்பவி கிடையாதா?"

"ஆமா..."

"இதுக்கு முன்னாடி நற்பவிங்கற பேர்ல யாரையாவது உங்களுக்குத் தெரியுமா?"

"தெரியாது."

"அப்புறம் எப்படி அது நற்பவி கிடையாதுன்னு சொல்றீங்க?"

விவேக் தன் செல்போனை எடுத்து 'ரீசன்ட் கால்ஸ்' ஆப்ஷனுக்குப் போய் சற்று முன்பு தனக்கு வந்திருந்த போன் நெம்பரைத் தேய்த்தான்.

எதிர்முனையில் ரிங் போயிற்று.

போனை விஷ்ணுவிடம் "இந்தா... அந்த நற்பவிகிட்ட நீயே பேசு. அப்பத்தான் உனக்கு அது யார்ன்னு புரியும். ஸ்பீக்கர்ல போட்டுட்டு பேசு"

விஷ்ணு ஸ்பீக்கரை ஆன் செய்துவிட்டு "ஹலோ..!" என்று குரல் கொடுத்தான்.

மறுமுனையில் அந்தப் பெண் சற்றே குரலை உயர்த்தினாள்.

"என்ன மிஸ்டர் விவேக்...! ஜூஸ் கடையிலிருந்து இன்னும் வெளியே வரலியா?"

"நான் விஷ்ணு பேசறேன்!"

"யார் பேசினா என்ன..? ரெண்டு பேரும் வெளியே வந்துட்டீங்களா...! உங்களுக்காக நான் எவ்வளவு நேரம்தான் வெயிட் பண்றது?"

"ஒரு பத்து நிமிஷத்துல வந்துடறோம்!"

"சரியா பத்து நிமிஷம் வெயிட் பண்ணுவேன். வரலைன்னா போயிடுவேன். அப்புறம் ரொம்பவும் வருத்தப்படுவீங்க."

விவேக் இடைமறித்து குரல் கொடுத்தான்.

"சரி போயிடு...!"

விஷ்ணு திகைத்தான்.

"உங்களுக்கு இன்னிக்கு என்னாச்சு பாஸ்...! ஏன் இப்படிப் பேசறீங்க?"

அவன் கையிலிருந்த செல்போனை வாங்கினான் விவேக்.

பேசினான்.

“இதோ பார் ரூபி...! நீ என்னதான் குரலை மாத்திப் பேசினாலும் என்னால கண்டுபிடிக்க முடியாதுன்னு நினைச்சுட்டியா..? யார் அந்த நற்பவி...! இப்ப எதுக்காக அந்தப் பேரை யூஸ் பண்ணிப் பேசறே?”

எதிர்முனையில் ரூபலா சிரித்தாள்.

“விளையாட்டுக்குக்கூட உங்களை ஏமாத்த முடியாது போலிருக்கு. ரொம்பவும் கஷ்டப்பட்டு குரலை மாத்திப் பேசியும் கண்டு பிடிச்சுட்டீங்க. எப்படீங்க?”

“உனக்கு சரியா ஏமாத்த தெரியலைன்னு அர்த்தம். சரி...! யார் அந்த நற்பவி?”

“அந்தப் பொண்ணு இப்ப நம் வீட்டுல என் கூடத்தான் இருக்கா. உங்ககிட்ட ஏதோ சொல்லணுமாம்.”

“ரூபி...! நான் எத்தனை தடவை உனக்குச் சொல்லியிருக்கேன். நான் வீட்ல இல்லாத நேரத்துல வீட்டுக்குள்ளே நமக்கு தெரியாத யாரையும் அனுமதிக்கக் கூடாதுன்னு...”

“அவளை ஏன் நம்ம வீட்டுக்குள்ள அலவ் பண்ணினேன்னு நீங்க இங்கே வரும் போது தெரியும். லேட் பண்ணாமே... உடனே புறப்பட்டு வாங்க...”

அடுத்த அரைமணி நேரத்திற்குள்ளாகவே விவேக்கும், விஷ்ணுவும் வீட்டில் இருந்தார்கள்.

ஹால் சோஃபாவின் ஓரத்தில், அசௌகரியமாய் உட்கார்ந்து சுற்றுமுற்றும் பார்த்துக் கொண்டிருந்த, அந்த அழகான இளம் பெண்ணைக் காட்டி ரூபலா சொன்னாள்.

“ஷி ஈஸ் நற்பவி!”

நற்பவிக்கு இருபத்தைந்து வயது இருக்கலாம். நேர்த்தியாய் சேலையுடுத்தி தோற்றத்தில் கண்ணியம் காட்டினாள். நெற்றியின் மையத்தில் ஸ்டிக்கர் பொட்டு தெரிய வகிட்டில் தடவியிருந்த குங்குமம், அவளுக்குக் கல்யாணமாகி

விட்டது என்பதை உறுதி செய்தது. அடர்த்தியான கூந்தல், கொண்டையாக மாறியிருக்க, மஞ்சள் நிற ரோஜா ஒன்று பக்கவாட்டிலிருந்து மெல்ல எட்டிப் பார்த்தது.

விவேக் அவளுக்கு எதிரேயிருந்த நாற்காலியில் அமர்ந்தபடி கேட்டான்.

"சொல்லு...! என்கிட்ட என்ன பேசணும்?"

"மொதல்ல சாரி சார்.."

"எதுக்கு..?"

"ரூபலா மேடம் என்னோட செல்போன்லயிருந்து உங்களுக்கு போன் பண்ணி தொந்தரவு கொடுத்ததுக்காக... நான் வேண்டாம்ன்னு சொன்னேன், ஆனா மேடம் கேட்கல."

விவேக் சிரித்தான்.

"அதெல்லாம் தொந்தரவு கிடையாது. போலீஸ் திருடன் விளையாட்டு மாதிரி அதுவும் ஒரு விளையாட்டுதான். நீ விஷயத்துக்கு வா."

நற்பவி சில விநாடிகள் மவுனமாய் இருந்து விட்டு மெல்ல பேச்சை ஆரம்பித்தாள்.

"டாக்டர் தான்யாதான் இங்கே என்னை அனுப்பி வச்சாங்க. அவங்க வொர்க் பண்ற ஹாஸ்பிடல்ல நான் ரிசப்ஷனிஸ்டா இருக்கேன்."

விவேக்கின் நெற்றியில் வியப்பின் வரி ஒன்று விழுந்தது.

"எந்த தான்யாவைச் சொல்றே...! க்ரைம் பிராஞ்ச் நவநீதனோட ஒய்ஃப்பா?"

"அவங்களேதான்..."

"என்ன விஷயம்?"

"ஒரு நிமிஷம் சார்...! அதை அவங்களே உங்ககிட்ட சொல்லுவாங்க." சொன்ன நற்பவி தன்னுடைய செல்போனுக்கு உயிர் கொடுத்து ஒரு எண்ணை அழுத்திவிட்டு நீட்டினாள்.

விவேக் வாங்கி காதில் வைத்தான். எதிர்முனையில் ரிங் போய் தொடர்பு கிடைத்தது.

“ஹலோ!” என்றான்

“குட்மார்னிங் மிஸ்டர் விவேக். அயம் டாக்டர் தான்யா”

“குட்மார்னிங் டாக்டர்!”

“உங்ககிட்ட ஒரு அஞ்சு நிமிஷம் பேசணுமே?”

“தாராளமா...!.”

“ரெண்டு நாளைக்கு முன்னாடி ஈசிஆர் ரோட்ல ஒரு வேன் விபத்து நடந்தது. அந்த விபத்துல, ஒரு விபரீத பிரச்னை இருந்ததால அதை என்னோட கணவர் நவநீதன் இன்வெஸ்டிகேட் பண்ண ஆரம்பிச்சார். ஆனா எதிர்பாராதவிதமா அவர் போன பைக்கோட பின்பக்க டயர் வெடிச்சு ஆக்ஸிடெண்ட்டாகி இப்போ அவர் ஹாஸ்பிடல்ல இருக்கார்.”

விவேக் இடைமறித்தான்.

“அது சம்பந்தப்பட்ட எல்லா விபரங்களும் எனக்குத் தெரியும். உங்க ஹஸ்பெண்ட் ஹாஸ்பிடல் ட்ரீட்மெண்ட்ல இருக்கிறதால அந்தக் கேஸை இனி நான்தான் அன்-அஃபிஷியலா இன்வெஸ்டிகேட் பண்ணப் போறேன். அது சம்பந்தமா நானே உங்ககிட்ட பேசலாம்ன்னு இருந்தேன். ஆனா நீங்களே லைன்ல வந்துட்டீங்க. திஸ் இஸ் பிக் சர்ப்ரைஸ் ஃபார் மீ. பை... த... பை! நேரடியா நீங்களே என்னை காண்டாக்ட் பண்ணிப் பேசியிருக்கலாம். எதுக்காக உங்க ஹாஸ்பிடல் ரிசப்ஷனிஸ்ட் நற்பவியை என் வீட்டுக்கு அனுப்பி வெச்சீங்க...?”

“சரியான கேள்வி... அதுக்கான பதில் வெரி சிம்பிள். அவருக்கு ஏற்பட்ட விபத்து ஏன் ஒரு கொலை முயற்சியாய் இருக்கக் கூடாதுன்னு சந்தேகப்படறேன். அவர் ஹாஸ்பிடல்ல இருக்கும் போது மேற்கொண்டு நேரிடையா போலீஸுக்கு உதவறது பல பிரச்னைக்கு வழி வகுத்திடுமோன்னு ஒரு பயம். அதனாலதான் வெளியுலகத்துக்கும் போலீஸுக்கும் தெரியாமே

உங்களுக்கு மட்டும் தேவையான தகவல்களைக் கொடுத்து, இந்தக் கேஸ்ல இருக்கிற உண்மைகளை வெளியே கொண்டு வர்றது சரியா இருக்கும்ன்னு என்னோட மனசுக்குப் பட்டது. நான் நேர்ல வந்து உங்களைப் பார்த்தாலோ, என் செல்போன்ல உங்களை காண்டாக்ட் பண்ணிப் பேசினாலோ, உண்மை வெளியே போக வாய்ப்பிருக்கு. அதனாலதான் என்னோட நம்பிக்கைக்கு பாத்திரமான நற்பவியை உங்ககிட்ட அனுப்பி வெச்சேன். இனிமேல நான் உங்ககிட்ட பேச நினைச்சாலோ எதையாவது கொடுக்க விரும்பினாலோ நற்பவிதான் நமக்கு நடுவுல இருப்பா. என்னோட இந்த ஏற்பாட்டைப் பத்தி நீங்க என்ன நினைக்கறீங்க மிஸ்டர் விவேக்?"

"யூ மே பி ரைட்!"

"தேங்க் யூ...!"

"இருந்தாலும்... ஒரு சந்தேகம்."

"என்ன?"

"நீங்க இப்படியொரு முடிவு எடுத்த விஷயம் டி.ஜி.பிக்கு தெரியுமா?"

"தெரியாது...! இனிமேலதான் இன்ஃபார்ம் பண்ணனும்."

"வேண்டாம்...! அவருக்கு நீங்க இந்த விஷயத்தை தெரியப்படுத்த வேண்டியதில்லை. அந்த வேன் விபத்து சம்பந்தப்பட்ட எல்லா விஷயங்களும் எனக்குத் தெரியும். இது ஒரு அண்டர்கவர் ஆபரேஷன். அந்தப் பொறுப்பை கொடுத்தது டி.ஜி.பிதான்."

மறுமுனையில் தான்யா வியப்பின் உச்சம் தொட்டாள்.

"வாட் ஏ கோ-இன்சிடெண்ட்? இந்தக் கேஸை உங்களால தான் இன்வெஸ்டிகேட் பண்ண முடியும்ன்னு நானும் அவரும் ஒரே நேரத்துல நினைச்சிருக்கோம். ஆச்சரியமாயிருக்கு."

விவேக் சிரித்தான்.

"சில ஆச்சர்யங்கள் இப்படித்தான் நடக்கும். கடைசியா நான் கேள்விப்பட்ட விஷயம் வேன் விபத்துல இறந்து

போனவங்கள்ல ஒரு பொண்ணை உங்களுக்குத் தெரியும்ன்னு நீங்க சொன்னதுதான்... சரியா?"

"ஆமா...!"

"யார் அது?"

"போன வருஷம்... நர்ஸ் வேலைக்காக கொடைக் கானலிலிருந்து இண்டர்வியூக்கு வந்தவ. பேரு சுடர்விழி. வயசு முப்பத்தேழு. ஆனா அவ செலக்ட் ஆகலை..."

"சுடர்விழியோட போட்டோ இருக்கா?"

"இருக்கு... போட்டோவை நற்பவிகிட்ட கொடுத்து விட்டிருக்கேன். வாங்கிப் பாருங்க. போட்டோவுக்குப் பின்னாடி அவ வீட்டு அட்ரஸையும், செல்போன் நம்பரையும் எழுதியிருக்கேன்."

"அந்த நெம்பர்க்கு நீங்க போன் பண்ணி பார்த்தீங்களா?"

"காண்டாக்ட் பண்ணினேன். 'திஸ் நம்பர் ஈஸ் நாட் இன் யூஸ்'ங்கிற ரெக்கார்டட் வாய்ஸ் வந்தது."

"இட்ஸ் ஓகே...! இனிமே அந்த நம்பரை நான் ட்ரேஸ் அவுட் பண்ணிக்கிறேன்."

விவேக் செல்போன் தொடர்பை துண்டித்துவிட்டு நற்பவியிடம் திரும்பினான்.

"அந்த சுடர்விழியோட போட்டோவைக் குடு..!"

அவள் தன் கைப்பையில் பத்திரப்படுத்தி வைத்திருந்த ஒரு பாஸ்போர்ட் சைஸ் போட்டோவை எடுத்துக் கொடுத்தாள். விவேக் அதை வாங்கிப் பார்த்துக் கொண்டிருக்கும் போதே விஷ்ணு பின்பக்கமாய் வந்து எட்டிப் பார்த்தான். சற்றே முகம் மாறினான்.

விவேக்கின் காதோரம் மெல்ல கிசுகிசுத்தான்.

"பாஸ்...!"

"ம்...!"

"நற்பவியை அனுப்பிடுங்க. நான் உங்களுக்கு சுடச்சுட ஒரு விஷயத்தை பார்சல் பண்ணப்போறேன்."

விவேக் சுடர்விழியின் போட்டோவை தன் சட்டைப் பாக்கெட்டில் பத்திரப்படுத்திக் கொண்டே நற்பவியிடம் நிமிர்ந்தான்.

"நீ கிளம்பு நற்பவி. ஏதாவது தகவல் தேவைப்பட்டா உனக்கு போன் பண்றேன்."

அவள் தலையசைத்து விடைபெற்றுக் கொண்டு போனதும், விவேக் விஷ்ணுவை குழப்பமாய்ப் பார்த்தான்.

"என்னடா சொல்லப் போறே...?"

"பாஸ்... அந்தப் போட்டோல இருக்கிறது சுடர்விழி இல்லை."

"அப்புறம்?"

"மெஹருன்னிஸா..!"

9

விவேக், விஷ்ணுவை ஆச்சர்யப் பார்வையால் நனைத்தான்.

"என்னடா சொல்ற?"

"உண்மை பாஸ்...! உண்மை! இந்தப் போட்டோல இருக்கிறது சுடர்விழி இல்ல.. இவ ஒரு முஸ்லீம். பேரு மெஹருன்னிஸா..!"

"உனக்கு இவளை எப்படித் தெரியும்?"

"பாஸ்...! வாரத்துல ரெண்டு நாள் புதன்கிழமையும், சனிக்கிழமையும் சௌகார்பேட்டையில இருக்கிற லட்சுமி நரசிம்மர் கோவிலுக்கு நான் போறது உங்களுக்குத் தெரியுமா தெரியாதா?"

"நல்லாத் தெரியுமே...! அந்தக் கோயில்ல மட்டும்தான் மிளகும், முந்திரியும் போட்ட பொங்கல் பிரசாதம் சூப்பராயிருக்கும்னு நீ சொன்னது நல்லா ஞாபகம் இருக்கு..."

"பாஸ்...! என்னோட நரசிம்மர் பக்தியைச் சேதம் பண்ணாதீங்க."

"சரி... சரி... நான் ஒத்துக்கறேன்டா...! நீ லட்சுமி நரசிம்மரோட அதி தீவிர பக்தன்தான்னு...! இப்ப விஷயத்துக்கு வா. அந்த மெஹருன்னிஸாவுக்கும் நீ சொல்லிட்டிருக்கிற விஷயத்துக்கும் என்ன சம்பந்தம்?"

"இவளை அந்தக் கோயில் வாசல்ல வெச்சு பலதடவை பார்த்திருக்கேன். ஒரு தடவை பேசியும் இருக்கேன்."

“என்னடா சொல்லிட்டிருக்கே..? அவளுக்கும் லட்சுமி நரசிம்மர் கோயிலுக்கும் என்ன சம்பந்தம்?”

“ஒரு சம்பந்தமும் இல்லை பாஸ்!”

“அப்புறம்?”

“அந்தக் கோயில் வாசல்ல உட்கார்ந்து பிச்சை எடுக்கிறவங்களுக்கும், ப்ளாட்ஃபாரத்துல இருக்கிற வயசானவங்களுக்கும் சாப்பாட்டுப் பொட்டலம் கொண்டு வந்து கொடுப்பா. சரியா காலையில எட்டு மணிக்கெல்லாம் ரெண்டு ப்ளாஸ்டிக் பை நிறைய ஃபுட் பாக்கெட்டை எடுத்துட்டு வந்து எல்லாருக்கும் பொறுமையாக் குடுத்துட்டு போறதை நான் பல தடவை பார்த்திருக்கேனே!”

“தினமுமா...?”

“ஆமா பாஸ்...! இதைப் பார்த்துட்டு ஒருநாள் அவகிட்ட பேச்சுக் கொடுத்துப் பார்த்தேன். நல்லாப் பேசினா... பேரைக் கேட்டேன். மெஹருன்னிஸான்னு சொன்னா. அம்மா, அப்பா சின்ன வயசுல ரொம்பவும் கஷ்டப்பட்டதாவும் ஒருவேளை சாப்பிட்டு மத்த ரெண்டு வேளையும் தண்ணி மட்டுமே குடிச்சு வாழ்க்கையை ஓட்டினதாவும், அந்தப் பசிக் கொடுமையை அனுபவிச்சதாலதான் இப்போ தன்னால முடிஞ்ச அளவுக்குத் தினமும் சாப்பாடு தயார் பண்ணிகிட்டு வந்து இங்க தர்றதாவும் சொன்னா.”

விவேக் மறுபடியும் விஷ்ணுவிடம் போட்டோவைக் காட்டினான்.

“நல்லாப் பார்த்துட்டு சொல்லு... அவதானா?”

“சந்தேகமேயில்லாம அவளேதான் பாஸ். அன்னிக்கு ஏறக்குறைய பத்து நிமிஷமாவது பேசிட்டிருந்திருப்பேன். நான்கூட பேச்சு நடுவுல உன்னோட பேரை மணிமேகலைன்னு மாத்திக்கோ.. அதுதான் சரியா இருக்கும்ன்னு சொன்னேன்.”

“அவளைக் கடைசியா என்னிக்குப் பார்த்தே?”

"ஒரு மாசமாவது இருக்கும் பாஸ். ஏன்னா அந்தக் கோயிலுக்குப் போற வழியில மெட்ரோ வாட்டர் வொர்க் நடந்துட்டிருக்கிறதால பைக்கை பார்க் பண்ண முடியறதில்லை. லட்சுமி நரசிம்மருக்கு ஒரு ஸாரி சொல்லிட்டு வீட்டுக்குப் பக்கத்துல இருக்கிற பாலதண்டாயுதபாணி கோயிலுக்குப் போயிட்டிருக்கேன்."

அதுவரைக்கும் பேசாமல் இருந்த ரூபலா மெல்லக் குரல் கொடுத்தாள்.

"என்னங்க?"

விவேக் திரும்பிப் பார்த்தான்.

"சொல்லு ரூபி...!"

"பொண்ணுங்க சம்பந்தப்பட்ட விஷயங்களை அப்சர்வ் பண்றதுல நம்ம விஷ்ணு எப்பவுமே கில்லாடிங்க. போட்டோல இருக்கிற மெஹருன்னிஸாதான் சுடர்விழின்னு தன்னோட பேரை மாத்திகிட்டு நர்ஸ் வேலைக்காக நடந்த அந்த இண்டர்வியூக்கு போயிருக்கணும். அப்படி அவ போக என்ன காரணம்னு தெரிஞ்சாலே போதும்... இந்த வேன் விபத்து கேஸ் கண்விழிச்சுப் பார்க்க ஆரம்பிச்சுரும். விஷ்ணு! நீ இன்னிக்குதான்டா உருப்படியா ஒரு க்ளூ கொடுத்திருக்கே."

"மேடம்...!" என்றான் விஷ்ணு.

"என்ன?"

"நீங்க இப்ப என்னைப் பாராட்டினீங்களா இல்ல மட்டம் தட்டினீங்களா?"

"நான் என்னிக்காவது உன்னைப் பாராட்டியிருக்கேனா?"

"இல்லை...!"

"இப்பவும் அதேதான். அந்தப் பொண்ணு பார்க்கறதுக்கு அசப்புல சாய்பல்லவி மாதிரி இருக்கா. அதான் நீ போய்ப் பேசியிருக்க. இதுவே கருப்பா ஓடிசலா பென்சில் குச்சி மாதிரி ஒரு பொண்ணு இருந்திருந்தா உன் பார்வை அந்தப் பக்கம் போயிருக்குமா?"

“மேடம்...! திஸ் ஈஸ் க்ரேட் இன்சல்ட் டு மீ... நான் இதுக்கு ஏதாவது ஒரு வகையில என்னோட கண்டனத்தைத் தெரிவிச்சேயாகணும்...”

“என்ன பண்ணப் போற?”

“இங்கே இன்னிக்கு வீட்ல ப்ரேக்ஃபாஸ்ட் என்ன மேடம்?”

“சப்பாத்தியும், பனீர் க்ரேவியும். எதுக்காகக் கேக்கற?”

“நான் இன்னிக்கு பத்தே பத்து சப்பாத்தி மட்டும் சாப்டுட்டு மத்தியானம் வரைக்கும் உண்ணாவிரதம் இருக்கப் போறேன்.”

ரூபலா தன் இரண்டு கைகளையும் இடுப்பில் வைத்துக் கொண்டு விஷ்ணுவை வெகுவாய் முறைத்தாள்.

சௌகார்பேட்டை லட்சுமி நரசிம்மர் கோயிலுக்கு முன்புறமாக இருந்த டூவீலர் பார்க்கிங்கில் தன்னுடைய ஸ்கூட்டியை நிறுத்திவிட்டுக் கீழே இறங்கினாள் ரூபலா.

நேரம் முற்பகல் 11.30

சொற்பப் போக்குவரத்தோடு சாலை வெறிச்சென்று தெரிய, கோவிலின் இடது பக்கம் தெரிந்த பூக்கடையை நெருங்கினாள். துளசி மாலைகளும், சம்பங்கிப்பூ மாலைகளும் சரம் சரமாய்த் தொங்க, கடைக்குள் ஒரு ஸ்டூலின் மீது உட்கார்ந்து பூத்தொடுத்துக் கொண்டிருந்த ஒரு பெரியவர் ரூபலாவைப் பார்த்ததும் எழுந்து வந்தார்.

“எடுங்கம்மா...! துளசிமாலை நூறு ரூபா... சம்பங்கி நூத்து அம்பது, எது வேணும்?”

“துளசி மாலை ஒண்ணு குடுங்க...”

அவர் துளசிமாலையை எடுத்து ப்ளாஸ்டிக் கவர்க்குள் போட்டுக் கொண்டிருக்கும் போதே ரூபலா கேட்டாள்.

“கோயில் எத்தனை மணி வரைக்கும் திறந்திருக்கும்?”

“பனிரெண்டு மணி வரைக்கும்...”

“நான் இந்தக் கோயிலுக்கு வந்து ரொம்ப நாளாச்சு. ஒரு ரெண்டு மாசத்துக்கு முந்தி இந்தக் கோயிலுக்கு வந்தப்ப காலை நேரத்துல ஒரு பொண்ணு இங்கே வாசல்ல உட்கார்ந்திருக்கிற பிச்சைக்காரங்களுக்கும், ப்ளாட்ஃபாரத்துல படுத்திருந்த வயசானவங்களுக்கும் சாப்பாட்டு பொட்டலம் கொடுத்திட்டிருந்தா. அந்தப் பொண்ணு இப்பவும் வர்றாளா?”

“நீங்க மெஹருன்னிஸாவைச் சொல்றீங்கன்னு நினைக்கறேன். அவ இப்ப வர்றதில்லை!”

“அவளைப் பார்க்கறப்பெல்லாம் பேசணும்னு நினைப்பேன். ஆனா பேச முடியாம போச்சு.”

“அதனால என்னங்கம்மா...! ரெண்டு தெரு தள்ளித்தான் அந்தப் பொண்ணோட வீடு. வாசல்ல பெரிய பாதாம் மரம் இருக்கும். இப்பக்கூட போய்ப் பார்க்கலாம். கற்பூரம், பழம் ஏதாவது வேணுமாம்மா?”

“வேண்டாம்...! நான் வீட்டிலிருந்தே அதையெல்லாம் கொண்டு வந்துட்டேன்.” ரூபலா இயல்பான குரலில் சொல்லிவிட்டுக் கோயிலுக்குள் சென்றாள்.

கூட்டம் இல்லாமல் இருக்கவே லட்சுமி நரசிம்மரை சுலபமாய் தரிசனம் செய்துவிட்டு வெளியே வந்து, இரண்டு தெரு தள்ளியிருந்த சாலைக்குள் நுழைந்தாள்.

சற்றே குறுகலான சாலை. இரண்டு பக்கமும் நெருக்கமாக டூவீலர்கள் ஒழுங்கில்லாமல் நின்றிருக்க, நூறடிதூரம் நடப்பதற்குள் நான்கைந்து பிரியாணிக் கடைகள் பார்வைக்கு கிடைத்தன. பேக்கரிகளில் டீ டம்ளர்களை வைத்துக் கொண்டு அரட்டை அடித்தபடி ஆட்கள் தெரிந்தார்கள். சிறிது தூரம் நடந்ததுமே சாலையின் வலது பக்கம் ஒரு பெரிய பாதாம் மரம் கண்ணுக்குத் தட்டுப்பட்டது.

மரத்தை நெருங்கிய ரூபலா, அதையொட்டிய வீட்டின் வாசற்படிகளில் ஏறி, கதவின் இடதுப்புறச் சுவரில் இருந்த காலிங்பெல் ஸ்விட்ச் மீது விரலை வைத்தாள்.

உள்ளே மெலிதாய் ஒரு இன்னிசை கேட்டு அடங்கியது.

சரியாய் முப்பது விநாடி கழித்துக் கதவு திறக்கப்பட, சற்றே அழுக்கான சேலையில் கலைந்த தலையோடு ஒரு பெண் நின்றிருந்தாள். வேலைக்காரப் பெண் என்று தோற்றமே சொல்லியது.

"யாரு வேணும்?"

"இங்கே மெஹருன்னிஸா?"

"உள்ளே இருக்காங்க. நீங்க?"

"தெரிஞ்சவங்க..."

"வாங்க...! கூப்பிட்டு விடறேன்." சொல்லிவிட்டு வேலைக்கார பெண் உள்ளே போய் விட அங்கே சுவரோரமாய்ப் போடப்பட்டிருந்த பழங்கால சோஃபாவில் உட்கார்ந்தாள் ரூபலா.

பார்வை அந்த அறையை அலம்பியது.

சுவரில் நாகூர் மசூதி போட்டோவோடு கூடிய மாதக் காலண்டர் தொங்கிக் கொண்டிருக்க, அதில் அச்சிடப்பட்டிருந்த இஸ்லாமியத் தேதி எண்கள் வித்தியாசமாய் தெரிந்தன. சில தேதிகள் சிவப்பு மையால் வட்டமிடப்பட்டிருந்தன.

சரியாய் ஒரு நிமிடம்...!

வீட்டின் உள்ளேயிருந்து அந்தப் பெண் வெளிப்பட்டாள். போட்டோவில் பார்த்த அதே பெண்.

ரூபலா சோஃபாவினின்றும் மெல்ல எழுந்தபடி கேட்டாள்.

"மெஹருன்னிஸா?"

"ஆமா, நான்தான். நீங்க யாருன்னு தெரியலலையே?"

"என்னை உங்களுக்குத் தெரிய வாய்ப்பில்லை. நான் அடிக்கடி பக்கத்துல இருக்கிற லட்சுமி நரசிம்மர் கோயிலுக்கு வருவேன். அந்தச் சமயத்துல நீங்க கோயிலுக்கு முன்னாடி முடியாம இருக்கிறவங்களுக்கு ஃபுட் பாக்கெட் தர்றதை பார்த்திருக்கேன். உங்களைப் பாராட்டத் தோணும். ஆனா நான் கோயிலை விட்டு வர்றதுக்குள்ள நீங்க போயிடுவீங்க. இப்ப கொஞ்ச நாளா உங்களை அந்தப் பக்கம் காணலை. அதுக்கான காரணத்தை தெரிஞ்சுக்கத்தான் வந்தேன்."

மெஹருன்னிஸா அழகாக புன்னகைத்து விட்டு சொன்னாள்.

"ரோடெல்லாம் தோண்டிப் போட்டதால.. கோயிலுக்கு வர்ற கூட்டம் குறைஞ்சு போயி... கோயிலைச் சுத்தி இருந்த பிச்சைக்காரங்க வேற இடத்துக்கு போயிட்டாங்க.. பிளாட்பாரத்துல பராமரிப்பு வேலை நடக்குது. அதனால அங்கே இருந்த வயசானவங்க வேற பக்கம் போயிட்டாங்க. இப்ப கோயிலைச் சுத்தி யாருமே இல்லை... அதனால ஃபுட் பாக்கெட் கொண்டு போறதை நிறுத்திட்டேன்."

"காரணம் இதுதானா... இல்ல... வேற ஏதாவது காரணம் இருக்கா?"

"இந்த ஒரு காரணம்தான். ஏன் இப்படியொரு கேள்வி கேட்கறீங்க?"

"இதைவிட இன்னும் ஒரு முக்கியமான கேள்வி இருக்கு."

"என்ன..?"

"உங்க பேரு மெஹருன்னிஸாதானே?"

"ஆமா...!"

"அப்படீன்னா இது யாரு?" சொன்ன ரூபலா தன் கைப்பையைத் திறந்து சுடர்விழியின் பாஸ்போர்ட் சைஸ் போட்டோவை எடுத்து அவளிடம் நீட்டினாள்.

போட்டோவை வாங்கிப் பார்த்த மெஹருன்னிஸாவின் முகம் அடியோடு மாறியது. அவளுடைய கைவிரல்கள் மெலிதான நடுக்கத்துக்கு உட்பட்டன. கலவரம் படிந்த கண்களோடும், துடிக்கும் உதடுகளோடும் ரூபலாவை மெல்ல நிமிர்ந்து பார்த்தாள்.

"இ... இது உங்களுக்கு எப்படி?"

"மொதல்ல நான் கேட்ட கேள்விக்கு பதில் சொல்லுங்க. அப்புறமா உங்க கேள்விக்கு நான் பதில் சொல்றேன்!"

"இவ என்னோட சிஸ்டர்."

"சிஸ்டரா...! ரெண்டு பேரும் ஒரே மாதிரி கொஞ்சம்கூட வித்தியாசம் தெரியாதபடி இருக்கீங்க?"

"நாங்க ட்வின்ஸ்...!"

"நீங்க முஸ்லீம்தானே..?"

"ஆமா!"

"அப்புறம் எப்படி உங்க சிஸ்டருக்கு சுடர்விழிங்கிற பேர்?"

ரூபலா கேட்டுக் கொண்டிருக்கும் போதே மெஹருன்னிஸா உடம்பு மெலிதாக நடுக்கத்துக்குட்பட்டது.

முகம் வியர்த்து கண்கள் சொருகி, மேலிருந்து விழும் ஒரு துணியைப் போல் துவண்டு ஸ்லோமோஷனில் தரையில் சாய்ந்தாள்.

10

ரூபலா பதட்டமடைந்து, தரையில் மயங்கி கிடந்த மெஹருன்னிஸாவின் கன்னத்தை மெல்லத் தட்டியபடி, வேலைக்காரப் பெண் கொண்டு வந்து கொடுத்த தண்ணீரை முகத்தில் தெளித்தாள்.

அடுத்த சில நிமிடங்களிலேயே நினைவுக்குத் திரும்பிய மெஹருன்னிஸா சோர்வாய்க் கண்களை மலர்த்தியபடி எழுந்து உட்கார்ந்தாள்.

ரூபலா அவளுடைய தோளைத் தொட்டாள்.

“என்னாச்சு..?”

“ஸாரி...! சுடர்விழியைப் பத்தி நீங்க கேட்டதுமே எனக்குத் தலை சுத்தற மாதிரி இருந்தது.”

“ஏன்...?”

“சொல்றேன்...! அதுக்கு மொதல்ல நீங்க யார்ன்னு எனக்குத் தெரியணும். எதுக்காக சுடர்விழியோட போட்டோவைக் காமிச்சு அவளைப் பத்தி விசாரிக்கறீங்க?”

பதில் எதுவும் பேசாத ரூபலா தன் கைப்பையைத் திறந்து செல்போனை எடுத்து மெல்லக் குரல் கொடுத்தாள்.

“வீட்டுக்கு வெளியேதானே நிக்கிறீங்க?”

மறுமுனையில் விவேக் பேசினான்.

"ஆமா...! நானும் விஷ்ணுவும் கோயிலிலிருந்து உன்னை ஃபாலோ பண்ணிட்டு வந்து இப்ப வீட்டுக்கு வெளியே எதிர் ரோடு சைடில இருக்கிற ஒரு பெட்டிக் கடைக்குப் பக்கத்துல நின்னுட்டிருக்கோம். விஷ்ணு வாழைப்பழம் சாப்டுட்டுக்கிட்டிருக்கான்."

"இப்ப ரெண்டு பேரும் உள்ளே வாங்க." ரூபலா சொல்லிவிட்டு செல்போனை அணைத்து கைப்பைக்குள் போட்டுக் கொள்ள... மெஹருன்னிஸா திகைத்துப் போன விழிகளோடு கேட்டாள்.

"யாரு வர்றாங்க?"

"போலீஸ்..."

"போ... போலீஸா... எதுக்கு?"

"வந்து சொல்வாங்க. என்னோட செல்போனை ஆன் பண்ணி ஸ்பீக்கர்ல வெச்சிருந்ததாலே சுடர்விழியைப் பத்தி நாம ரெண்டு பேரும் பேசிக்கிட்ட எல்லா விபரங்களும் இந்த நிமிஷம் அவங்களுக்கும் தெரியும். அதனால எதையும் மறைக்காம பேசிடறது நல்லது. இல்லேன்னா நீ போலீஸ் ஸ்டேஷனுக்குப் போக வேண்டியிருக்கும்."

ரூபலா சொல்லிக் கொண்டிருக்கும் போதே விவேக்கும் விஷ்ணுவும் வெறுமனே சாத்தியிருந்த கதவைத் தள்ளிக் கொண்டு உள்ளே வந்தார்கள். மெஹருன்னிஸா நடுக்கத்தோடு மெல்ல எழுந்து நின்றாள். மூன்று பேரையும் மாறிமாறிப் பார்த்தபடி மிரட்சியுடன் கேட்டாள்.

"சுடர்விழியைப் பத்தி எதுக்காக விசாரிக்கிறீங்க?"

விவேக் அவளை நெருங்கினான்.

"இதோ பார்...! மொதல்ல நான் கேட்கிற கேள்விகளுக்கு உண்மையான பதில்களைச் சொல்லு. அதுக்கப்புறம் எதுக்காக வந்தோம்ன்னு உனக்கே தெரியும். சுடர்விழி இப்போ எங்கே இருக்கா?"

"கொடைக்கானல்ல..."

"அவளைக் கடைசியா என்னிக்குப் பார்த்தே?"

"அஞ்சாறு வருஷம் இருக்கும்..."

"அவ கொடைக்கானல்ல... நீ இங்கே... இந்தப் பிரிவுக்கு என்ன காரணம்?"

"அது... அது... வந்து..."

"ம்... சொல்லு...! நீ பேசற வார்த்தைகள்ல ஒரு துளி பொய் இருந்தாலும் எங்களால ஈசியாக் கண்டுபிடிக்க முடியும்."

"எல்லாத்தையும் சொல்லிடறேன் ஸார். சுடர்விழியோட உண்மையான பேரு சல்மா. அவ மதுரை காலேஜ்ல நர்ஸிங் கோர்ஸ் படிச்சிட்டிருக்கும் போது ஒரு ஹிந்துப் பையனைக் காதலிச்சு வீட்டுக்குத் தெரியாமே கல்யாணம் பண்ணிக்கிட்டா. தன்னோட பேரையும் சுடர்விழின்னு மாத்திக்கிட்டா. சல்மாவோட இந்த நடவடிக்கை அம்மாவையும், அப்பாவையும் ரொம்பவுமே பாதிச்சது. அவங்க சரியாச் சாப்பிடாமே, தூங்காமே அடுத்த ஒரு வருஷத்துகுள்ளயே ஹார்ட்அட்டாக் வந்து ஒருத்தர் பின்னாடி ஒருத்தர் இறந்துட்டாங்க. அம்மா, அப்பாவோட சாவுக்குக்கூட சல்மா வரலை. அந்த அதிர்ச்சியை என்னால தாங்கிக்க முடியலை சுடர்விழிங்கிற அந்தப் பேரைக் கேட்டாலே எனக்கு டென்ஷனாகும். உடம்பு வேர்த்துக் கொட்டும். இதயத்துடிப்பு அதிகமாகி மயக்கம் வந்துடும். இந்த ஒரு காரணத்துக்காகவே சல்மா சம்பந்தப்பட்ட பொருளோ அவளோட போட்டோக்கூட இந்த வீட்ல இருக்காது."

மெஹருன்னிஸா பேசி முடிக்க, விஷ்ணு ஒரு நாற்காலியை இழுத்துப் போட்டுக்கொண்டு அவளுக்கு எதிரே உட்கார்ந்தான்.

"ம்ம்... சுடர்விழிங்கிற சல்மாவுக்குப் பின்னாடி இப்படியொரு ஃப்ளாஷ்பேக் இருக்கா..? சரி, அவ காதலிச்சு கல்யாணம் பண்ணிகிட்ட அந்தப் பையன் யாரு?"

"அவன் பேரு தினகர். பி.பார்ம் கோர்ஸ் படிச்சுட்டு கொடைக்கானல்ல ஒரு மெடிக்கல் ஷாப் நடத்திட்டு வர்றான். ஆனா நான் இதுவரைக்கும் அவனைப் பார்த்ததில்ல."

"அவ கல்யாணம் பண்ணிக்கிட்டதுக்கப்புறம் ஒருதடவைகூட இங்கே வரலையா?"

"வரலை...! வரக்கூடாதுன்னு அம்மாவும், அப்பாவும் சொல்லிட்டாங்க. எங்களுக்குப் பொறந்தது ஒரு பொண்ணுதான், சல்மா பிறக்கவேயில்லைன்னு நினைச்சுக்கிறோம்ன்னு வர்றவங்ககிட்டயெல்லாம் சொல்லி புலம்பிட்டேயிருப்பாங்க."

"அப்படி அவங்க நினைச்சது நிஜமாயிடுச்சு." விஷ்ணு சொல்ல மெஹருன்னிஸா அதிர்ந்து போனவளாய் நிமிர்ந்தாள்.

"எ... என்ன சொல்றீங்க?"

விஷ்ணு, விவேக்கிடம் திரும்பினான்.

"என்ன பாஸ்...! நடந்த எல்லாத்தையும் இப்பவே சொல்லிடலாமா... இல்லை இடைவேளைன்னு போட்டு அப்புறமா சொல்லலாமா?"

"இப்பவே சொல்லிடு..."

நாற்காலியை இன்னமும் நகர்த்திப் போட்டுக் கொண்ட விஷ்ணு மெதுவாய்ப் பேச ஆரம்பித்தான்.

சரியாய் பத்து நிமிஷம்.

ஏற்ற இறக்கக் குரலோடு, அவன் எல்லாவற்றையும் சொல்லி முடித்த போது மெஹருன்னிஸாவின் கண்களில் நீர் நிரம்பி கண்ணாடித் தாளாய் பளபளத்தது. குரல் அழுகையோடு வெளிப்பட்டது.

"அம்மா அப்பாவோட மனசை நோக வெச்ச பாவம்தான் சல்மாவுக்கு இப்படியொரு தண்டனை கிடைச்சிருக்கு..."

விவேக் அவளை ஏறிட்டான்.

"சல்மா இறந்தது ஒரு சாதாரண மரணமாய் இருந்திருந்தா நாங்க இங்கே வந்திருக்க மாட்டோம். விபத்துக்குள்ளான

வேன்ல இருந்த மூணு டெட்பாடில சல்மாவோட பாடியும் ஒண்ணு. இந்தப் புலன் விசாரணையில கேட்க வேண்டிய கேள்விகள் நிறைய இருக்கு. முதல் கேள்விக்குச் சரியான பதில் கிடைச்சாதான் ரெண்டாவது கேள்வியைக் கேட்க முடியும். அதனால இந்த விசாரணைக்கு நீ முழுமையா ஒத்துழைப்புத் தரணும்."

கண்ணீரைத் துடைத்தபடி "தர்றேன்... சார்!" என்றாள்.

"சல்மா கல்யாணம் பண்ணிக்கிட்டு கொடைக்கானலுக்கு போயிட்டதா சொன்னே?"

"ஆமா."

"அவங்களுக்கு கல்யாணம் நடந்து எவ்வளவு வருஷம் இருக்கும்?"

"அஞ்சு வருஷம்..."

"இந்த அஞ்சு வருஷத்துல நீ அவங்களை ஒருதடவை கூடப் பார்க்கலையா?"

"இல்லை..."

"பார்க்கணுங்கிற எண்ணம் கொஞ்சம்கூட உனக்கு வரலையா?"

"வரலை...! அம்மா, அப்பாவுக்கு மட்டுமில்லை... எனக்கும் சல்மா பண்ணது பிடிக்கலை."

"ஓ.கே! இப்ப இந்த வீட்ல நீ மட்டும்தான் இருக்கியா?"

"ஆமா...!"

"கல்யாணம்?"

"பண்ணிக்கலை..."

"ஏன்..?"

"ஆம்பளைங்களைக் கண்டாலே வெறுப்பாயிருக்கு."

"எங்கேயாவது வேலைக்குப் போறியா?"

"இல்லை...! ஒரு கேட்டரிங் நடத்தறேன். பக்கத்துக் காலனில இருக்கிற வயசானவங்களுக்கு வேளாவேளைக்கு பிரேக்ஃபாஸ்ட், லஞ்ச், டின்னர்ன்னு டோர் டூ டோர் சப்ளை பண்றேன். அதுலதான் எனக்கு வருமானம். கொஞ்சம் அதிகப்படியா சாப்பாடு தயார் பண்ணி கோயில் வாசல்ல இருக்கிறவங்களுக்கு இலவசமா கொடுத்திட்டிருந்தேன். இப்ப வாங்கிக்க ஆளுங்க இல்லாததால அதையும் நிறுத்திட்டேன்."

"சல்மாவோட ஹஸ்பெண்ட் தினகரைப் பத்தி யார்கிட்ட விசாரிச்சா சரியான தகவல் கிடைக்கும்?"

"தெரியாது ஸார்."

"சரி...! சல்மாவோட செல்போன் நம்பர் என்ன?"

"அவ செல்போன் நம்பரை மாத்திட்டா. புது செல்போன் நம்பர் தெரியாது."

"பழைய செல்போன் நம்பரை ஒரு பேப்பர்ல எழுதிக் குடு. ரிவர்ஸ் லுக் அப் சர்வீஸை யூஸ் பண்ணி அந்தப் போனோட கால் ஹிஸ்டரியை எடுத்துக்கறோம்."

"எனக்கு அவளோட பழைய செல்போன் நெம்பர்கூட ஞாபகம் இல்லை..."

"இதோ பார்...! நீ இப்படி பட்டும் படாமே பதில் சொல்லிட்டிருந்தா சல்மாவோட மரணத்துக்குப் பின்னாடி ஒளிஞ்சிட்டிருக்கிற உண்மைகளை வெளியே கொண்டுட்டு வர முடியாது. சரி...! அந்தத் தினகர் கொடைக்கானல்ல ஒரு பார்மஸியை வெச்சு நடத்திட்டிருக்கிறதா நீ சொன்னே. அதோட பேர் என்ன?"

"தெரியாது.."

"சல்மாவைக் காதலிச்சவன் பேரு தினகர், அவன் பார்மஸி படிச்சுட்டு ஒரு மெடிக்கல் ஷாப் நடத்திட்டு வந்திருக்கான். இதெல்லாம் உனக்கு யார் சொல்லித் தெரியும்...?"

"கொடைக்கானல்ல இருக்கிற தெரிஞ்சவங்க மூலமா..."

"அதுல யாராவது ஒருத்தர் பேரைச் சொல்ல முடியுமா?"

"ஒரு நிமிஷம் சார்..." சொன்ன மெஹருன்னிஸா அருகில் இருந்த ஒரு அறைக்குள் நுழைந்து, நிறம் மங்கிப் போன ஒரு டயரியை எடுத்து வந்து அதனுடைய ஒவ்வொரு பக்கத்தையும் நிதானமாய்ப் புரட்டிப் பார்த்து விட்டு ஒரு பக்கத்தில் தன் பார்வையை நிறுத்திக் கொண்டு நிமிர்ந்தாள்.

"சார்...! நல்லசிவம்ன்னு ஒருத்தர் கொடைக்கானல் ஆப்பிள் கார்டன் ரோட்ல பேக்கரி வெச்சிருக்கார். அவர் அப்பாவோட ஃப்ரெண்ட். அவர்தான் அடிக்கடி போன் பண்ணி சல்மா – தினகர் பத்தின விபரங்களைச் சொல்லிட்டு இருந்தார்."

"அவரோட செல்போன் நெம்பர் இருக்கா?"

"இருக்கு சார்."

"உன்னோட போன்லயிருந்து அவருக்குப் போன் போட்டு பேசு. ஸ்பீக்கரை ஆன் பண்ணிடு."

தலையசைத்த மெஹருன்னிஸா டயரியில் இருந்த எண்களை கவனமாய்ப் பார்த்து அழுத்திவிட்டு காத்திருந்தாள்.

மறுமுனையில் 'உள்ளம் உருகுதய்யா' பாடல் டயல் டோனாக வெளிப்பட்டு அடுத்த சில விநாடிகளில் கனமான ஒரு ஆண்குரல் கேட்டது.

"ஹலோ...! யாரு பேசறது?"

"அங்கிள்...! நான் மெஹருன்னிஸா பேசறேன்!"

"ஓ... நீயாம்மா...! எப்படிம்மா இருக்கே...?

"நல்லாயிருக்கேன் அங்கிள்."

"கல்யாணம் பண்ணிக்கிட்டியா..?"

"இல்ல அங்கிள்..."

“என்னம்மா நீ...? உன்னோட அப்பாவும், அம்மாவும் போன பின்னாடி உனக்குன்னு ஒரு வாழ்க்கையைப் பார்த்துக்க வேண்டாமா..?”

“அங்கிள்...! என்னோட கல்யாணத்தைப் பத்தி இன்னொரு நாளைக்குப் பேசுவோம். இப்ப நான் வேற ஒரு விஷயத்துக்காக உங்களுக்குக் கால் பண்ணினேன்.”

“சொல்லு... என்ன விஷயம்?”

“சல்மாவோட கணவர் தினகர் கொடைக்கானல்ல ஒரு மெடிக்கல் ஷாப் நடத்திட்டிருந்தார், இல்லையா?”

“ஆமா..”

“அந்தப் பார்மஸி பேரென்ன?”

“வசந்தம் பார்மஸி. ஆனா இப்போ அந்த பார்மஸியோட பேர் மாறிடுச்சு. வேற ஒருத்தர் வாங்கி அதை நடத்திட்டிருக்கார்”

“ஏன் என்னாச்சு?”

“உன்னோட அம்மா அப்பா இறந்த பின்னாடி தொடர்பு விட்டுப் போனதால உனக்கு விஷயம் தெரியலை. ரெண்டு வருஷத்துக்கு முந்தி வரைக்கும் சல்மா, தினகர் வாழ்க்கை நல்லபடியாய்ப் போயிட்டிருந்தது. இப்ப நிலைமை சரியில்லை.”

“சரியில்லைன்னா?”

“தினகர் ஜெயில்ல இருக்கான்.”

11

நல்லசிவம் சொன்னதைக் கேட்டு, மெஹருன்னிஸா பதைபதைப்போடு செல்போனில் பேச்சைத் தொடர்ந்தாள்.

"என்ன அங்கிள் சொல்றீங்க? சல்மாவோட ஹஸ்பெண்ட் ஜெயில்ல இருக்காரா?"

"ஆமாம்மா...!"

"என்னாச்சு?"

"போன வருஷம் பார்மஸி தொழில்ல போட்டி பொறாமை காரணமா யாரையோ கொலை பண்ண நடந்த முயற்சியில தினகரும் சம்பந்தப்பட்டு இருந்ததால மூணு வருஷ ஜெயில் தண்டனை குடுத்துட்டாங்க."

"அப்படின்னா சல்மாதான் அந்த மெடிக்கல் ஷாப்பை நடத்திட்டு வந்தாளா?"

"இல்லை...! கீழ்க்கோர்ட்ல சிறைத் தண்டனை உறுதியானதும் தினகர் அந்த பார்மஸியை வேற ஒருத்தர்க்கு கொடுத்துட்டான். இப்போ அது நியூ வசந்தம் மெடிக்கல் ஷாப்ங்கிற பேர்ல ரன் ஆயிட்டிருக்கு."

"சல்மா என்ன ஆனா?"

"தெரியலை...! தினகர் ஜெயிலுக்குப் போனதுமே அவ கொடைக்கானல்ல வாடகைக்கு இருந்த வீட்டைக் காலி பண்ணிட்டுப் போயிட்டா. நான் விசாரிச்சதுல

பெங்களூருக்குப் போய் ஏதோ ஒரு ஹாஸ்பிடல்ல நர்ஸா ஜாயின் பண்ணிட்டதாத் தெரிஞ்சது. எனக்கு உன்னோட போன் நம்பர் தெரியாததினால நடந்த விஷயங்களை கன்வே பண்ண முடியல. அது சரி... நீ எப்பிடிம்மா இருக்கே?"

"நல்லாயிருக்கேன் அங்கிள். ஒரு கேட்டரிங் சர்வீஸ் நடத்திட்டு வர்றேன். நல்லபடியாப் போயிட்டிருக்கு..."

"அடுத்த மாசம் சென்னை வர வேண்டிய வேலை இருக்கு. அப்ப வந்து உன்னை பார்க்கிறேன்மா..." சட்டென்று விவேக் சைகையில் தினகர் எந்த ஜெயிலில் இருக்கிறான் என்பதைக் கேட்கச் சொல்ல

"வாங்க அங்கிள்! அப்புறம்... ஒரு சின்ன உதவி?"

"சொல்லும்மா..."

"சல்மாவோட ஹஸ்பெண்ட் எந்த ஜெயில்ல இருக்கார்ன்னு சொல்ல முடியுமா..?"

"அந்த விபரமெல்லாம் எனக்குத் தெரியாதேம்மா!"

"ஜட்ஜ்மெண்ட் எப்போ கொடுத்தாங்க?"

"போன வருஷம்..."

"சல்மா பெங்களூருக்குப் போய் ஒரு ஹாஸ்பிடல்ல நர்ஸா ஜாயின் பண்ணிட்டதா சொன்னீங்க இல்லையா?"

"ஆமா..."

"எந்த ஹாஸ்பிடல்?"

"ஸாரிம்மா... எனக்குத் தெரியாது. நான் கேள்விப்பட்ட விஷயத்தைத்தான் உன்கிட்ட சொன்னேன். அது தப்பாக் கூட இருக்கலாம்."

"சரிங்க அங்கிள்..! சல்மாவோட ஃப்ரெண்ட்ஸ் யாராவது உங்களுக்கு தெரிஞ்சு கொடைக்கானல்ல இருக்காங்களா?"

"ஏம்மா அவளைப்பத்தி இவ்வளவு விலாவாரியா கேட்டுகிட்டு இருக்கே. ஏதாவது பிரச்னையா?"

“அதெல்லாம் ஒண்ணுமில்லை அங்கிள். இன்னிக்கு என்னமோ அவ ஞாபகமாவே இருந்துச்சு. அதான் அவ எப்படி இருக்கான்னு தெரிஞ்சுக்கத்தான் போன் பண்ணினேன். இப்போ ஏன் பண்ணினோம்ன்னு இருக்கு...”

“அவளையெல்லாம் ஏம்மா இன்னும் நினைச்சுட்டிருக்கே. உனக்குன்னு ஒரு வாழ்க்கைய அமைச்சுக்கிட்டு சந்தோஷமா இரு.” அவர் பேசிவிட்டு செல்போனை அணைத்துவிட மெஹருன்னிஸா விவேக்கைப் பார்த்து மெல்லிய குரலில் கேட்டாள்.

“இப்ப என்ன சார் பண்றது?”

“இனிமே இந்தப் பிரச்னையை நாங்க பார்த்துக்கிறோம். மேற்கொண்டு நீ சல்மாவைப் பத்தி யார்கிட்டேயும் விசாரிக்க வேண்டாம்.” சொன்ன விவேக் விஷ்ணுவிடம் திரும்பினான்.

“விஷ்ணு..!”

“பாஸ்...”

“ப்ரிஸன் ஹெட்குவார்ட்டஸ்ல இப்போ ஐ.ஜி.பி யாரு?”

“லட்சுமி நரசிம்மன் பாஸ்”

“அவரை போன்ல காண்டாக்ட் பண்ணி தினகர் பத்தின விபரங்களைச் சொல்லி அந்த ஆள் இப்போ எந்த ஊர் ஜெயில்ல இருக்கான்னு விசாரி. ஒரு கேஸ்க்கு அந்தத் தகவல் தேவைப்படுதுன்னு சொல்லு போதும். கேஸ் ஹிஸ்டரியைச் சொல்லாதே. வெளியே போய்ப் பேசு.”

விஷ்ணு தலையசைத்துவிட்டு செல்போனுக்கு உயிர் கொடுத்துக் கொண்டே வெளியேறினான்.

ரூபலா, மெஹருன்னிஸாவிடம் திரும்பி தன்னுடைய ஆட்காட்டி விரலையும், குரலையும் ஒருசேர உயர்த்தினாள். “இதோ பார்...! நாங்க இங்க வந்ததைப் பத்தியோ உன்ன விசாரிச்சதைப் பத்தியோ வெளிய யார்கிட்டயும் சொல்லக் கூடாது. விபத்துக்குள்ளான அந்த வேன்ல மொத்தம்

மூணு டெட்பாடீஸ் இருந்திருக்கு. ரெண்டு பேர் ஆண். ஒரு பொண்ணு. அவதான் உன் தங்கச்சி சல்மா. அந்த மூணு பேரும் எப்படி இறந்தாங்கன்னு போஸ்ட்மார்ட்டம் பண்ணின டாக்டர்ஸாலகூட கண்டுபிடிக்க முடியல. வேன்ல வந்தவங்கல்லாம்கூட யார்ன்னும் தெரியலை. இந்த விசாரணை ஒரு அண்டர்கவர் ஆபரேஷன். இப்படியொரு என்கொய்ரி நடக்கறது வெளிய யார்க்கும் தெரியக்கூடாது. முக்கியமா மீடியாக்களுக்குத் தெரியக்கூடாது. இந்த விசாரணை முடியற வரைக்கும் இந்த விஷயம் நமக்குள்ள மட்டும்தான் இருக்கணும். புரியுதா?"

முகத்தில் வியர்வை மின்ன, மருட்சியில் உறைந்து போன விழிகளோடு தலையசைத்தாள் மெஹருன்னிஸா.

"புரியது மேடம்."

விவேக் எழுந்தான். கையில் கிடைத்த ஒரு துண்டுச் சீட்டில் ஒரு செல்போன் நெம்பர் எழுதி, அவளிடம் நீட்டிக் கொண்டே சொன்னான்.

"இந்த நம்பரை உன்னோட போன்ல ஸ்டோர் பண்ணிக்க.. இப்ப நாங்க கிளம்பறோம். சல்மா சம்பந்தப்பட்ட விஷயம் ஏதாவது தெரிஞ்சா இந்த நம்பர்க்குப் போன் பண்ணு."

அவள் மௌனமாய்த் தலையாட்டியபடி அந்தச் சீட்டை வாங்கிக் கொள்ள, விவேக்கும் ரூபலாவும் வீட்டைவிட்டு வெளியே வந்தார்கள். காம்பவுண்ட் சுவருக்குப் பக்கத்தில் நின்றபடி செல்போனில் பேசிக் கொண்டிருந்த விஷ்ணு அவர்களைப் பார்த்ததும் பேச்சை முடித்துக் கொண்டு அருகில் வந்தான்.

"பாஸ்...! ப்ரிஸன் ஹெட்குவார்ட்டர்ஸ் ஐ.ஜி.பி லட்சுமிநாராயணன் கிட்டப் பேசிட்டேன்."

"என்ன சொன்னார்?"

"ரெண்டு மணி நேரம் அவகாசம் கேட்டார். தினகரோட போட்டோ இருந்தா 'ரெட் நோட்டீஸ்' சாஃப்ட்வேர் மூலமா

ஒரு மணி நேரத்துக்குள்ள கண்டுபிடிச்சுடலாமாம். ஆனா அவனோட போட்டோ, அவனைப் பத்தின விவரம் எதுவும் இல்லாததினால ப்ரொசீஜர் ஃபார் ட்ராக்கிங் கொஞ்சம் கஷ்டமாயிருக்கும்ன்னு சொன்னார்."

"அவர் சொன்னது சரிதான். தமிழ்நாட்ல இன்னிக்கு 161 சப் ஜெயில் அஞ்சு சென்ட்ரல் ஜெயிலும் இருக்கு. இந்தத் தினகர் எந்த மாவட்டத்துல, எந்த ஊர் ஜெயில்ல இருக்கான்னு கண்டுபிடிக்க எப்படியும் ஒரு நாளாயிடும். வெயிட் பண்ணுவோம்." விவேக் சொல்லிக் கொண்டே ரூபலாவிடம் திரும்பினான்.

"ரூபி...! நீ உன்னோட ஸ்கூட்டியை எடுத்துக்கிட்டு வீட்டுக்குப் போயிடு. நானும் விஷ்ணுவும் ஒரு இடத்துக்கு போயிட்டு மத்தியானம் ஒரு மணிக்குள்ளே வந்துடறோம்"

"எங்கே போறீங்க?"

"வந்து சொல்றேன்."

"இந்த அண்டர்கவர் ஆபரேஷன்ல நானும் இருக்கேன். என்கிட்ட சொன்னா என்னவாம்?"

"விஷ்ணு...!"

"பாஸ்..."

"நாம எங்க போறோம்ன்னு நீயே சொல்லிடு."

"என்ன பாஸ்... விளையாடறீங்களா? நாம எங்க போறோம்ன்னு நீங்க என்கிட்ட சொல்லவேயில்லையே?"

"பார்த்தியா...! மறந்துட்டே?"

"பாஸ்...! நீங்க சொல்லியிருந்தாத்தானே மறக்கறதுக்கு?" புலம்பிய விஷ்ணு, ரூபலாவிடம் திரும்பினான்.

"மேடம்...! பாஸும், நானும் எங்கே போறோம்ன்னு அந்த முண்டகக்கண்ணி அம்மன் மேல சத்தியமா எனக்குத் தெரியாது."

"நான் உன்னை நம்பறேன்டா. உன்னோட பாஸ் ஒரு விஷயத்தை மறைக்கிறார்ன்னா அதுக்குப் பின்னாடி ஒரு மலையே இருக்கும். உங்க விளையாட்டுக்கே நான் வர்ல... போதுமா? நான் கிளம்பறேன். நீங்களும் கிளம்புங்க..."

"மேடம்...! இந்த உலகத்துலயே என்னை அதிகமா திட்டறதும் நீங்கதான். நம்பறதும் நீங்கதான். தேங்க்ஸ் மேடம்."

ரூபலா, விஷ்ணுவின் பின்னந்தலையில் தட்டினாள்.

"டேய்...! இந்த மாதிரி சினிமா டயலாக்கெல்லாம் பேசிட்டிருக்காம உன் பாஸ்கூட கிளம்புடா. அவர் கார்ல ஏறி உட்கார்ந்துட்டார் பாரு..."

விஷ்ணு காரை நோக்கி ஓடினான்.

கார், சென்னை நகரின் வெயில் கொளுத்தும் போக்குவரத்து நிறைந்த நெரிசலான சாலையில் மெதுவாய் சிக்னல்களுக்கு கட்டுப்பட்டு ஓடிக்கொண்டிருக்க, விஷ்ணு ட்ரைவிங்கில் இருந்த விவேக்கிடம் கேட்டான்.

"பாஸ்... பதினோராவது தடவையா கேட்கிறேன். இனிமேலயும் என்னால பொறுத்துக்க முடியாது. இப்ப எங்கே போயிட்டிருக்கோம்...?"

விவேக் விஷ்ணுவைப் பார்த்து புன்னகைத்து விட்டு சிவப்பு சிக்னலுக்குக் கட்டுப்பட்டு காரை நிறுத்தினான்.

"இந்த மோனாலிசா புன்னகைக்கு என்ன அர்த்தம் பாஸ்?"

"நாம இப்போ எங்கே போறோம்ன்னு சொன்னா நீ நம்பமாட்டே?"

"நம்பறேன் பாஸ்...! செவ்வாய் மண்டலத்துக்குப் போறோம்ன்னு நீங்க சொன்னாக்கூட நம்பறேன்."

"அவ்வளவு தூரம் எல்லாம் போக கார்ல பெட்ரோல் இல்லடா. நாம இப்போ ஒரு சினிமாவுக்குப் போறோம்."

"சினிமாவா..?"

"ஆமா...!"

"படம் பேரு?"

"'நேனே கஜபதி பெஜவாடு' தெலுங்கு படம். எம்.ஆர் மால் ஸ்கிரீன் ஃபைவ்ல ஓடிட்டிருக்கு. ஆன்லைன்ல உனக்கும் எனக்கும் டிக்கெட் புக் பண்ணிட்டேன்."

"பாஸ்...! உங்களுக்கு என்னாச்சு... இப்ப சினிமா பார்க்கிற நேரமா? அதுவும் தெலுங்குப் படம்.. ஓ மை காட்!"

"ஒரு ரிலாக்ஸ்சேஷன் வேண்டாமா? தெலுங்குப் படத்துல வர்ற ஃபைட் சீனையெல்லாம் பார்த்தா கொஞ்சம் எண்டர்டெய்ன்மென்டா இருக்கும்டா."

"பாஸ்..."

"ஷ்ஷ்... பேசாம வந்து படத்தைப் பாரு."

விவேக் காரை வேகமாய் விரட்டி எம்.ஆர் மால் போய்ச் சேர்ந்து, அண்டர் க்ரௌண்ட் பார்க்கிங்கில் காரை நிறுத்தி விட்டு, நான்கு எஸ்கலேட்டர்களில் உயர்ந்து, 'சினிமாஸ்' என்று நியான் லைட் எழுத்துக்கள் சொன்ன ஹாலுக்குள் நுழைந்த போது, அந்த முற்பகல் சினிமா காட்சியைப் பார்க்கும் கூட்டம் சொற்பமாகவே பரவியிருந்தது.

சிலரின் கைகளில் பக்கெட் பாப்கார்ன்கள் இடம் பிடித்திருக்க, அவர்களுடைய கடைவாய்கள் வேகமாக அசை போட்டுக் கொண்டிருந்தன.

விவேக்கும் விஷ்ணுவும் ஸ்கிரீன் ஃபைவ் தியேட்டரின் கதவைத் திறந்து கொண்டு உள்ளே போனார்கள்.

மங்கலான வெளிச்சம் சிவப்புப் படிக்கட்டுகளைக் காட்ட, தியேட்டர் கூட்டம் இல்லாமல் கொட்டாவி விட்டது. முதல் இரண்டு வரிசையில் ஆங்காங்கே சில தலைகள் தெரிந்தன. திரையில் ஒரு நகைக் கடை விளம்பரம் பொய் சொல்லிக் கொண்டிருக்க 'ஜி' வரிசையைக் கண்டுபிடித்து 23, 24 இருக்கைகளில் இருவரும் உட்கார்ந்தார்கள். விஷ்ணு ஒரு நிமிஷம் மௌனமாயிருந்து விட்டு கேட்டான்.

"பாஸ்..."

"என்னடா..?"

"இப்பவாவது சொல்லுங்க பாஸ். எதுக்காக சினிமா பார்க்க வந்திருக்கோம்?"

"பத்து நிமிஷத்துல புரியும்."

விஷ்ணு பெருமூச்சொன்றை விட்டபடி திரையைப் பார்த்தான்.

சரியாய் பத்தாவது நிமிஷம்.

விவேக்குக்குப் பக்கத்தில் காலியாய் இருந்த 25ம் எண் இருக்கையில் ஒரு பெண் வந்து அமர்ந்தாள்.

12

விஷ்ணு திடுக்கிட்டுப் போய் பார்த்துக் கொண்டிருக்கும் போதே, விவேக் பக்கத்தில் அமர்ந்த அந்தப் பெண்ணிடம் திரும்பிப் பேசினான். சரளமான ஆங்கிலம்.

"மேடம்...! நான் கூப்பிட்டு நீங்கள் இங்கே வந்தது உங்களுக்கு ஒன்றும் தொந்தரவாக இல்லையே?"

நடுத்தர வயதில் அழகாக இருந்தவள் மெல்லச் சிரித்து விட்டுச் சொன்னாள். "நோ ப்ராப்ளம் மிஸ்டர் விவேக். சரியான ஒரு காரணம் இல்லாமல் நீங்கள் தியேட்டருக்கு வரச்சொல்ல மாட்டீர்கள் என்று எனக்குத் தெரியும்."

"தேங்க் யூ ஸோமச் ஃபார் கம்மிங்!" சொன்ன விவேக், விஷ்ணுவைக் காட்டிச் சொன்னான்.

"ஹி ஈஸ் விஷ்ணு. வொர்க்கிங் ஏஸ் க்ரைம் சீன் இன்வெஸ்டிகேட்டர் வித் மீ."

"கேள்விப்பட்டிருக்கிறேன்...! நீங்கள் ஒரு குற்ற வழக்கைப் புலனாய்வு செய்யும் போது இவரும் உங்களுடனே பயணிப்பார் இல்லையா?"

"ஆமாம்!"

விஷ்ணு அவளிடம் ஒரு 'ஹலோ' சொல்லிவிட்டு விவேக்கிடம் திரும்பினான்.

"பாஸ்...! மேடம் யார்ன்னு தெரியலையே..?"

“இவங்க மிஸஸ் கல்பனா ரெட்டி. ஆந்திரா நெல்லூர் க்ரைம் பிராஞ்ச் டிபார்ட்மெண்ட்ல க்ரைம் அனலிஸ்டா வேலை பார்த்துட்டு, இப்ப ட்ரான்ஸ்ஃபர் ஆகி நம்ம தமிழ்நாட்டு சிபிசிஐடியில இருக்காங்க. தமிழ் தெரியாது.”

“இப்ப இவங்க... எதுக்காக... இங்கே..?” விஷ்ணு குரலை இழுத்தான்.

“இது ஒரு அண்டர்கவர் ஆபரேஷன்ங்கிறதால வெளிப்படையான சந்திப்பு வேண்டாம்ங்கிறதுக்காகக் கூட்டமில்லாத இந்த தியேட்டர்ல ஆன்லைன் மூலமா மூணு டிக்கெட் புக் பண்ணேன்! அந்த வேன் விபத்து சம்பவத்துல நமக்கு இருக்கிற ஒரு சந்தேகத்தை தெளிவுபடுத்தத்தான் வந்திருக்காங்க.”

“என்ன சந்தேகம் பாஸ்...?”

“விபத்துல சிக்கி ஹாஸ்பிடல்ல அட்மிட்டாகியிருந்த ஒரு ட்ரான்ஸ்ஜெண்டர் சுய உணர்வுக்கு வந்து பேசின வீடியோ பதிவு ஒண்ணை டி.ஜி.பி நம்மகிட்ட கொடுத்தாரே, ஞாபகமிருக்கா?”

“ஆமா பாஸ்...! அதைத்தான் நாம நூத்தியோரு தடவை போட்டுப் பார்த்தும் ஒரு வார்த்தை கூட புரியலையே? ஹிந்தி, மராத்தி, குஜராத்தி, பார்ஸி, சமஸ்கிருதம்னு ஒரு அஞ்சு பாஷையையும் போட்டு மிக்ஸியில அடிச்ச மாதிரியான ஒரு பஞ்சாமிர்த பாஷை அது.”

“அந்தப் பாஷை மிஸஸ் கல்பனா ரெட்டிக்குப் புரிஞ்சிருக்கு. அதைப் பத்தித்தான் இப்ப சொல்லப் போறாங்க... நேத்து நைட் அந்த வீடியோவை இவங்க மெயில் ஐடிக்கு அனுப்பி வெச்சேன். இன்னிக்குக் காலையில எனக்கு போன் பண்ணி ‘அந்த ட்ரான்ஸ்ஜெண்டர் பேசின வார்த்தைகள் என்னங்கிறதை கண்டு பிடிச்சுட்டேன். அது சம்பந்தமாய் எங்கே சந்திச்சு எப்போ பேசலாம்’ன்னு கேட்டாங்க. நான் இந்த தியேட்டருக்கு வரச் சொல்லிட்டேன்.”

விஷ்ணு வியப்பு அகலாத விழிகளோடு கல்பனா ரெட்டியைப் பார்த்தான்.

"மேடம்...! என்னுடைய பாஸ் சொல்வது உண்மையா? உங்களுக்கு அந்த வார்த்தைகள் புரிந்ததா, எப்படி?"

திரையில் விளம்பரங்கள் முடிந்து படம் ஆரம்பித்து ஓடிக் கொண்டிருக்க கல்பனா ரெட்டி தன் கையோடு கொண்டு போயிருந்த ஒரு டிஜிட்டல் போர்ட்டபிள் டிவைஸை எடுத்து விவேக்கிற்கும் விஷ்ணுவுக்கும் காட்டியபடியே கேட்டாள்.

"இந்தக் கருவிக்கு என்ன பெயர் என்று தெரியுமா?"

விஷ்ணு பார்த்துவிட்டுத் தலையசைத்தான்.

"நோ ஐடியா மேடம்."

"மிஸ்டர் விவேக்...! உங்களால் கண்டுபிடிக்க முடிகிறதா?"

"மே பி எ டிஜிட்டல் டிவைஸ்?"

"யூ ஆர் கரெக்ட். பட் நீங்கள் நினைப்பது போல வெறும் டிஜிட்டல் டிவைஸ் மட்டும் இல்லை. வெல் அட்வான்ஸ்ட் ஆடியோ கம் வீடியோ ரிக்கார்டர். இந்தக் கருவியின் பெயர் 'அப் ட்ரண்ட்' டிஜிட்டல் ஆடியோ வாய்ஸ் ரிக்கார்டர் டிவைஸ்... 16 ஜி.பி ஹைடெபனீஷன் ஹெச்.டி. இன் பில்ட் மைக்ரோபோன். திஸ் ஒன் ஈஸ் அல்டிமேட் கம்பேனியன் ஃபார் கேப்சரிங் க்ரிஸ்டல் க்ளியர் ஆடியோ ரெக்கார்டிங்க்ஸ் இன் ஏ காம்பேக்ட் டிசைன். நான் சொல்வது புரிகிறதா?"

விவேக் ஒரு புன்னகையை உதிர்த்தான்.

"ஆங்கில வார்த்தைகள் எல்லாம் புரிகிறது. ஆனால் அதைக் குறித்த செயல்பாடுகள் புரியவில்லை. இது என்ன செய்யும்..?"

"இட்ஸ் ஓகே...! நான் விளக்குகிறேன். எளிமையாக சொல்லவேண்டும் என்றால் இது ஒரு ஒலிப்பதிவு செய்யும் கருவி. நூறடி தூரத்தில் நின்று கொண்டு நீங்கள்

எவ்வளவு மெதுவாய் பேசினாலும் கூட இதில் துல்லியமாக பிசிறின்றி பதிவாகி விடும். ஒருவர் கொடுத்த குழப்பமான வாக்குமூலத்தில் உள்ள வாக்கியங்களைகூட 'இதுவாகத்தான் இருக்கும்' என்கிற யூகத்தின் அடிப்படையில் அந்த வார்த்தைகளை தெளிவாக உச்சரித்துக் காட்டுகிற தொழில்நுட்பம் இதில் இருக்கிறது."

"அருமை. ஆனால் ஒரு சந்தேகம்!"

"என்ன...?"

"நீங்கள் சொல்வதை வைத்து பார்க்கும் போது இது 'நோட் டேக்கர்' டிவைஸ் போல் எனக்குத் தோன்றுகிறது. ஏ.ஐ தொழில்நுட்பத்தைப் புகுத்தி ஒருவரின் குரலைப் போலவே மற்றொருவர் பேச முடியும் என்கிற காரணத்தைக் காட்டி, இந்த கருவிக்கு மத்திய தொழில்நுட்ப அமைச்சகம் தடை விதித்திருப்பதாக கேள்விப்பட்டேன். உண்மையா?"

"ம்ம்ம்...! எல்லாவற்றையும் தெரிந்து வைத்திருக்கிறீர்கள் மிஸ்டர் விவேக். உண்மைதான். அப்படி தடை விதிக்கப்பட்ட டிஜிட்டல் வாய்ஸ் ரிக்கார்டர்ஸ் எல்லாமே சீனாவில் தயாரிக்கப்பட்டவை. என்னிடம் தற்போது இருப்பது அமெரிக்க தயாரிப்பான டெக்னோ வியூ. யூ.எஸ்.பி டிஜிட்டல் ரிக்கார்டர். இதற்கு எந்த ஒரு தடையும் இல்லை. இதில் அந்த ட்ரான்ஸ்ஜெண்டர் பெண் தெளிவில்லாமல் பேசிய வீடியோ துணுக்கை அப்லோட் செய்து விட்டு ப்ளே செய்தால் போதும். அந்தக் குழறலான பேச்சை நம்மால் தெளிவாக கேட்க முடியும். அப்படி நான் தெளிவாய் கேட்டதைத்தான் நீங்களும் இப்போது கேட்கப் போகிறீர்கள்." சொன்னவள் அந்த டிஜிட்டல் ரிக்கார்டரை ஆன் செய்ய அடுத்த விநாடிகளில் ஒரு பெண்ணின் குரல் கேட்டது. "சாஸ் லே ஷே கே சமய் நா ரஹே"

"இதுதான் அந்த பெண் சொல்ல நினைத்த வார்த்தைகள்."

"அந்தக் குரல் தெளிவில்லாம குழறலாய் இருந்ததே?"

கல்பனா ரெட்டி சிரித்தாள்.

"அழுக்குத் தண்ணீரை வடிகட்டுகிற ஃபில்டர் மாதிரி இந்த டிஜிட்டல் ரிக்கார்டர் அந்தப் பெண்ணின் குழப்பமான குரலை வடிகட்டி துல்லியமாக அவள் என்ன சொல்ல நினைத்தாளோ அதைச் சொல்லியிருக்கிறது. அவள் பேசிய பாஷை எது என்று தெரியுமா?"

"ஹிந்தி என்று நினைக்கிறேன்"

"இல்லை போஜ்புரி. இந்த மொழியை மேலோட்டமாகக் கேட்கும் போது ஹிந்தி போலத் தெரியும். ஆனால் அவள் போஜ்புரி மொழியில் பேசியிருக்கிறாள். சாஸ் லே ஷே கே சமய் நா ரஹே. இதை தமிழ்ப்படுத்திப் பார்த்தால் கிடைக்கும் வாசகம் வியப்பாக இருக்கிறது."

"வியப்பு என்றால்...!"

"சுவாசிக்க நேரமில்லை என்று சொல்லியிருக்கிறாள்."

விஷ்ணுவின் வாய் தன்னிச்சையாகத் திறந்து கொண்டது.

"என்ன மேடம்...! சுவாசிக்க நேரமில்லையா?"

"ஆமாம்...!"

"அப்பிடியென்றால் என்ன அர்த்தம்?"

"ஸாரி. அந்தப் பெண் பேசியிருக்கும் போஜ்புரி மொழியில் இந்த ஒரு வாக்கியம்தான் ஓரளவுக்காவது தெளிவாய் புரிகிறது. மற்றவையெல்லாம் துண்டு துண்டான ஆங்கில எழுத்துக்கள். இதோ திரும்பவும் டிவைஸை ஆன் செய்கிறேன். கேட்டுப் பாருங்கள்"

டிவைஸ் எலக்ட்ரானிக் பச்சைப் புள்ளிகளோடு உயிர்பிடித்துக் கொள்ள பெண் குரல் ஒலித்தது.

"ஈ... எஸ்... சி... எஸ்."

"ஏதோ டிகிரி கோர்ஸ் மாதிரி தெரியுது..." என்றான் விஷ்ணு.

விவேக் அவளை ஏறிட்டான்.

"மிஸ் கல்பனா! நான் அனுப்பிய பதிவில் அவள் நிறைய வார்த்தைகளைச் சொல்லியிருந்தாளே?"

"ஆமாம்...! ஆனால் அந்த வார்த்தைகள் இந்த டிஜிட்டல் ரிக்கார்டரில் ஃபில்டர் செய்யப்படும்போது சிதைந்து போய் விட்டதால் தெளிவாகக் கேட்க முடியவில்லை."

"அந்த ஆங்கில எழுத்துக்களுக்கெல்லாம் என்ன பொருள்?"

"அந்தப் பெண் முழுமையாய் ஏதோ சொல்ல வருகிறாள். ஆனால் நிறுத்தி நிறுத்தி ஒவ்வொரு எழுத்தாக சொல்வதால் வார்த்தை பிடிபடவில்லை. இந்த எழுத்துக்களையெல்லாம் ESCS என்று எழுதி எத்தனை தடவை மாற்றி மாற்றிப் படித்தாலும் எந்த ஒரு வார்த்தையோடும் அது பொருந்திப் போகவில்லை."

கல்பனா ரெட்டி சொல்லிக் கொண்டிருக்கும் போதே விவேக்கின் செல்போன் வைபரேஷனில் வாயைத் திறந்தது.

எடுத்து அழைப்பது யாரென்று பார்த்தான்.

க்ரைம் ப்ராஞ்ச் டிபார்ட்மெண்டின் விஜிலன்ஸ் பிரிவிலிருந்து சி.வி.சி அதிகாரி குமரவேல் அழைத்துக் கொண்டிருந்தார். மைக்ரோ ரிஸீவரைக் காதில் பொருத்திக் கொண்டு பேசினான் விவேக்.

"சொல்லுங்க குமரவேல்!"

"சார்...! ஹாஸ்பிடல்ல இருந்து தப்பிச்சுப் போன வேன் ட்ரைவரோட போட்டோவை ஏ.ஐ டெக்னாலஜி ஃபேசியல் ரெகக்னிஷன் சாப்ட்வேரை யூஸ் பண்ணி தமிழ்நாட்ல இருக்கிற எல்லா லாட்ஜ்லயும் தங்கியிருக்கிற ஆட்களோட ஒப்பிட்டு பார்த்தப்ப ஏ.ஐ ஒருத்தனை மட்டும் ரெட் சர்க்கிள் போட்டு காட்டுது சார். அவன் பேரு சாம்ராஜ். மகாபலிபுரம் பகுதியில இருக்கிற ஆலம்பாறை கோட்டைங்கிற டூரிஸ்ட் ஏரியால இருக்கிற பைரவா லாட்ஜ்ல தங்கியிருக்கான்."

“குட் ஜாப் குமரவேல். நீங்க உடனடியா லோக்கல் போலீஸ் ஸ்டேஷனுக்கு தகவல் கொடுத்து, அவன் தப்பிச்சுப் போகாதபடி பார்த்துக்கச் சொல்லுங்க!”

“எஸ் சார்!”

விவேக் செல்போனில் பேசிவிட்டு கல்பனா ரெட்டி பக்கம் திரும்பினான்.

“மேடம்...! நாங்கள் உடனடியாக கிளம்பி ஒரு இடத்திற்கு போக வேண்டும். தேவைப்பட்டால் நாம் மறுபடியும் பேசுவோம். தேங்க்ஸ் ஃபார் யுவர் டைம்லி ஹெல்ப்.” அவளிடம் விடைபெற்ற விவேக்கும் விஷ்ணுவும் தியேட்டரை விட்டு வெளியே வந்தார்கள். கார் பார்க்கிங்கை நோக்கி நடக்கும் போது விஷ்ணு கேட்டான்.

“பாஸ், குமரவேல் என்ன சொன்னாரு..?”

“இப்ப நாம ஆலம்பாறை கோட்டை டூரிஸ்ட் ஸ்பாட்டுக்கு போறோம்.”

“எதுக்கு பாஸ்?”

“ஹாஸ்பிடலிலிருந்து தப்பிச்சு போன அந்த வேன் ட்ரைவர் ஆலம்பாறை கோட்டை பக்கத்துல இருக்கிற பைரவா லாட்ஜ்ல ஸ்டே பண்ணியிருக்கானாம். அவன் பேரு சாம்ராஜ். உடனடியா போனா மடக்கிடலாம். அவன் தப்பிச்சு போகாதபடி லோக்கல் போலீஸ் பார்த்துக்குவாங்க.”

“பாஸ்...!”

“சொல்லு...”

“பாஸ்...! அந்த சாம்ராஜ் நமக்கு கிடைக்க மாட்டான். அப்படி கிடைச்சாலும் உயிரோட இருக்க மாட்டான்!”

13

விவேக் சட்டென நின்று விஷ்ணுவை முறைத்தான்.

“எப்படிச் சொல்ற?”

“அது வந்து பாஸ்... இது ஒரு டைப்பான அருள்வாக்கு மாதிரி. சில நேரங்கள்ல... என்னோட மூளைக்குள்ளே யாரோ டார்ச்லைட் அடிச்ச மாதிரி இருக்கும். அந்த நேரத்துல நான் சொல்ற வார்த்தை எல்லாம் பலிச்சிடும்.”

“பேசாம கார்ல ஏர்றா...! இங்கிருந்து ஆலம்பாறைக் கோட்டைக்கு ரெண்டு மணி நேரம் போகணும். எப்படியாவது அவனை இன்னிக்கு எப்படியும் மடக்கியே தீரணும்!”

“நாம அங்க போறதைப் பத்தி ரூபலா மேடத்துக்கு சொல்ல வேண்டாமா பாஸ்?”

“அதையெல்லாம் ஈசிஆர் போனதும் சொல்லிக்கலாம்!” விவேக் சொல்லிக் கொண்டே காரை நகர்த்தி, தியேட்டரை விட்டு வெளியேறி, சாலையின் போக்குவரத்தில் கலந்து, மிதமான வேகத்தில் விரட்டினான்.

சாலையோர பிளாட்பாரங்களில் இளநீர், தர்பூசணி கடைகளில் கூட்டம் அடர்த்தியாய் தெரிய, ஒழுங்கில்லாத டூவீலர் பார்க்கிங் போக்குவரத்தை ஸ்தம்பிக்க வைத்திருந்தது.

ஒரு ஐந்து நிமிடப் பயணத்திற்குப் பிறகு கார் ஒரு சிக்னலின் சிவப்புக்கு கட்டுப்பட்டு நின்ற போது, விவேக்கின் செல்போன் ரிங்டோனை வெளியிட்டது. ஸ்டீரியங்கை கையாண்டு கொண்டே போனின் திரையைப் பார்த்தான்.

சி.வி.சி அதிகாரி குமரவேலின் பெயர் மெதுவாய் நகர்ந்து கொண்டிருந்தது. மைக்ரோ ரீஸிவரை காதுக்குப் பொருத்திக் கொண்ட விவேக், மெல்ல குரல் கொடுத்தான்.

"சொல்லுங்க குமரவேல்!"

"ஸாரி டூ ஸே திஸ்... சார்."

"கோ அஹெட்...!"

"அந்த சாம்ராஜை மடக்கறதுக்காக லோக்கல் போலீஸ் அந்த பைரவா லாட்ஜ்க்கு போயிருக்காங்க. ஆனா அவன் ரூமை வெக்கேட் பண்ணிட்டு கிளம்பிட்டான்னு தகவல்."

"ஆதார்கார்டு, ட்ரைவிங் லைசென்ஸ் ஐடி வெரிபிகேஷன் இல்லாம அந்த லாட்ஜ்ல ரூம் கொடுத்திருக்க மாட்டாங்களே?"

"அது சம்பந்தமாய் லோக்கல் இன்ஸ்பெக்டர் ஹோட்டல் மானேஜரை விசாரிச்சப்ப சாம்ராஜ் வெளிமாநிலத்திலிருந்து வந்ததாவும், தன்கிட்டே இப்போதைக்கு எந்த ஐ.டிகார்டும் இல்லைன்னு சொல்லியிருக்கான். லாட்ஜ் மானேஜரும் ரூல்ஸை மீறிக் கூடுதல் வாடகை வாங்கிகிட்டு ரூம் கொடுத்திருக்கார். இப்ப மானேஜரை அரஸ்ட் பண்ணி ஸ்டேஷனுக்கு கூட்டிட்டுப் போயிருக்காங்க. விசாரணையில ஏதாவது தகவல் கிடைக்கலாம் ஸார்."

விவேக் பெருமூச்சுவிட்டு "இட்ஸ் ஓகே...!" என்று முனகிவிட்டு நெற்றியைப் பிடித்துக் கொண்டபடி செல்போனை அணைத்தான்.

"என்னாச்சு பாஸ்?"

"அந்த சாம்ராஜ் தப்பிச்சுட்டான்!"

"ரொம்ப நாளைக்கப்புறம் நான் சொன்ன அருள்வாக்கு பலிச்சிருக்கு."

"அதுவும் பாதிதான் பலிச்சிருக்கு...!"

விஷ்ணு முகம் அஷ்டகோணல் ஆகியது.

"சரி இப்ப சொல்லுடா...! அந்த சாம்ராஜ் நம்மகிட்ட மாட்டுவானா இல்லையா?"

"மாட்டறது கஷ்டம் பாஸ்...!"

"சரி, நான் சொல்றேன். அடுத்த இருபத்தி நாலு மணி நேரத்துக்குள்ளே அவன் நமக்கு முன்னாடி கைகட்டிகிட்டு நிக்கப் போறான்."

"எப்படி பாஸ்?"

"என்னோட மூளைக்குள்ளேயும் இப்ப யாரோ டார்ச் அடிக்கறாங்கடா!"

மறுநாள் காலை பதினோருமணி.

நலம் நர்சிங் ஹோம்.

டாக்டர் திருக்குமரன் ஓ.பி பேஷண்ட்ஸ் சம்பந்தப்பட்ட ஃபைல் ஒன்றைப் பார்த்து விட்டு, மேஜையின் ஓரத்தில் இருந்த காஃபி ஃபிளாஸ்கை எடுக்க முயன்ற விநாடி, இண்டர்காம் போன் முணுமுணுப்பாய்க் கூப்பிட்டது.

ரிஸீவரை எடுத்து இடது காதுக்கு ஒற்றினார்.

மறுமுனையில் ட்யூட்டி டாக்டர் திலீப்குமார் பேசினார்.

"டாக்டர்..!"

"சொல்லுங்க!"

"கொஞ்ச நேரத்துக்கு முந்தி அந்த ட்ரான்ஸ்ஜெண்டர் பேஷண்ட்டுக்கு மறுபடியும் ரெண்டு நிமிஷம் கான்ஷியஸ் வந்தது. ஏதோ பேச முயற்சி பண்ணினா, முடியல. திரும்பவும் அன்கான்ஷியஸுக்குப் போயிட்டா."

"என்ன மெடிசன்ஸ் போயிட்டிருக்கு?"

"ஃப்ளூமாசெனில் மட்டும் குடுத்திட்டிருக்கோம்."

"சி.பி.ஆர் ட்ரை பண்ணலாமா?"

"அதுக்கு முந்தி கார்டியாலஜிஸ்ட் சிவராமன் கிட்டே ஒரு ஒபீனியன் வாங்கிகிட்டு பண்றது பெட்டர்."

“ஓகே டூ இட்...! தென், இன்னொரு பேஷண்ட்டோட கண்டிஷன் என்ன நிலைமையில இருக்கு?”

“எந்த இம்ப்ரூவ்மெண்ட்டும் இல்லை... எனக்கென்னமோ இதே நிலைமை இப்படியே நீடிச்சா டீப் கோமா ஸ்டேஜ்க்கு வாய்ப்பு அதிகம்ன்னு தோணுது!”

“ரெண்டு பேரையும் எப்படியாவது பிழைக்க வைக்கணும்னு டி.ஜி.பி ஒரு நாளைக்கு ரெண்டு தடவையாவது போன் பண்ணிப் பேசிட்டிருக்கார். அவருக்கு என்ன பதிலைச் சொல்றதுன்னு தெரியலை.” திருக்குமரன் சொல்லிக் கொண்டிருக்கும் போதே அறையின் கதவு மெலிதாய்த் தட்டப்பட, “எஸ்...!” என்று குரல் கொடுத்தார். கதவைத் தள்ளிக் கொண்டு ஹாஸ்பிடலின் ரிசப்ஷனிஸ்ட் பவித்ரா உள்ளே வந்தாள்.

‘என்ன?’ என்பது போல் பார்த்தார்.

“க்ரைம் ப்ராஞ்சிலயிருந்து மிஸ்டர் விவேக் வந்திருக்கார் டாக்டர். ஒரு என்கொய்ரி விஷயமா உங்களைப் பார்க்கணுமாம்.”

“உடனே அனுப்பி வைக்க வேண்டியதுதானே? வந்து பர்மிஷன் கேட்டுகிட்டு இருக்கே?”

“ஸாரி டாக்டர்.”

ரிசப்ஷனிஸ்ட் தலை மறைந்ததும் ட்யூட்டி டாக்டரின் இண்டர்காம் இணைப்பைத் துண்டித்துவிட்டு விவேக்கிற்காக காத்திருக்க ஆரம்பித்தார் திருக்குமரன்.

அந்த நிமிடம் முடிவதற்குள் விவேக் கதவைத் தள்ளிக் கொண்டு உள்ளே வந்தான்.

“குட்மார்னிங் டாக்டர்!”

“குட்மார்னிங்...! ஸாரி உங்களை வெயிட் பண்ண வெச்சுட்டேன்.”

“நோ இஷ்யூஸ்...” புன்னகையோடு சொல்லிக் கொண்டே விவேக் உட்கார்ந்தான். “உடனடியாய் உங்களைப் பார்க்க வேண்டியிருந்ததால புறப்பட்டு வந்துட்டேன்.”

“எனிதிங் இம்பார்ட்டன்ட்?”

“எஸ்...! அந்த வேன் ட்ரைவர் ஐ.சி.யூவிலிருந்து தப்பிச்சு போன சம்பவத்துல எனக்குச் சில சந்தேகங்கள் இருக்கு.”

“ப்ளீஸ்...! டெல் மீ!”

விவேக் மெலிதாய் புன்னகை பூத்துவிட்டுச் சொன்னான்.

“நான் விசாரிக்க வந்தது உங்களை இல்லை... டாக்டர்.”

“தென்...?”

“உங்க ஸ்ஃடாப் நர்ஸ் செல்வியை...”

திருமுருகனின் நெற்றியில் வியப்பு வரிகள் ஒரு விநாடி உதித்து மறைந்தன.

“செல்வியா...?”

“ப்ளீஸ் கால் ஹெர், டாக்டர். சில கேள்விகளுக்கான பதில் செல்விகிட்டத்தான் இருக்கு.”

திருக்குமரன் தனக்குப் பக்கத்தில் இருந்த இண்டர்காமின் ரிஸீவரை எடுத்து டயல் பேடிலிருந்த ஒரு எண்ணைத் தொட்டுவிட்டு பேசினார்.

“செல்வி அங்கேயிருந்தா என்னோட ரூமுக்கு உடனே வரச்சொல்லு.”

சரியாய் ஒரு நிமிடம்.

ஐம்பது வயதின் விளிம்பில் இருந்த நர்ஸ் செல்வி ஹாஃப் ஸ்லீவ் நீலநிற யூனிபார்மில் பளிச்சென்று ஒரு புன்னகையோடு உள்ளே வந்தாள்.

டாக்டருக்கு ஒரு குட்மார்னிங் சொல்லிவிட்டு விவேக்கை குழப்பப் பார்வையில் நனைத்தாள்.

டாக்டர் சொன்னார்.

“ஹி இஸ் மிஸ்டர் விவேக்...! க்ரைம் ப்ராஞ்சிலிருந்து வந்திருக்கார். நம்ம ஹாஸ்பிடலிலிருந்து தப்பிச்சுட்டுப் போன அந்த டிரைவர் பத்தி உன்கிட்ட விசாரிக்கணுமாம்.”

செல்வியின் முகம் சட்டென மாறியது.

"எ... என்கிட்டயா..?"

விவேக் நாற்காலியினின்றும் மெல்ல எழுந்து அவளை நெருங்கியபடி கேட்டான். "செல்வி...! உங்களுக்கு இங்கே எத்தனை வருஷ சர்வீஸ்?"

"பத்து வருஷம் சார்."

"உங்க கணவர் என்ன பண்றார்?"

"அவர் இப்ப என்கூட இல்லை. வேற ஒரு கல்யாணம் பண்ணிகிட்டு கேரளா பக்கம் போயிட்டார்."

"நீங்க இப்போ தனியா இருக்கீங்களா?"

"இல்லை...! நானும் என்னோட டாட்டரும் சிந்தாதிரிப்பேட்டை கெனால் ரோட்ல ஒரு வீடு எடுத்து தங்கியிருக்கோம். ஏன் சார்... எதுக்காக இப்ப இந்தக் கேள்வியெல்லாம் கேட்டுகிட்டு இருக்கீங்க? என்னோட ஹஸ்பண்ட் ஏதாவது தப்பு பண்ணிட்டாரா?"

"இந்த விசாரணை, உங்க குடும்ப பிரச்னை பத்தி இல்லை. அதனால நான் கேட்கிற கேள்விகளுக்கு மட்டும் உண்மையான பதில்களைச் சொல்லிவிட்டு வாங்க.. அது போதும்."

செல்வி வியர்த்துப் போன முகத்தோடு தலையை ஆட்ட, விவேக் தொடர்ந்தான்.

"உங்க பொண்ணுக்கு இப்ப என்ன வயசு?"

"இருபத்தி நாலு."

"வேலைக்குப் போகுதா..?"

"இல்லை... சார். சரியான படிப்பு இல்லை.. அதனால வேலைக்கு அனுப்ப முடியலை. இந்த வருஷத்துக்குள்ள ஊர்ல இருக்கற அண்ணன் மகனுக்குக் கட்டிக் குடுத்துடலாம்ன்னு இருக்கேன். இப்ப கையில காசு, பணம் இல்லை... அதனால கல்யாணம் தள்ளிப் போயிட்டிருக்கு...!"

"நகையெல்லாம் அடமானத்துல இருக்கு போலிருக்கு?"

திக்கென்ற பார்வையோடு நிமிர்ந்தாள் செல்வி.

"இதெல்லாம் உங்களுக்கு எப்படித் தெரியும் ஸார்?"

விவேக் சிரித்தான்.

"இன்னும் கொஞ்சம் டிடெய்லாவே தெரியும். உங்க கணவர்கூட இருந்தப்ப கும்மிடிப்பூண்டியில ஒரு மார்வாடிகிட்ட பத்து பவுன் நகையை அடகு வெச்சீங்க. கொஞ்சநாள் வட்டி கட்டினீங்க. அதுக்கப்புறம் வட்டியையும் கட்டமுடியாமே, நகையையும் மீட்க முடியாமே கஷ்டப்பட்டீங்க. கணவர் விட்டுட்டுப் போனதால நிலைமை இன்னமும் மோசமாயிடுச்சு. நான் சொல்றதெல்லாம் சரியா?"

'ஆமாம்' என்பதுபோல் மெதுவாகத் தலையாட்டினாள்.

"அந்த நகையையெல்லாம் மீட்டுட்டீங்களா இல்லையா?"

"இன்னும் இல்லை."

"ஏன்..?"

"வேண்டிய பணம் கைல இல்லை..."

"இந்தக் கேள்விக்கு முன்னாடி வரைக்கும் உண்மையை பேசிட்டு வந்தீங்க. முதல் தடவையா ஒரு பொய் வெளியே வந்திருக்கு, செல்வி."

"பொய்யா...?"

"நேத்திக்கு முந்தாநாள் நீங்க கும்மிடிப்பூண்டிக்குப் போய்... ஷா மேகராஜ் மார்வாடிக் கடையில அடகு வெச்ச நகையை மீட்டுகிட்டு வந்திருக்கீங்க. அசலும் வட்டியும் சேர்த்து அஞ்சு லட்சத்து எழுபத்தேழாயிரம் ரூபாய் கட்டியிருக்கீங்க. ஒரே நாள்ல இவ்வளவு பெரிய தொகை உங்களுக்கு எப்படி கிடைச்சதுன்னு சொல்லிட்டா விசாரணையை சீக்கிரமா முடிச்சிடலாம். என்ன சொல்றீங்க, செல்வி?"

14

விவேக் சொன்னதைக் கேட்டு சிறிது சிறிதாய் முகம் மாறி குழறினாள் செல்வி.

"அ... அது வந்து..."

"உங்களுக்கே பணக்கஷ்டம். இந்த நிலைமையில அஞ்சு லட்சத்து எழுபத்தேழாயிரம் ரூபாய் பணம் கட்டி அடகு வெச்ச நகையை மீட்டு எடுத்திருக்கீங்க... எப்படி?"

"அ... அது வந்து நான் சேத்து வெச்சிருந்த பணம்."

"சேத்து வெச்சிருந்த பணமா...? சரி கையில இவ்வளவு பெரிய தொகை இருந்தும் இவ்வளவு நாள் நகையை மீட்காம இருந்ததுக்கு என்ன காரணம்?"

செல்வி வியர்த்து வழிந்தபடி பேசினாள்.

"கும்மிடிப்பூண்டி போறதுக்காக ஹாஸ்பிடல்ல லீவு கேட்டேன் ஸார். எமர்ஜென்ஸி கேஸ் நிறைய இருக்கிறதால லீவு கொடுக்க முடியாதுன்னு சொல்லிட்டாங்க. அதனால... நாள் தள்ளிப் போயிட்டேயிருந்தது."

"சொல்ற காரணம் சரியில்லையே!"

அவளைப் பார்வையால் ஊடுருவியபடி தன் செல்போனை எடுத்து ஒரு எண்ணைத் தேய்த்து விட்டுக் காதில் வைத்தான் விவேக்.

பேசினான்.

"நெப்போலியன்...! நீ இப்போ எங்கயேிருக்க?"

“ஹாஸ்பிடல் ஓ.பி வார்டுல உட்கார்ந்துக்கிட்டு உங்க போனுக்காக வெயிட்டிங் ஸார்.”

“குட்...! உடனே டீன் ரூமுக்கு வா...”

“இதோ...! வர்றேன் ஸார்.”

விவேக் செல்போனை அணைக்க, மெடிக்கல் டீன் திருக்குமரன் குழப்பமான பார்வையோடு ஏறிட்டார்.

“மிஸ்டர் விவேக்...! ஐ ஃபெயில் டூ அண்டர்ஸ்டாண்ட்... செல்வியை எதுக்காக இப்படிக் கேள்விகள் கேட்டுட்டு இருக்கீங்க?”

“இந்தக் கேஸ்ல... ஷி மே பி கல்ப்ரிட்... டாக்டர்.”

அவர் திகைத்தார்.

“வாட் டூ யூ ஸே?”

“எஸ் டாக்டர்...! அந்த வேன் டிரைவர் இந்த ஹாஸ்பிடல் ஐ.சி.யூவிலிருந்து தப்பிச்சுப் போறதுக்கு செல்வி உதவி பண்ணியிருக்கணும். அதுக்காக யார்கிட்டயிருந்தோ பணமும் வாங்கியிருக்கணும்.”

செல்வி பெருங்குரலெடுத்து கத்தினாள்.

“இவர் பொய் சொல்றார் டாக்டர். நான் யார்க்கும் எந்த உதவியும் பண்ணலை. பணமும் வாங்கலை.”

டீன் செல்வியை ஒரு கோபப் பார்வை பார்த்து, தன் ஆட்காட்டி விரலை அவளை நோக்கி நீட்டினார்..

“இதோ பார்...! க்ரைம் ப்ராஞ்ச் டிபார்ட்மெண்ட்ல இவர் மிக திறமையான ஆபீஸர். பொய் சொல்லித்தான் ஒருத்தரைக் குற்றவாளியாக்கணும்ங்கிற அவசியம் அவருக்கு இல்லை. உன்கிட்ட ஏதோ தப்பு இருக்கிறதாலதான் இந்த விசாரணை. எதையும் மறைக்காம உண்மையைச் சொல்லிடு. பணத்துக்கு ரொம்பவும் கஷ்டப்பட்டுக்கிட்டு இருந்த உனக்கு நகைகளை மீட்கிற அளவுக்கு பணம் எப்படிக் கிடைச்சது? யாரு கொடுத்தாங்க?”

செல்வி பதில் பேசாமல் இறுகிப்போன முகத்தோடு நின்றிருக்க, அறைக்கதவை மெல்லத் தட்டிவிட்டு க்யூ பிராஞ்ச்சைச் சேர்ந்த நெப்போலியன் உள்ளே வந்து விவேக்கிற்கு எதிரே நின்று சல்யூட் வைத்தான்.

விவேக், டீனிடம் திரும்பினான்.

"டாக்டர்...! ஹி இஸ் நெப்போலியன். க்யூ பிராஞ்ச் மானிட்டரிங் டீமைச் சேர்ந்த ஸ்பெஷல் ரேங்க் ஆபீஸர். மூணு நாளைக்கு முன்னாடி டி.ஜி.பி குருபிரசாத் என்னையும் என்னோட அசிஸ்டெண்ட் விஷ்ணுவையும் சந்திச்சு, அந்த வேன் விபத்துப் பத்தின விபரங்களையும் ஹாஸ்பிடல்ல அட்மிட்டாகியிருந்த வேன் டிரைவர் ஐ.சி.யூவிலிருந்து தப்பிச்சுட்டுப் போன விஷயத்தையும் சொன்னப்ப என்னோட மனசுக்குள்ள ஒரு சந்தேகம் லேசா எட்டிப் பார்த்தது. டிரைவர் தப்பிச்சுப் போக யாராவது உதவி பண்ணியிருக்கலாம்ங்கிற கோணத்துல திரைமறைவுல நெப்போலியனோட உதவிய எடுத்துகிட்டு வெளியே யார்க்கும் தெரியாமே விசாரணையை ஆரம்பிச்சேன். என்னோட சந்தேகப்பட்டியல்ல இருந்தவங்க அந்த சமயத்துல ட்யூட்டி டாக்டராய் இருந்த திலீப்குமார், நர்ஸ் செல்வி, அப்பறம் மத்த ரெண்டு அசிஸ்டண்ட் நர்ஸ், செக்யூரிட்டி. இந்த அஞ்சு பேரோட நடவடிக்கைகளையும் க்ளோஸா ஃபாலோ அப் பண்ணச் சொன்னேன். நெப்போலியன் ராத்திரி பகல்ன்னு பார்க்காமே அவங்களைக் கண்காணிச்சதுல செல்வியோட நடவடிக்கைகள் வித்தியாசமாய் இருந்தது. செல்வி உண்மையை இங்கேயே ஒத்துக்கிட்டா போலீஸ் ஸ்டேஷனுக்குப் போக வேண்டியதில்லை. இல்லேன்னா இன்னிக்கு லாக்கப். நாளைக்கு ஜெயில்ன்னு போக வேண்டியிருக்கும்."

விவேக் பேசிக் கொண்டிருக்கும்போதே செல்வி எதிர்பாராத ஒரு விநாடியில் சட்டென்று விவேக்கின் கால்களில் விழுந்தாள்.

"ஸார்...! நடந்த உண்மையச் சொல்லிடறேன். என்னை இந்தக் கேஸ்ல சிக்க வைச்சுட மாட்டீங்களே?"

"அது... நீங்க என்ன சொல்றீங்களோ அதைப் பொறுத்தது...! முதல்ல விஷயத்தைச் சொல்லுங்க!"

செல்வி அழுகையோடு உடைந்த குரலில் பேச ஆரம்பித்தாள்.

"ஸார்...! அந்த வேன் டிரைவரை எனக்கு முன்னாடியே தெரியும். அவன் பேரு சாம்ராஜ். நான் கவர்ன்மெண்ட் ஹாஸ்பிடல்ல ஒரு நர்ஸா வேலை பார்த்துட்டு இருந்தப்ப அவன் அங்கே ஆம்புலன்ஸ் டிரைவராய் இருந்தான். ரொம்பவும் நல்லவன். என்னை அக்கான்னு கூப்பிட்டு பாசமா பழகுவான். ஒரு சமயத்துல அவன் ஹாஸ்பிடல் வேலையை விட்டுட்டு, சொந்தமா வேன் வாங்கிக்கிட்டு போன பின்னாடி ஒரு பிரச்சனையால நானும் வேற ஒரு பிரைவேட் ஹாஸ்பிடலுக்கு போயிட்டேன். கிட்டத்தட்ட பத்து வருஷத்துக்கு அப்புறம் சாம்ராஜை ஒரு பேஷண்டா இந்த ஹாஸ்பிடல்ல பார்த்தப்ப எனக்கு அதிர்ச்சியாய் இருந்தது. அவனும் என்னை அடையாளம் தெரிஞ்சுகிட்டான். ஆனா டாக்டர்க்கு முன்னாடியும், போலீஸுக்கு முன்னாடியும் நான் சாம்ராஜை தெரிஞ்சுகிட்ட மாதிரி காட்டிக்கலை..."

"ஏன்...?"

"ஏதாவது பிரச்னை வருமோன்னு பயம்."

"சரி, அப்புறம் என்ன நடந்தது?"

"சாம்ராஜ்க்கு கை கால்ல அடிபட்டிருந்தாலும் தெளிவா இருந்தான். காயத்துக்கெல்லாம் நான்தான் மருந்து போட்டு விட்டேன். பக்கத்துல யாரும் இல்லாதப்ப என்கிட்ட ஒருதடவை பேசினான். நானும் வேற வழியில்லாமப் பேசினேன். அப்பத்தான் சாம்ராஜ் ஒரு உதவியைக் கேட்டான்."

"என்ன உதவி?"

"அவன் ஒரு பிரச்னையில மாட்டிகிட்டு இருக்கிறதாவும் அதிலிருந்து விடுபடணும்ன்னா இந்த ஹாஸ்பிடலிலிருந்து தப்பிச்சாகணும் அதுக்கு நான்தான் உதவணும்ன்னு சொல்லி,

அப்படி உதவற பட்சத்துல எனக்குப் பத்துலட்ச ரூபா தர்றதா சொன்னான். சாம்ராஜ் அவ்வளவு பணம் தர்றதாய்ச் சொன்னதும் எம் மனசுக்குள்ளே ஒரு சபலம். 'எப்படிப் பணம் தருவே?'ன்னு கேட்டேன். அதுக்கு அவன், 'என்னை நம்பு. இன்னிக்கு ராத்திரி நீ டியூட்டி முடிஞ்சு வீட்டுக்குப் போனதும் பணம் உன்னோட கைக்கு வந்து சேரும். எனக்கு இந்த உதவியச் செஞ்சா நான் ஜென்மத்துக்கும் உன்னை மறக்கமாட்டேன்'னு சொல்லி கையப் பிடிச்சுகிட்டு அழுதான். எனக்கு மொதல்ல தயக்கமாவும், பயமாவும் இருந்துச்சு. ஆனா எனக்கிருந்த பணக்கஷ்டத்துல அவனுக்கு உதவி பண்ணும்படியா ஆயிடுச்சு..."

"சரி...! சொன்னபடி பணம் கொடுத்தானா?"

"கொடுத்தான்..."

"எப்படி..?"

"அவன் தப்பிச்சிப் போன ராத்திரி, என்னோட நைட் டியூட்டி முடிஞ்சு காலையில ஆறு மணிக்கு வீட்டுக்குப் போனேன். குளிச்சுட்டு சமையல் செய்ய ரெடியாகிட்டு இருக்கும்போது, வாசல்ல காலிங்பெல் அடிச்சுது. போய்க் கதவைத் திறந்தேன். வாசல்ல யாரும் இல்லை. ஆனா கதவுக்குப் பக்கத்துல சுவரோரமா ஒரு லெதர்பேக் இருந்தது. அதை எடுத்துத் திறந்து பார்த்தேன். உள்ளே கட்டுக்கட்டா ஐநூறு ரூபாய் நோட்டு. அது கூடவே ஒரு துண்டுச்சீட்டுல 'சொன்னபடி பணம் அனுப்பிட்டேன். உதவிக்கு நன்றி'ன்னு எழுதியிருந்தது."

"பத்து லட்சம் இருந்ததா?"

"எண்ணிப் பார்த்தேன்... சரியா இருந்தது."

"அதுக்கப்பறம் சாம்ராஜ் உன்னை காண்டாக்ட் பண்ணினானா?"

"இல்ல..."

"இப்பப் பணம் எவ்வளவு மிச்சமிருக்கு?"

"நாலு லட்சம்"

"சாம்ராஜ் சென்னையில எங்கே குடியிருந்தான்?"

"திருவல்லிக்கேணின்னு சொன்னதா ஞாபகம். அட்ரஸ் தெரியாது."

"கல்யாணமானவனா..?"

"தெரியல சார்...! நான் அவனைக் கடைசியாப் பாத்துப் பல வருஷமாச்சு. நடுவுல கல்யாணம் பண்ணிக்கிட்டானா இல்லையான்னு தெரியலை."

"அவனோட ஃப்ரெண்ட்ஸ் யாரையாவது தெரியுமா?"

"தெரியும்... சார்! செபாஸ்டியன்னு ஒரு கார் டிரைவர்... கவர்ன்மெண்ட் ஹாஸ்பிடல்ல டாக்ஸி ஸ்டாண்ட்ல இருந்தார். ஆனா இப்ப அவர் இருக்காரான்னு எனக்குத் தெரியாது."

விவேக் மேற்கொண்டு செல்வியிடம் பேச முயன்ற விநாடி... அவனுடைய செல்போன் வைபரேஷன் மோடில் மெலிதாய் உறுமியது.

எடுத்து, அழைப்பது யாரென்று பார்த்தான்.

விஷ்ணுவின் பெயர் செல்போன் திரையில் ஊர்ந்தது. விவேக் போனைக் காதுக்கு ஒற்றிக் குரல் கொடுத்தான்.

"சொல்லு விஷ்ணு...!"

"பாஸ்...! இப்ப நீங்க எங்கேயிருக்கீங்க?"

"ஒரு முக்கியமான இடத்துல."

"அதான் என்னை விட்டுட்டுப் போயிட்டீங்களா..?"

"மொதல்ல விஷயம் என்னன்னு சொல்லுடா?"

"ஒரு அஞ்சு நிமிஷத்துக்கு முன்னாடி இன்ஸ்பெக்டர் ராஜேந்திரன் எனக்குப் போன் பண்ணாரு பாஸ்?"

"என்ன விஷயம்?"

"சொன்னா ஆச்சரியப்படுவீங்க..."

"இதுவரைக்கும் நீ எந்த விஷயத்தையும் சொல்லி என்னை ஆச்சரியப்படுத்துனதேயில்லையே?"

“இதுக்கு... கண்டிப்பா ஆச்சரியப்படுவீங்க”

“சொல்லு... பார்க்கலாம்!”

“சாம்ராஜ் கிடைச்சுட்டான்... பாஸ்!”

15

விவேக் வியப்பின் விளிம்பைத் தொட்டான்.

"என்னடா சொல்ற... சாம்ராஜ் கிடைச்சுட்டானா?"

செல்போனின் மறுமுனையில் இருந்த விஷ்ணு குரலைச் சற்றே தாழ்த்தினான்.

"ஆமா பாஸ்... ஆள் கிடைச்சுட்டானாம். ஆனா கொஞ்சம் சேதாரம்..."

"சேதாரமா?"

"எஸ் பாஸ்... சாம்ராஜ் இப்போ ராயப்பேட்டை ஜி.ஹெச் ஐ.சி.யூல இருக்கான்."

"என்னாச்சு?"

"முழு விபரம் தெரியலை பாஸ். இன்ஸ்பெக்டர் ராஜேந்திரன் ஹாஸ்பிடலுக்குள்ளேயிருந்து எனக்கு போன் பண்ணி பேசினார். டவர் சரியா கிடைக்காததினால வாய்ஸ் பிரேக்காகி வார்த்தை துண்டு துண்டா காதுல விழுந்தது. எல்லா வார்த்தைகளையும் நிதானமா பொறுக்கி எடுத்து கஷ்டப்பட்டு கலெக்ட் பண்ண விஷயம் இதுதான். 'சாம்ராஜ் இப்போ ஐ.சி.யூல இருக்கான்'. நேர்ல போய் ராஜேந்திரன்கிட்டே பேசினாத்தான் முழு விபரமும் கிடைக்கும். நான் ஒரு பத்து நிமிஷத்துக்குள்ளே ஹாஸ்பிடல் போயிடுவேன். நீங்களும் வந்துடுங்க பாஸ்."

"சரி நீ கிளம்பு... நான் வந்துடறேன்!" செல்போனை அணைத்த விவேக் மெடிக்கல் டீன் திருக்குமரனிடம் திரும்பினான்.

“டாக்டர்... உங்க ஹாஸ்பிடல் நர்ஸ் கிட்டே இன்னமும் விசாரிக்க வேண்டியிருக்கு. நான் இப்போ அவசரமா கிளம்பி ஒரு அஃபிஷியல் விஷயமா போறேன். நாளைக்கு மறுபடியும் உங்களை வந்து பார்க்கிறேன்.”

அவருடைய கையைப் பற்றி குலுக்கிவிட்டு விவேக் நகர முயன்ற விநாடி நர்ஸ் செல்வி தயக்கமாய் இடைமறித்தாள்.

“சார்... நான் பணத்துக்கு ஆசைப்பட்டு தப்பு பண்ணிட்டேன். என்னை மன்னிச்சுடுங்க.”

விவேக் சலனமில்லாமல் அவளைப் பார்த்தான்.

“ஒரு பொறுப்பான நர்ஸ் வேலைல இருந்துகிட்டு தப்பு பண்ணியிருக்கீங்க. அதுவும் சாதாரண தப்பில்லை. பணத்தை வாங்கிகிட்டு ஒரு குற்றவாளியை தப்பிச்சுப் போக விட்டிருக்கீங்க. அதுக்கு நீங்க சொன்ன காரணம் பணக்கஷ்டம். அது சரியான காரணம் கிடையாது. நாளைக்கு விசாரணை நடக்கும்போது கோர்ட் இந்த விஷயத்தை எப்படி எடுத்துக்கும்னு தெரியாது. உங்களை மன்னிக்கிறதும், மன்னிக்காததும் கோர்ட்டோட விருப்பம். ஆனா இப்போதைக்கு நீங்க போலீஸ் கஸ்டடியிலதான் இருக்கணும்.”

விவேக் சொல்லிவிட்டு வெளியேறினான்.

ராயப்பேட்டை ஜி.ஹெச்.

ஐ.சி.யூவிற்க்கு வெளியே இருந்த வெளிச்சம் குறைவான வராந்தாவில் நின்றபடி பேசிக் கொண்டிருந்த விஷ்ணுவும், இன்ஸ்பெக்டர் ராஜேந்திரனும் வேகமாய் வரும் விவேக்கைப் பார்த்ததும் அவனை நெருங்கினார்கள்.

ராஜேந்திரன் அட்டென்ஷனுக்கு வந்து சல்யூட் கொடுத்துவிட்டு தளர்ந்தார். விவேக் கேட்டான்.

“சாம்ராஜை எப்படி மடக்கினீங்க?”

“மடக்கலை சார். தகவல் வந்தது”

"என்ன தகவல்?"

"ஓயிட்ஸ் ரோட்டுக்கு பக்கத்துல கார்ப்பரேஷனுக்கு சொந்தமான ரோட் சைடு பார்க்குல கடந்த ரெண்டுமணி நேரமாய் சுய உணர்வு இழந்த நிலையில சிமெண்ட் பெஞ்சுல ஒருத்தன் படுத்து கிடக்கிறதா பார்க் வாட்ச்மேன் போலீஸ்க்கு தகவல் கொடுத்திருக்கார். அது மட்டுமில்லாமே அந்த ஆளை போட்டோ எடுத்து வாட்ஸ்அப்ல அனுப்பி வெச்சிருக்கார். போட்டோவைப் பார்த்த கண்ட்ரோல் ரூம், அந்த நபர் வேன் விபத்துல சம்பந்தப்பட்ட நபராய் இருக்கலாமோன்னு நினைச்சு எனக்கு தகவல் கொடுத்தாங்க. அடுத்த அரைமணி நேரத்திற்குள்ளே ஆம்புலன்ஸ் ஏற்பாடு பண்ணி அவனை ராயப்பேட்டை ஜி.ஹெச்சுக்கு அனுப்பிட்டேன். அப்புறமா நான் புறப்பட்டு ஹாஸ்பிடலுக்கு வந்து ஐ.சி.யூல அட்மிட்டாகியிருந்த சாம்ராஜைப் போய்ப் பார்த்து அவன்தான்னு டபுள் கன்ஃப்ர்ம பண்ணிகிட்டேன் சார்."

"இப்ப அவனோட ஹெல்த் கண்டிஷன் எப்படியிருக்கு?"

"சார், டாக்டரே வர்றார்... நீங்க அவர்கிட்டயே பேசிட்டா உண்மையான நிலவரம் தெரிய வரும்."

விவேக் திரும்பிப் பார்த்தான்.

சர்ஜனுக்குரிய பச்சை நிற கவுன் அணிந்து ஐசி யூனிட்டிலிருந்து நிதானமான நடையோடு வெளிப்பட்டுக் கொண்டிருந்தார் அந்த நடுத்தர வயது டாக்டர். முடிகொட்டிய முன்மண்டை எல்.இ.டி விளக்கு வெளிச்சத்தில் மினுமினுத்தது.

அவரை நெருங்கிய விவேக் தன்னை அறிமுகப்படுத்திக் கொள்ள அவர் ஒரு சிறிய புன்னகையுடன் கை குலுக்கினார். "அயாம் டாக்டர் சூரஜ். நியூராலஜிஸ்ட். உங்களைப் பத்தி கேள்விப்பட்டிருக்கேன். வாட் கேன் ஐ டூ ஃபார் யூ..?"

"சாம்ராஜைப் பார்க்கணும்... பார்க்க முடியுமா?"

"ஓய் நாட்... தாராளமாய் பார்க்கலாம் வாங்க."

அவர் மறுபடியும் ஐ.சி.யூவை நோக்கி நடக்க ஆரம்பித்து விட, விவேக் அவருக்கு இணையாய் நடந்தபடியே கேட்டான்.

“ஹௌ ஈஸ் ஹி..?”

“நவ் ஹி ஈஸ் இன் எம்.சி.எஸ் கண்டிஷன். அதாவது மினிமலி கான்ஷியஸ் ஸ்டேட்... பொதுவா சொல்லணும்ன்னா செமிகான்ஷியஸ் ஸ்டேஜ். இப்படிப்பட்ட நிலைமையில இருக்கிற பேஷண்ட்ஸ் நாம கேட்கிற கேள்விகளை சிரமப்பட்டு புரிஞ்சுகிட்டு சின்னச் சின்ன வார்த்தைகளா பேசி பதில் சொல்வாங்க. உதாரணத்துக்கு உன்னோட பேர் என்னன்னு நான் கேட்ட கேள்விக்கு அவனால சாம்ராஜ்ன்னு சொல்ல முடியல. ஆனா உன்னோட பேர் சாம்ராஜான்னு கேட்டதுக்கு ‘ஆமா’ன்னு சொன்னான்.”

“அவனுக்கு இந்த எம்.சி.எஸ் நிலைமை ஏற்பட என்ன காரணம்?”

“டெஸ்ப்ளூரேன்ங்கற ஒரு அனஸ்தீசியாவை கொஞ்சம் அதிகப்படியாய் யாரோ சாம்ராஜ்க்கு கொடுத்திருக்காங்க. அப்படி கொடுக்கப்பட்டதுக்கு ரெண்டு காரணம் இருக்கலாம். முதல் காரணம் சாம்ராஜ் உயிரோட இருக்க கூடாது. ரெண்டாவது காரணம் அப்படியே உயிரோட இருந்தாலும் வெஜிடேட்டிவ் ஸ்டேட்ங்கற ஒரு மோசமான டீப் கோமா ஸ்டேஜுக்கு போயிடணும். இந்த எண்ணத்தோடதான் யாரோ செயல்பட்டு அவனுக்கு அனஸ்தீசியாவை கொடுத்திருக்காங்க. அதுக்கப்பறம் அவன் மயங்கி விழுந்ததும் ரோட்சைடு பார்க்குக்கு கொண்டு போய் படுக்க வெச்சுட்டுப் போயிருக்காங்க. அநேகமா நேத்து ராத்திரியே இந்த சம்பவம் நடந்திருக்கணும்...”

“இப்ப அவன்கிட்ட பேசலாமா?”

“ட்ரை பண்ணிப் பாருங்க. நான் ஏற்கனவே சொன்ன மாதிரி யூ மே கெட் ஆன்சர்ஸ் இன் ஷார்ட்.”

இருவரும் பேசிக்கொண்டே ஐ.சி.யூவிற்க்குள் நுழைந்தார்கள்.

வென்டிலேட்டர் மெஷின்களின் உதவியோடு வாழ்க்கையின் கடைசி நிமிடங்களோடு போராடிக் கொண்டிருந்த நோயாளிகளுக்கு நடுவேயிருந்த இடைவெளியில் நடந்த டாக்டர் சூரஜ், வெள்ளை நிற திரைச்சீலைகளால் நான்கு பக்கமும் மறைக்கப்பட்டிருந்த அந்த ஸ்க்ரீனிங் அறைக்குள் நுழைந்தார். விவேக் பின் தொடர்ந்தான்.

சற்றே சாய்மானமாய் போடப்பட்டிருந்த கட்டிலில், விழிகள் பாதி செருகி லேசாய் வாய் பிளந்து படுத்திருந்தான் சாம்ராஜ். கார்டியாக் மானிட்டர், ஐவி பம்ப், சக்ஷன் மெஷின் போன்ற உபகரணங்கள் பச்சை, சிவப்பு நிற புள்ளிகளோடு 'பீப் பீப்' சத்தத்தை வெளியிட்டபடி இயங்கிக் கொண்டிருந்தன.

கட்டிலின் அருகே ஸ்டூலில் உட்கார்ந்து மெடிக்கல் சார்ட்டில் சிரத்தையாய் எழுதிக் கொண்டிருந்த நர்ஸ் அவர்களைப் பார்த்ததும் எழுந்து நின்றாள்.

சூரஜ் அவளை ஏறிட்டார்.

"இப்ப என்ன கண்டிஷன்?"

"அதே அரைகுறை சுய உணர்வோட தான் இருக்கார் டாக்டர்."

"பேச்சு கொடுத்துப் பார்த்தியா? எனி ரெஸ்பான்ஸ்?"

"பேச முயற்சி பண்றார். ஆனா அவரால முடியல."

விவேக் மெதுவாக நடந்து சாம்ராஜை நெருங்கினான். அவனுடைய கன்னத்தை மெல்லத் தட்டினான்.

"சாம்ராஜ்..."

அவன் சிரமப்பட்டு கண் விழிக்க முயன்று முடியாமல் மெல்ல முனகினான்.

"ம்..."

"இப்ப நீ எங்கேயிருக்கேன்னு தெரியுதா?"

"ம்..."

"எங்கேன்னு சொல்லு பார்ப்போம்"

அரை நிமிடம் மௌனித்து விட்டு "பா... பா... ர்... க்..." என்றான்.

"எந்த பார்க்?"

பதில் வராமல் போகவே விவேக் அவனுடைய கன்னத்தை சற்றே பலமாய் தட்டினான்.

"சொல்லு...எந்த பார்க்?"

சில விநாடிகளுக்குப் பிறகு அவனிடமிருந்து ஹீனமான குரல் வெளிப்பட்டது.

"தெ...ரி...யலை..."

"சரி... எதுக்காக பார்க்குக்குப் போனே? யாருக்காவது வெயிட் பண்ணியா?"

"ஆமா..."

"யாருக்கு?"

சாம்ராஜ் யோசிப்பது நெற்றியின் சுருக்கங்கள் மற்றும் புருவங்களின் அசைவுகளில் தெரிந்தது.

அரை நிமிட நேரம் பொறுமையாய் இருந்துவிட்டு விவேக் மறுபடியும் கேட்டான்.

"யார் அந்த நபர்?"

'தெரியாது' என்பது போல் தலையசைத்தான் சாமராஜ்.

"சரி, அந்த நபரைப் பாக்க எதுக்காக பார்க் போனே?"

" பேச..."

" எதைப் பத்தி?"

"ஊப்ர..."

"சொல்லு..."

"உடுசே... தானி... கி..." வார்த்தைகள் துண்டு துண்டாய் உதடுகளில் இருந்து விழுந்தன.

"ம்ம்... அப்பிடித்தான் பேசு..!"

"சமயம்... லேது..." பெரும் போராட்டத்துக்கு பிறகு சொல்லிவிட்டு அமைதியானான்.

லேது என்ற வார்த்தையைக் கேட்டவுடன் "தெலுங்கு மாதிரி தெரியுதே..!" என விவேக் சொல்ல, அருகில் இருந்த டாக்டர் சூரஜ் தலையசைத்தார்.

"தெலுங்கே தான்!"

"அவன் சொன்ன கடைசி மூணு வார்த்தையும் ஒண்ணா சேர்த்தா தமிழ்ல என்ன அர்த்தம் வரும்?"

16

மறுநாள் காலை பதினோரு மணி.

தலைமைக் காவல் நிலையத்தில் 'இன் ஏ நட்ஷெல்' என்று அழைக்கப்படும் அறைக்குள் விவேக்கும் விஷ்ணுவும், டி.ஜி.பி குருபிரசாத் முன்பாய் உட்கார்ந்திருந்தார்கள். பின்னால், பக்கவாட்டில் நான்கைந்து விஜிலென்ஸ் அதிகாரிகள் தெரிய, ஸ்பிலிட் ஏ.ஸி மெலிதாய் உறுமிக் கொண்டிருந்தது.

மேஜையின் மேல் வைக்கப்பட்டிருந்த பீங்கான் கோப்பைகளில் நிரம்பியிருந்த க்ரீன் டீ எலுமிச்சை வாசனையுடன் புகைந்து கொண்டிருந்தது.

டி.ஜி.பி தன்னுடைய அகலமான முன்நெற்றியைத் தடவிக்கொண்டே விவேக்கை ஏறிட்டார்.

"மிஸ்டர் விவேக்! ரீசண்ட் டெவலப்மெண்ட்ஸ்ல நாம அண்டர்கவர் ஆப்ரேஷன்ல இருந்தாலும் இந்த மீட்டிங் தவிர்க்க முடியாதமாதிரி ஆயிருச்சு. பட் நோ ஹார்ம். வீ நீட் டூ மூவ் ஆன். இட்ஸ் ஓ.கே...! சாம்ராஜ்கிட்ட நீங்க பேச்சுக் கொடுத்து விசாரிச்சுட்டு இருக்கும் போது அவன் தெலுங்குல சொன்ன வார்த்தை 'சுவாசிக்க நேரமில்லை'தானே?"

"எஸ் ஸார்."

"அதே மாதிரி ஜி.ஹெச்ல இருக்கிற அந்தத் திருநங்கை போஜ்புரி மொழியில 'சுவாசிக்க நேரமில்லை'ன்னு சொல்லியிருக்கா. இப்படி ரெண்டு பேரும் ஒரே வார்த்தையைச் சொல்லியிருக்கிறதுதான் இந்தக் கேஸ்ல எனக்கு நெருடலாயிருக்கு. வாட் டூ யூ திங்க்?"

விவேக் கோப்பையை எடுத்து டீயை சிக்கனமாய்ச் சத்தமில்லாமல் உறிஞ்சிவிட்டுச் சொன்னான்.

“எஸ் சார்...! எனக்கும் அதே நெருடல்தான். நேத்து சாம்ராஜ்கிட்ட தொடர்ந்து என்னால பேச முடியல. அவன் உடம்புக்குள்ள போயிருக்கிற அனஸ்தீஷியாவோட வீரியம் குறைஞ்சதும் மறுபடியும் பேச்சுக் கொடுத்துப் பார்க்கணும்.”

“அதே நேரத்துல இன்னொரு விஷயத்தையும் நாம மறந்துடக்கூடாது. யாரோ கூடுதலான அனஸ்தீஷியாவை சாம்ராஜ்க்குக் கொடுத்து அவனைத் தீர்த்துக்கட்டப் பார்த்திருக்காங்க. ஆனா எப்பிடியோ அவன் தப்பிச்சுட்டான். அதனால வி ஷூட் பி வெரி காஷியஸ்.”

“ஐ.சி.யூக்குள்ளே அந்நிய ஆட்கள் யாரும் போகமுடியாதபடிக்கு ரெண்டு அடுக்குப் பாதுகாப்புப் போட்டிருக்கோம் சார். அது தவிர யூனிட்டுக்குள்ளே ஒரு சிசிடிவி காமிராவையும் தற்காலிகமா ஃபிக்ஸ் பண்ணி மானிட்டரிங் போயிட்டிருக்கு.”

“தட்ஸ் குட்!” டி.ஜி.பி சொல்லிக் கொண்டிருக்கும் போதே - விவேக்கின் செல்போன் சைலண்ட் மோடில் உறுமியது.

பக்கத்திலிருந்த விஷ்ணு போனை எடுத்துப் பார்த்துவிட்டு மெல்லிய குரலில் சொன்னான்.

“ரூபலா மேடம் பாஸ்...!”

“கட் பண்ணு...! அப்புறமா பேசிக்கலாம்”

தலையாட்டிய விஷ்ணு செல்போன் இணைப்பைத் துண்டிக்க முயன்ற போது, டி.ஜி.பி இடைமறித்துச் சொன்னார்.

“ஏதாவது முக்கியமான அழைப்பாய் இருக்கப் போகுது. ப்ளீஸ் கோ அஹெட் மிஸ்டர் விவேக்.”

“நோ ப்ராப்ளம் சார்! நான் அப்புறமா பேசிக்கிறேன்.”

“நோ... நோ...! இப்படியொரு அண்டர்கவர் ஆபரேஷன் நடந்துட்டு இருக்கும்போது மனைவிகிட்டயிருந்து ஒரு

போன் கால் வருதுன்னா அதை இக்னோர் பண்றது சரியில்லை. ஹேவ் ஏ டாக் வித் ஹர். இட் மே பி ஏன் எமர்ஜென்ஸி!”

விவேக் தன்னுடைய செல்போனை எடுத்து ரூபலாவைத் தொடர்பு கொண்டான்.

“ரூபி...! நான் ஒரு முக்கியமான மீட்டிங்ல இருக்கேன். வெளியே வந்ததும் பேசறேன்.”

“உங்களுக்கு மீட்டிங் முக்கியமானதாயிருக்கலாம். ஆனா இன்னொரு முக்கியமான விஷயம் ஞாபகத்துக்கே வரலை போலிருக்கு.”

“என்ன அது?”

“யோசனை பண்ணுங்க!”

“அதுக்கு நேரமில்லை. என்னன்னு சொல்லு!”

“இன்னிக்கு என்னோட ப்ர்த்டே.. கேக் கட்டிங்கை பதினொரு மணிக்கு முடிச்சுட்டு அப்படியே வெளியே அவுட்டிங் போய் ஒரு க்ளாசிக் வெஜ் ஹோட்டல்ல லஞ்ச் முடிச்சுக்கலாம்ன்னு சொன்னது நீங்கதானே...?”

“அட...! ஆமால்ல உன்னோட பர்த்டேயை எப்படி மறந்தேன்?”

“சரி, இப்ப மணி பனிரெண்டாகப் போகுது... வீட்டுக்கு எப்ப வரப்போறதா உத்தேசம்?”

“மீட்டிங் போயிட்டிருக்கு. இன்னும் ஒரு அரைமணி நேரத்துக்குள்ள வந்துடறேன்”

“சரியா அரைமணி நேரம். அதுக்குள்ளே நீங்க வரணும்!”

ரூபலா பேசிவிட்டு இணைப்பைத் துண்டித்துவிட, டி.ஜி.பி சிரித்துக் கொண்டே கேட்டார்.

“நான் சொன்ன மாதிரி முக்கியமான விஷயம்தானே?”

“ஆமா சார்...!” விவேக்கும் புன்னகை செய்தான்.

“உங்க ஒய்ஃபுக்கு பர்த்டே போலிருக்கு? நீங்க கிளம்புங்க... இந்த சாம்ராஜ் விஷயத்தைத்தான் பேசி

முடிச்சுட்டோமே? மத்ததை நாளைக்கு பேசிக்கலாம்." சிரித்தபடியே டி.ஜி.பி, விவேக்கின் கையைப் பிடித்து வலுக்கட்டாயமாகக் குலுக்கி, "கன்வே மை பெஸ்ட் விஷ்ஷஸ் டூ ஹர்!" என்று சொல்லி விட, வேறு வழியில்லாமல் அறையினின்றும் வெளிப்பட்டான்.

அவனைப் பின்தொடர்ந்து வந்த விஷ்ணு கேட்டான்.

"பாஸ்...! கேக் கட்டிங் வீட்லதானே?"

"ஆமா..."

"லஞ்ச்?"

"ஈசிஆர்ல இருக்குற அல்டிமேட் குஸைன் ரூஃப் கார்டன் ரெஸ்டாரண்ட்."

"சூப்பர் சாய்ஸ் பாஸ்...! ரொம்பநாளா என்னோட லிஸ்ட்ல இருந்த ஹோட்டல்..."

"அப்படீன்னா இன்னிக்கு நீ மைலாப்பூர் மாட வீதி மாமி மெஸ்ஸூக்கு லஞ்ச் சாப்பிட போகலியா?"

"பாத்ரூம்ல வழுக்கி விழுந்து ஒரு வாரமா மாமிக்கு உடம்பு முடியல பாஸ். மெஸ் இப்ப அறிவிக்கப்படாத விடுமுறையில இருக்கு."

"ஒரு பொய்யை உண்மை மாதிரிப் பேசற கலையை உன்கிட்டயிருந்துதான்டா கத்துக்கணும்."

"ட்யூஷன் ஃபீஸ் ஒரு வாரத்துக்கு அஞ்சாயிரம் ரூபா. காலையில வர்றீங்களா, இல்ல சாயந்தரமா பாஸ்?"

"ரெண்டு நேரமும் வர்றேன். முதல்ல கார்ல ஏர்றா... அரைமணி நேரத்துக்குள்ள வீட்டு வாசல்ல கார் நிக்கணும். இல்லேன்னா உன்னோட மேடத்தைக் கன்வின்ஸ் பண்றதுக்குள்ளே அடுத்த பர்த்டே வந்துடும்." சொல்லிக் கொண்டே விவேக் காருக்குள் நுழைந்தான். விஷ்ணு ஏறி அமர்ந்ததும் கார் அதிரடியாய் வேகம் பிடித்துப் பிரதான சாலைக்கு வந்து சீறியது.

“பாஸ்...! மேடத்துக்கிட்ட பயம் இருக்க வேண்டியதுதான். அதுக்காக இப்படியா? காரோட வேகத்தைக் குறைங்க பாஸ்.”

“டேய்...! சீட் பெல்ட் போட்டுக்கிட்டு சாஞ்சு உட்காரு. சும்மா லொட லொடன்னு பேசிட்டு வராதே!”

விஷ்ணு சீட் பெல்ட்டை மாட்டிக் கொண்டு சாய்ந்தான்.

கார் உண்மையிலேயே பறந்தது. ஐந்து நிமிஷப் பயணத்துக்குப் பிறகு கார் பிரதான சாலையிலிருந்து விலகி, போக்குவரத்து அறவே இல்லாத அந்தக் குறுகிய தெருக்குள் நுழைந்தது.

விஷ்ணு முகம் மாறினான்.

“பாஸ்...! நாம உங்க வீட்டுக்குத்தானே போறோம்?”

“ஆமா...!”

“அப்புறம் எதுக்கு... இந்த பிஸ்மில்லாகான் குறுக்குத் தெருவுக்குள்ளே நுழைஞ்சிருக்கோம். இந்த ரோடு டெட் எண்ட். மேல போக முடியாதே?”

“தெரியும்...!”

“தெரிஞ்சுமா...?”

விஷ்ணு விதவிதமாய் முகம் மாறி ஆச்சரியப்பட்டுக் கொண்டிருக்கும் போதே சாலையோரமாய் காரை நிறுத்திவிட்டு இறங்கினான் விவேக்.

சாலையின் மறுபக்கம் சிவப்பாய்ப் பூத்திருந்த குல்மொஹர் மரத்துக்கு அடியில் ஒரு ஆம்புலன்ஸ் வேன் நின்றிருக்க, அதை நெருங்கினான். அதன் பின்பக்கக் கதவை மெல்லத்தட்ட அது மெல்லத் திறந்தது.

உள்ளே வெள்ளை நிற யூனிபார்ம் அணிந்து உட்கார்ந்திருந்த இரட்டை நாடி சரீர நபரும், இளவயது இன்ஸ்பெக்டரும் பதட்டமாய் வேனை விட்டு இறங்கி ஒரு அவசர சல்யூட் வைத்தார்கள்.

விவேக் கேட்டான்.

"நாம போட்ட ப்ளான்ல எந்தப் பிரச்னையும் இல்லையே?"

"நோ சார்...! எவ்ரிதிங் வென்ட் வெல்."

விஷ்ணு, விவேக்கிற்குப் பின்புறமாய் நின்றபடி நைந்து போன குரலில் கேட்டான்.

"பாஸ்...! இங்கே என்ன நடக்குது? நாம ரூபலா மேடத்தைப் பார்க்கப் போயிட்டிருக்கோம். ஆனா நீங்க எதுக்காகக் காரை நிறுத்திட்டு ஆம்புலன்ஸ் வேன்ல இருக்கற இவங்களைப் பார்க்கணும்?"

விவேக் புன்னகையோடு சொன்னான்.

"நாம பார்க்க வந்ததே இவங்களைத்தான்."

"என்ன பாஸ் சொல்றீங்க?"

"ஒயிட் யூனிஃபார்ம்ல இருக்கிறவர் பேரு... மிஸ்டர் தயாளன். செங்கல்பட்டு சப் ஜெயில்ல வார்டனா இருக்கார். இவரு மாணிக்கவேல். அதே ஏரியா பீட்ல இருக்கிற ஸ்டேஷன்ல சப் இன்ஸ்பெக்டராய் இருக்கார். இந்தச் சந்திப்புக்கு ஏற்பாடு பண்ணினதே உன்னோட ரூபலா மேடம்தான்."

"உங்க குடும்பமே எனக்கு எதிரா சதி பண்ணியிருக்குன்னு சொல்லுங்க பாஸ்."

விவேக், விஷ்ணுவின் தோள் மீது கையை வைத்தான்.

"விஷ்ணு...! இந்த அண்டர்கவர் இன்வெஸ்டிகேஷன்ல சில விஷயங்கள் உனக்கே தெரியாமே இருந்தாத்தான் சக்சஸ்ஃபுல்லாய் இருக்கும். கொஞ்ச நேரத்துக்கு முன்னாடி நடந்த நட் ஷெல் மீட்டிங்ல அஞ்சு விஜிலென்ஸ் ஆபீஸர்ஸ் இருந்தாங்க. அவங்கள்ல யாருக்குமே ப்ளாக் மார்க் கிடையாது. இருந்தாலும், டி.ஜி.பிக்கு ஒரு சந்தேகம். அதனாலதான் அந்த மீட்டிங்கிலிருந்து நீயும் நானும் வெளியே

வந்து இவங்களைச் சந்திக்க உன் ரூபலா மேடத்தோட பிறந்தநாளை உபயோகப்படுத்திகிட்டோம்."

"அப்படீன்னா டி.ஜி.பிக்கும் மேடத்துக்கும் மொதல்லயா இந்த விஷயம் தெரியும்?"

"நல்லாவே...!"

"ஓகே பாஸ்...! இப்ப நீங்க இவங்ககிட்டே பேசறப்பவாவது நான் உங்ககூட இருக்கலாமா?"

"இருக்கலாம்... என்ன..? நீயும் பேசலாம். ஆனா நாம பேசப்போறது இவங்ககிட்ட இல்லை."

"அப்புறம்?"

"தினகர்கிட்டே..."

"எந்த தினகர் பாஸ்..? ஓ... சுடர்விழி அலைஸ் சல்மாவோட புருஷன் தினகரா..?"

"அவனேதான்... ஒரு கொலைக் குற்றத்துல மாட்டி தண்டனை அடைஞ்ச தினகர் தமிழ்நாட்ல இருக்கற ஏதோ ஜெயில்ல இருக்கான்னு சொல்லி விசாரணை பண்ணிட்டு இருந்தோமே?"

"ஆமா...!"

"அதுக்கு... இன்னிக்குக் காலையிலதான் பதில் கிடைச்சது. தினகர் செங்கல்பட்டு சப் ஜெயில்ல இருக்கற விஷயம் தெரிஞ்சதும் முதல்ல ஜெயிலுக்கே போய் விசாரணை நடத்தலாம்ன்னு நானும் டி.ஜி.பியும் முடிவு பண்ணியிருந்தோம். ஆனா அந்த விசாரணை வெளிப்படையா பலருக்கும் தெரிய வாய்ப்பிருக்குன்னு நினைச்சு, அவனை மருத்துவப் பரிசோதனைக்காக சென்னைக்கு கூட்டிட்டு வர்றமாதிரி, ஏற்பாடு பண்ணி சப்-ஜெய்லர் தயாளன், சப்-இன்ஸ்பெக்டர் மாணிக்கவேல் மூலமா வெற்றிகரமா அதைச் செஞ்சு முடிச்சோம்."

"தினகர் எங்கே பாஸ்?"

“வேனுக்குள்ளே எட்டிப்பாரு!”

விஷ்ணு எட்டிப் பார்த்தான்.

கைகளில் போட்ட விலங்கோடு ஒரு வாழைப்பழத்தை உரித்துச் சாப்பிட்டுக் கொண்டிருந்தான் அந்த தினகர்.

17

விஷ்ணு விவேக்கை திகைப்போடு திரும்பிப் பார்த்தான்.

"பாஸ்...!"

"ம்."

"இவன்தான் அந்தத் தினகரா?"

"ஆமா..."

"என்ன பாஸ்...! ஏதோ கோயில் மண்டபத்துக்குள்ளே உட்கார்ந்துகிட்டு பிரசாதம் சாப்பிடற மாதிரி சாவகாசமா வாழைப்பழத்தை உரிச்சுச் சாப்ட்டுட்டு இருக்கான்."

பக்கத்தில் நின்றிருந்த ஜெயில் வார்டன் தயாளன் குறுக்கிட்டு சொன்னார்.

"அவன் திடீர்னு பசிக்குதுன்னு சொன்னான் சார். இப்போதைக்கு லஞ்ச் சாப்பிட நேரமில்லைங்கறதால வேன்ல வெச்சிருந்த வாழைப்பழத்தை எடுத்துக் கொடுத்தோம்."

"இட்ஸ் ஓ.கே...!" சொன்ன விவேக் சுற்றுமுற்றும் பார்த்து விட்டு இன்ஸ்பெக்டர் மாணிக்கவேலிடம் குனிந்து மெல்லிய குரலில் கேட்டான்.

"வேன்ல வரும்போது... உங்ககிட்ட தினகர் ஏதாவது பேசினானா?"

"'என்னை எதுக்காக ஜி.ஹெச்சுக்கு திடீர்னு கூட்டிக்கிட்டுப் போறீங்க. என்னோட உடம்புக்குத்தான் ஒண்ணுமில்லையே'ன்னு புலம்பிக்கிட்டே இருந்தான்... அவ்வளவுதான் சார். வேற எதுவும் பேசலை."

“அதுக்கு நீங்க என்ன பதில் சொன்னீங்க?”

“ஆறுமாசத்துக்கு முந்தி கைதிகளுக்கு ஒரு ஜெனரல் மெடிக்கல் செக்கப் நடந்தப்ப நாலைஞ்சு பேருக்கு ‘ஃபேட்டி லிவர் கிரேடு 3’ ப்ராப்ளம் இருந்துச்சு. அவங்கள்ல நீயும் ஒருத்தன். இப்போ அந்த லிவர் கண்டிஷன் எப்படியிருக்குன்னு ஸ்கேன் பண்ணிப் பார்க்கத்தான் ஜிஹெச்சுக்கு கூட்டிட்டு போறோம்ன்னு சொன்னோம். இப்ப சந்தேகம் போயி, ஃபேட்டி லிவர் பயம் வந்துருச்சு.”

விவேக்கும் விஷ்ணுவும் ஆம்புலன்ஸ் வேனுக்குள் ஏறி தினகருக்கு எதிரில் இருந்த நீளமான பெஞ்சில் உட்கார்ந்தார்கள்.

வாழைப்பழத்தைச் சாப்பிட்டு முடித்துவிட்டு பாட்டிலில் இருந்த தண்ணீரைக் குடித்துக் கொண்டிருந்த தினகர் கண்களில் கலவரம் பரவ அவர்களைப் பார்த்ததும், எழ முயன்றான்

விவேக் அவனுடைய தோளில் கை வைத்து அழுத்தினான்.

“பயப்படாம உட்காரு!”

தினகர் பதட்டமாய் கை விலங்கோடு கும்பிட்டான்,

“சார்...! என்னை ஒண்ணும் பண்ணிடாதீங்க சார். நான் எந்தத் தப்பையும் பண்ணாமே ஜெயில் தண்டனையை அனுபவிச்சிட்டிருக்கேன். ப்ளீஸ் சார்...! என்னை என்கவுண்ட்டர்ல போட்டுடாதீங்க சார்.”

“இதோ பாரு தினகர்...! நான் இப்போ கேட்கப்போற கேள்விக்கெல்லாம் உண்மையான பதில்களைச் சொல்லிட்டா உன்னை சீக்கிரமே ஜெயில்லயிருந்து வெளிய கொண்டுவர எங்களால முடியும். என்ன... சொல்றியா?”

“கே... கேளுங்க ஸார்...”

“உனக்கு எதனால இந்த சிறைத் தண்டனை கிடைச்சது?””

“கொடைக்கானல்ல நடந்த ஒரு கொலையில என்னை சஸ்பீஷியஸ் அக்யூஸ்ட்டா சேர்த்துட்டாங்க சார்.”

“கொலையானது யாரு?”

“ஒரு மெடிக்கல் ரெப்..”

“அவன் பேரென்ன?”

“ஸ்டீபன்.”

“எதுக்காக அந்தக் கொலை?”

“அந்த ஸ்டீபன் ஒரு பார்மா கம்பெனில தயாரான போலி மருந்துகளை மார்க்கெட்டிங் பண்ணி, பெரிய அளவுல சம்பாதிச்சுட்டிருந்தான். அந்த விவகாரத்துல ஜோசப்னு ஒரு பார்மஸிக்காரனுக்கும் ஸ்டீபனுக்கும் பணத்தை ஷேர் பண்ணிக்கிற விஷயத்துல தகராறு வந்து கைகலப்புல, புரோக்கர் ஒருத்தனுக்கு கத்திக் குத்து விழுந்துச்சு... அவன் சம்பவ இடத்திலேயே செத்துட்டான்.. அந்தக் கொலையில பதினோரு பேர் மேல கொலைக் குற்றம் சாட்டினாங்க. அதுல நானும் ஒருத்தன். சம்பவம் நடந்த இடத்துல நான் இருந்தேங்கிற ஒரேயொரு காரணத்துக்காக எனக்கு ரெண்டு வருஷ ஜெயில் தண்டனை கொடுத்துட்டாங்க ஸார்.”

“நீ அப்பீல் போகலையா?”

“போனேன். தள்ளுபடி பண்ணிட்டாங்க.”

“சரி...! உன்னோட இந்த விவகாரத்தைப் பத்தி அப்புறமாப் பேசுவோம். இப்ப நாங்க கேட்கப் போற உன் குடும்பம் சம்பந்தப்பட்ட கேள்விகளுக்கு நீ உண்மையான பதிலைச் சொல்லணும். ஒரு பொய் சொன்னாலும் நீ வேற ஒரு பிரச்னையில மாட்டிக்க வேண்டியிருக்கும்.”

தினகரின் முகம் பீதியில் உறைந்தது.

“என்ன சார் சொல்றீங்க? வேற ஒரு பிரச்னையா?”

“ஆமா...! அது என்னன்னு அப்புறமா சொல்றேன். உன்னோட மனைவி பேர் என்ன?”

“சுடர்விழி...”

“அதுதான் அவளோட உண்மையான பேரா?”

“இல்ல சார்...! அவ முஸ்லீம். பேரு சல்மா. நானும் அவளும் ஒருத்தரையொருத்தர் காதலிச்சு கல்யாணம் பண்ணிகிட்டோம். கொஞ்ச நாள்லயே சல்மாவும் ஒரு இந்துப் பொண்ணா மாறி சுடர்விழின்னு பேர் வெச்சுகிட்டா.”

“உங்க காதலுக்கு ரெண்டு பேரோட குடும்பங்களும் ஒத்துக்கிட்டாங்களா?”

“இல்ல சார்...! சல்மா வீட்டுல ஒத்துக்கல. எனக்குக் குடும்பம் கிடையாது. அம்மாவும், அப்பாவும் சின்ன வயசிலேயே இறந்துட்டாங்க. என்னோட அண்ணன்தான் என்னை வளர்த்து பி.பார்ம் வரைக்கும் படிக்க வெச்சார். அவரும் எப்பவோ கல்யாணம் பண்ணிக்கிட்டு வெளிநாட்ல செட்டில் ஆயிட்டார்.”

“நீ ஜெயில்ல இருக்கிறது உன்னோட அண்ணனுக்குத் தெரியுமா?”

“தெரியும் சார். ஆனா அவர் என்னைக் கண்டுக்கல. காரணம் அண்ணிக்கு என்மேல வெறுப்பு.”

“சரி...! காதல் கல்யாணம் பண்ணிகிட்ட நீயும் சல்மாவும் சந்தோஷமாக் குடும்ப வாழ்க்கைய நடத்தலை போலிருக்கே?”

தினகர் முகத்தை கவிழ்த்துக் கொண்டு மௌனம் சாதிக்க, விஷ்ணு அவனுடைய தலையில் தட்டினான்.

“உன்கிட்டத்தான் பேசிட்டிருக்கோம். இந்த வேன்ல வேற யாருமில்லை. நீ மட்டும்தான். ம்...! பதில் சொல்லு. காதலிச்சுக் கல்யாணம் பண்ணிகிட்ட... உனக்கும், சல்மாவுக்கும்... என்ன பிரச்னை?”

“அவ சரியில்ல சார்...!”

“சரியில்லன்னா என்ன அர்த்தம்? அவளோட நடத்தையா?”

“இல்ல...!”

“பின்ன..?”

“நான் சொல்ற பேச்சைக் கேக்கறதில்ல..”

“நீ அப்படி என்ன சொன்னே?”

“வேலைக்குப் போக வேண்டாம்ன்னு சொன்னேன்.”

“சல்மா நர்ஸிங் கோர்ஸ் படிச்சவனு தெரிஞ்சுதானே அவளை நீ காதலிச்சே?”

“ஆமா.”

“அப்புறம் ஏன் வேலைக்கு போக வேண்டாம்ன்னு சொன்னே?”

“அந்த வேலைக்குப் போக வேண்டான்னு சொல்லலை சார். ராத்திரி நைட் ஷிஃப்ட் வேண்டாம்ன்னுதான் சொன்னேன். ஆனா அவ அந்த ஷிஃப்ட்டுக்குத்தான் போவேன்னு அடம் பிடிச்சா.”

“என்ன காரணம்?”

“தெரியல...!”

“நீ கேட்கலையா?”

“கேட்டேன் சார்”

“என்ன சொன்னா..?”

“நைட்ல வேலை பார்க்கத்தான் பிடிச்சிருக்குன்னு சொன்னா.”

“கல்யாணம் ஆகறதுக்கு முந்தி சல்மா இப்படி எதிர்த்துப் பேசியிருக்காளா?”

“இல்ல சார்...! கல்யாணம் ஆன கொஞ்ச நாள்லேயே நர்ஸ் வேலைக்குப் போறதைவிட நானும் உங்ககூட சேர்ந்து பார்மஸியைப் பார்த்துக்கறேன்னு சொன்னா... சொன்ன மாதிரி பார்மஸியில ஒரு மாசம் இருந்து பார்த்துகிட்டா. அதுக்கப்புறம் ‘ஒரு நாள் இந்த வேலை போரடிக்குது. ஒரே இடத்துல

12 மணி நேரம் உட்கார்ந்திட்டிருக்க என்னால முடியல. பெங்களூர்ல ஒரு ஹாஸ்பிடல்ல நர்ஸ் வேலை இருக்கறதா என் ஃப்ரெண்ட் போன் பண்ணிச் சொன்னா. நான் ரெண்டு நாள்ல கிளம்பறேன்'னு சொன்னா. அன்னிக்கு நான் கொஞ்சம் லிக்கர் கன்ஸ்யூம் பண்ணியிருந்ததால அதிகப்படியா கோபப்பட்டு, கண்டபடி பேசி மூர்க்கத்தனமா அவளை அடிச்சுட்டு வெளியே போயிட்டேன். ராத்திரி பதினொரு மணிக்கு மேல நான் வீட்டுக்கு வந்தப்ப சல்மா வீட்ல இல்ல. என்னைத் தேட வேண்டாம்ன்னு ஒரு லெட்டர் எழுதி வெச்சுட்டுப் போயிட்டா..."

"அந்த லெட்டரைப் பத்திரப்படுத்தி வெச்சிருக்கியா?"

"இல்ல...! அது ஒரு துண்டுச்சீட்டுதான். ரெண்டே வரிதான் இருந்தது."

"சல்மாவை நீ தேடலையா?"

"தேடலை சார். கோபம் தணிஞ்சு அவளே ரெண்டு நாள்ல வந்துடுவான்னு நினைச்சேன். வரலை... சரி போலீஸ்ல போய் சொல்லிடலாம்ன்னு நினைச்சுக் கிளம்பும் போது சல்மாவே எனக்கு போன் பண்ணிப் பேசினா."

"என்ன சொன்னா?"

"அவ தற்சமயம் பெங்களூர்ல இருக்கற மெர்ஸி நர்சிங்ஹோம்ல வேலை பார்க்கிறதாவும், தான் காணாமே போனதா போலீஸ்ல போய் கம்ப்ளைண்ட் செய்ய வேண்டாம்ன்னும் கேட்டுக்கிட்டா. அவ மேல இருந்த வெறுப்புல போலீஸ்க்கு போய் புகார் தராம இருந்துட்டேன்."

"அதுக்கப்புறம் நீ சல்மாவைப் பார்க்கவேயில்லையா?"

"இல்ல சார். என்னோட பேச்ச அவ கேட்கல... என் கூட வந்து வாழறதுக்கு விருப்பப்படல. இந்த சூழ்நிலையிலதான் அந்த மெடிக்கல் ரெப் கொலை வழக்குல மாட்டிக்கிட்டு ஜெயிலுக்குப் போயிட்டேன்."

"சரி...! வந்ததிலருந்து நாங்க உன்னோட ஒய்ஃப் சல்மாவப் பத்தி விசாரிச்சிட்டிருக்கோம். நீ எதுக்காகன்னு கேட்கலையே?"

“கேட்கறதுக்கு பயமா இருந்தது சார்.”

“என்ன பயம்?”

“அது... வந்து...”

“பரவாயில்லை...! சொல்லு”

தினகர் சில விநாடிகள் எதுவும் பேசாமல் மௌனமாய் இருந்துவிட்டு இருட்டடித்துப் போன முகத்தோடு நிமிர்ந்தான்.

“சார்...! நீங்க இப்படி வந்து சல்மாவப் பத்தி டீப்பா விசாரிக்கிறதைப் பாத்தா ஒரே ஒரு சந்தேகம்தான் வருது.”

“என்ன சந்தேகம்.. சொல்லு?”

“இப்ப அவ உயிரோட இல்லைன்னு நினைக்கறேன்.”

விவேக்கின் புருவங்கள் வியப்பில் மேலேறின.

18

மௌனமாய் இருந்த விவேக்கிடம் தினகர் தயக்கக் குரலில், மீண்டும் கேட்டான்.

"சார்...! என்னோட சந்தேகத்துக்கு நீங்க பதில் சொல்லவே இல்லையே?"

"சல்மா உயிரோட இருக்கமாட்டானு நீ எப்படிச் சொல்றே...? உனக்கு அந்த சந்தேகம் வரக் காரணம்?"

தினகர் விரக்தியாய்ப் புன்னகையொன்றை உதட்டில் கசிய விட்டான்.

"ஸார், அவளைக் கல்யாணம் பண்ணிக்கிட்டப்பறம் சில வருஷங்கள்ல அவளோட நடவடிக்கையெல்லாம் தப்பான வழியில போற மாதிரி என்னோட மனசுக்குப் பட்டுச்சு. இப்ப நீங்க விசாரிக்கிற முறையை அவளோட நடவடிக்கைகளோட கனெக்ட் பண்ணிப் பார்த்தா அவளோட உயிருக்கு ஏதோ ஆபத்து ஏற்பட்டு இருக்கலாமோன்னு மனசுக்குப்படுது."

விவேக் சில விநாடிகள் மௌனமாக இருந்துவிட்டு சொன்னான்.

"உன்னோட கணிப்பு சரிதான். சல்மா இப்போ உயிரோட இல்லை."

வெகுவாய் முகம் மாறிய தினகர் பதட்டக் குரலில் கேட்டான்.

"எ... எப்படி சார்?"

"போன வாரம் நடந்த ஒரு வேன் விபத்துல நாலைஞ்சு பேர் இறந்து போயிட்டாங்க. அதுல சல்மாவும் ஒருத்தி. பை... த... பை! உனக்கும் சல்மாவுக்கும் எப்படிப் பழக்கம்?"

சிறிது நேரம் அமைதியாய் இருந்த தினகர், மெதுவாக பேச ஆரம்பித்தான்.

"அவளை நான் முதன்முதல்ல சந்திச்சதே மதுரை மீனாட்சியம்மன் கோயில்லதான் ஸார். அழகா பட்டுப்புடவை கட்டி தலை நிறையப் பூ வெச்சுகிட்டு இந்துப் பொண்ணு மாதிரியே இருந்தா. அன்னிக்குக் கோயில்ல சரியான கூட்டம். பிரசாதம் வாங்கற இடத்துல ஒரு வயசான அம்மா மயக்கமாயிட்டாங்க. நானும் சல்மாவும்தான் அந்த அம்மாவுக்கு முதலுதவி பண்ணி, பக்கத்துல இருக்கற ஹாஸ்பிடலுக்கு கூட்டிட்டுப் போனோம். அங்கதான் ஒருத்தரைப் பத்தி ஒருத்தர் தெரிஞ்சுகிட்டோம். அது பழக்கமா மாறி, நிறைய இடத்துல சந்திச்சிப் பேசினோம்... சல்மா முஸ்லிமா இருந்தாலும் இந்து மதம் சம்பந்தப்பட்ட விஷயங்கள்ல அவளுக்கு இருந்த ஆர்வம் என்னை ஆச்சரியப்படுத்திச்சு. அவமேல ஒரு ஈர்ப்பு ஏற்பட்டு, அது காதலா மாறி கல்யாணத்துல போய் முடிஞ்சது. முதல் ரெண்டு வருஷம் கல்யாண வாழ்க்கை சந்தோஷமா இருந்தது ஸார். அதுக்கப்புறம் டே ஷிஃப்ட் நர்ஸ் வேலைக்குப் போயிட்டிருந்தவ திடீர்னு நைட் ஷிஃப்டுக்கு போக ஆரம்பிச்ச நாளிலிருந்துதான் பிரச்னை ஆரம்பிச்சது."

"சரி...! நீ சல்மாவோட ட்வின் சிஸ்டர் மெஹருன்னிஸாவைப் பார்த்து பேசியிருக்கியா?"

"இல்லை சார்."

"இந்த நைட் ஷிஃப்ட் விவகாரம் ஒண்ணுதான் சல்மாகிட்டே வித்தியாசமா தெரிஞ்சுதா... இல்லை, இன்னும் வேற ஏதாவது இருந்ததா?"

"வேற ஒண்ணும் இருந்தது சார்."

"என்ன..?"

"ஒருநாள் திடீர்னு யோகா சொல்லித் தர்ற சென்டர் ஒண்ணு ஆரம்பிக்கப் போறேன்னு சொன்னா. நான் எதுக்குன்னு கேட்டேன். யோகா கத்துத் தர்றது நல்லதுதானேன்னு சிரிச்சுகிட்டே சொன்னா. மேற்கொண்டு என்னால எதுவும் பேச முடியல."

விவேக் ஆச்சரியப்பட்டான்.

"அது எப்படி நர்ஸ் வேலைக்கு நைட்ஷிப்ட் போயிட்டு பகல்ல ரெஸ்ட் எடுக்காமே யோகா சென்டரை நடத்த முடியும்?"

"யோகா கிளாஸுக்கு ஆட்கள் வர்றதே சாயந்தரம் அஞ்சு மணிக்கு மேலதான், ஸார். ஏழு மணிவரைக்கும் கிளாஸ் எடுப்பா. அதுக்கப்புறம் நைட் டிபன் பண்ணி, எனக்கு வேண்டியதை மேஜை மேல எடுத்து வெச்சுட்டுப் போயிடுவா."

"யோகா கத்துக்க யாராவது வந்தாங்களா?"

"ஆரம்பத்துல அஞ்சாறு பேர் வந்தாங்க. அதுக்கப்புறம் நாளாக நாளாக கத்துக்க வர்றவங்க அதிகமாகி, அம்பது பேருக்கு மேல வந்ததினால அது ஒரு பிஸியான யோகா சென்டரா மாறிடுச்சு. அதுவும் கொஞ்ச நாள்தான் நடத்துனா. ஒரு கட்டத்துல திடீர்னு அந்த யோகா சென்டர் போர்டை கழட்டி வெச்சுட்டு நர்ஸ் வேலையையும் ராஜினாமா பண்ணிட்டு வீட்ல உட்கார்ந்து லேப்டாப்ல எதையோ பார்த்துட்டிருந்தா."

"யோகா சென்டரை க்ளோஸ் பண்ண என்ன காரணம்?"

“கேட்டேன். அதுக்கு அவ யோகா கத்துக்க வர்றவங்க ஒழுங்கா ஃபீஸ் தர்றதில்லை. அதுவுமில்லாமே இன்னிக்கு யோகா ஒரு பிசினஸா மாறி ஊர் பூராவும் ஏகப்பட்ட விதவிதமான பேர்ல யோகா சென்டர்ஸ் காளான் மாதிரி முளைச்சிடுச்சுன்னு சொன்னா.”

“நர்ஸ் வேலையை விட்டதுக்கு என்ன காரணம் சொன்னா?”

“அந்த ஹாஸ்பிடல் நிர்வாகம் சரியில்லை. ஒரு சின்ன தப்பு பண்ணாக்கூட சீஃப் டாக்டர் எல்லார்க்கும் முன்னாடி கண்டபடி திட்டறார்ன்னு சொன்னா. அவ அப்படிச் சொன்னத என்னால நம்ப முடியலை.”

“ஏன்?”

“ஏன்னா...! அந்த சீஃப் டாக்டர் ராமானுஜத்தைப் பத்தி எனக்கு தெரியும் ஸார். யாரையும் அதிர்ந்து பேச மாட்டார். தப்பு பண்ணினாலும் அடுத்த தடவை இந்தத் தப்பை பண்ணாதேன்னு தன்னோட ரூமுக்கு கூப்பிட்டு தனியாதான் சொல்வார்.”

“அப்படீன்னா சல்மா யோகா சென்டரை க்ளோஸ் பண்ணதுக்கும் நர்ஸ் வேலையை ராஜினாமா பண்ணதுக்கும் வேற ஏதாவது ஒரு காரணம் இருக்கும்ன்னு நினைக்கறியா?”

“ஆமா ஸார்.”

“என்ன காரணம்?”

“எனக்குத் தெரியலை சார். ஆனா சல்மா நிச்சயமா ஏதோ ஒரு தப்பான வழியில போயிருக்கா. அவ தன்னோட யோகா சென்டர்க்கு பேர் வைக்கறப்பவே அந்தப் பேர் எம் மனசுக்கு நெருடலாய் இருந்தது.”

“என்ன நெருடல்?”

“அவ வெச்ச பேரு டைம் டூ ப்ரீத்!”

விவேக்கின் இரு புருவங்களும் உயர்ந்தன.

“என்ன... டைம் டூ ப்ரீத்தா?”

"ஆமா சார்...! தமிழ்ல 'சுவாசிப்பதற்கான நேரம்'ன்னு அர்த்தம் வர்ற மாதிரி வெச்சா."

விவேக்கும் விஷ்ணுவும் சரேலென்று ஒரு கத்தி வீச்சு போன்ற பார்வையைப் பரிமாறிக் கொண்டார்கள்.

'என்ன பாஸ்...! இது புதுக்கரடி?' என்று விஷ்ணு பார்வையாலேயே விவேக்கிடம் கேட்க, அவன் கையமர்த்திவிட்டு தினகரிடம் திரும்பினான்.

"'டைம் டு ப்ரீத்'ங்கிற பேர்ல உனக்கு என்ன நெருடல்? சுவாசிப்புங்கிற வார்த்தை யோகாவோட சம்பந்தப்பட்டது தானே?"

"நீங்க சொல்றது சரிதான் சார். அதை எனக்கு சரியா சொல்லத் தெரியல்ல... அதேமாதிரி அவ யோகா வகுப்பு எடுக்கிற முறையும் வேற மாதிரி இருக்கும்."

"வேற மாதிரின்னா..?"

"பொதுவா யோகா கிளாஸ் எடுக்கறவங்க அத்தனை பேரையும் ஒரே இடத்துல வரிசையா உட்கார வெச்சு ஒரே மாதிரியான பயிற்சிதானே கொடுப்பாங்க? ஆனா சல்மா அப்படிச் செய்யலை. யோகாவுக்கு வந்தவங்களை அஞ்சு குழுக்களாப் பிரிச்சு, தனித்தனியா கிளாஸ் எடுப்பா. எல்லாத்துக்கும் மேல அவங்க வீட்டுக்குப் புறப்பட்டு போறப்ப செம்பருத்தி ஜூஸ் கொடுப்பா. எங்க வீட்டுல நிறைய செம்பருத்திச் செடிங்க இருந்தது. அதுல ஒரு நாளைக்கு நூத்துக்கும் மேல பூக்கள் பூக்கும். அதையெல்லாம் சல்மா பறிச்சு பெரிய பாத்திரத்துல போட்டு தண்ணி ஊத்தி கொதிக்க வெச்சு வடிகட்டி ரத்த நிறத்துல இருக்கிற ஜூஸை எல்லாருக்கும் குடிக்கக் கொடுப்பா."

"இதுல ஏதாவது பிரச்னை இருக்கும்னு நினைக்கறியா?"

"அதைப் பிரச்னைன்னு சொல்ல முடியாது சார். ஆனாலும் ஒரு சந்தேகம்."

“சந்தேகமா? சந்தேகத்துக்கு மேல சந்தேகமா அடுக்கிட்டே போறே...”

“காரணம் இருக்கு சார். சல்மா யோகா சென்டரை க்ளோஸ் பண்றதுக்கு ரெண்டு வாரத்துக்கு முந்தி யோகா வகுப்புக்கு வந்துட்டிருந்த ரெண்டு பேர் இறந்துட்டாங்க. அவங்களுக்கு அறுபது வயசுக்கு மேல இருக்கும். அதுக்கப்பறம் ஒரு ரெண்டு வாரமா சல்மா டென்ஷனாவே இருந்தா. சரியா சாப்பிடாம, தூங்காம, ஜன்னலுக்கு பக்கத்துல நின்னு வெளியே வெறிச்சுப் பார்த்துகிட்டு...”

“சல்மாகிட்டே அதைப் பத்திப் பேசினியா?”

“இல்ல சார்...! அந்தச் சமயத்துல எனக்கும் அவளுக்கும் பேச்சு வார்த்தை இல்லாம இருந்தது. பேசினா பிரச்னை பெருசாயிடும்ன்னு நினைச்சு நான் அமைதியா இருந்துட்டேன்.”

“இறந்து போன அந்த அந்த ரெண்டு பேர் யார்ன்னு உனக்குத் தெரியுமா?”

“தெரியாது...”

“வேற யார்கிட்ட கேட்டா தெரியும்..?”

“யோகா கிளாஸுக்கு வந்தவங்கள்ல பரசுராம்ங்கிற ஒரு ரிடையர்ட் ஹெட்-கான்ஸ்டபிளை எனக்குத் தெரியும். அவருக்கு ஆஸ்துமா பிரச்னை இருந்ததினால அடிக்கடி மருந்து வாங்க என்னோட பார்மஸிக்கு வருவார். யோகா பண்ணா ஆஸ்துமா நோய் குணமாகும்ங்கிற நம்பிக்கையில யோகா கிளாஸ்ல வந்து சேர்ந்தார். கிளாஸ் நடக்கிற சமயத்துல நான் அவரைப் பார்த்தா விஷ் பண்ணுவேன். ரெண்டு வார்த்தை பேசுவோம். அவ்வளவுதான் சார்”

“அவர் இப்போ கொடைக்கானல்லதான் இருக்காரா?”

“இல்ல சார்...! அவருக்கு ஆஸ்துமா ப்ராப்ளம் சரியாகாத காரணத்தால குளிர் அதிகமா இருக்கற கொடைக்கானல்லயிருந்து சென்னைக்கு போயிட்டார். அவர் புறப்பட்டுப்போகும்போது என்கிட்ட சொல்லிட்டுத்தான் போனார்.”

"சென்னையில அவரோட வீட்டு அட்ரஸ் தெரியுமா?"

"அவர் சொன்ன அட்ரஸ் அரைகுறையா ஞாபகத்துல இருக்கு."

"சொல்லு..."

"கோடம்பாக்கம் யுனைடெட் காலனியில முதல் தெரு. வீட்டு நம்பர் ஞாபகத்துல இல்ல. நீங்க அங்கே போய் அவரோட பேரைச் சொல்லி விசாரிச்சா வீட்டைக் கண்டுபிடிச்சுடலாம், சார்." தினகர் சொல்லிக் கொண்டிருக்கும் போதே விவேக்கின் செல்போன் வைபரேஷன் மோடில் ஒரு வண்டைப்போல் ரீங்காரம் செய்தது.

எடுத்து அழைப்பது யாரென்று பார்த்தான்.

போனின் டிஸ்ப்ளேயில் டாக்டர் திருக்குமரனின் பெயர் தெரிந்தது.

ஹேண்ட் செட்டை எடுத்துக் காதில் வைத்தான் விவேக்.

மறுமுனையில் டாக்டரின் குரல்.

"மிஸ்டர் விவேக்...! நீங்க இப்போ எங்கே இருக்கீங்க?"

"ஒரு என்கொய்ரி சம்பந்தமாய் வெளிய இருக்கேன். எனிதிங் இம்பார்ட்டெண்ட் டாக்டர்?"

"எஸ்...! கொஞ்சம் தனியா வந்து பேச முடியுமா?"

விவேக் வேனிலிருந்து வெளியே வந்து சில அடிகள் நடந்து ஒரு மரத்துக்குக் கீழே நின்றான்.

"இப்ப நான் தனியா வந்துட்டேன். விஷயம் என்னன்னு சொல்லுங்க டாக்டர்!"

"ஸாரி டூ ஸே திஸ். ட்ரீட்மெண்ட்ல இருந்த அந்தத் திருநங்கையும், ஆண் பேஷண்ட்டும் இப்ப உயிரோட இல்ல. கொஞ்ச நேரத்துக்கு முந்தி ரெண்டு பேரும் இறந்துட்டாங்க. எல்.எஸ்.டி மருந்தோட சேர்த்து இன்டென்ஸிவ் ட்ரீட்மெண்ட் கொடுத்தும் காப்பாத்த முடியல. பத்து நிமிஷத்துக்குள்ள அடுத்தடுத்து ரெண்டு பேருக்குமே மாஸிவ் அட்டாக். ஒரு

மணி நேரத்துக்கு முன்னாடிதான் இறந்த ஆண் பேஷண்ட் சம்பந்தப்பட்ட ஒரு தகவல் தெரிய வந்துச்சு."

"என்ன?"

"அவர் பேரு பரசுராம். அவர் ஒரு ரிடையர்ட் ஹெட் கான்ஸ்டபிள்."

19

நலம் ஹாஸ்பிடல்.

விவேக்கும், விஷ்ணுவும் டாக்டர் திருக்குமரனுக்கு முன்பாய் உட்கார்ந்திருந்தார்கள்.

விவேக் நிதானமான குரலில் பேசிக்கொண்டிருந்தான்.

"டாக்டர்... நீங்க எனக்கு போன் பண்ணிப் பேசறப்ப அந்த வேன் விபத்து சம்பந்தமாதான் ஒரு முக்கியமான நபரை என்கொய்ரி பண்ணிட்டிருந்தேன். விசாரணையில அந்த நபர் சொன்ன ஒரு விஷயமும், நீங்க சொன்ன ஒரு தகவலோட சரியா பொருந்திப் போனதால நாங்க உடனடியா விசாரணையை முடிச்சுக்கிட்டுப் புறப்பட்டு வந்துட்டோம்."

"என்ன தகவல்?"

"இறந்து போன அந்தப் பேஷண்ட்டோட பேர் பரசுராம், அவர் ஒரு ரிடையர்ட் ஹெட்கான்ஸ்டபிள்னு நீங்க சொன்னீங்க இல்லையா?"

"ஆமா..."

"உங்களுக்கு அந்தத் தகவல் எப்படி கிடைச்சது டாக்டர்?"

"ரெண்டு மணி நேரத்துக்கு முந்தி பரசுராமோட மகன் அமர்நாத் ஹாஸ்பிடலுக்கு வந்து என்னைச் சந்திச்சு ஒரு போட்டோவைக் காட்டி 'இவர் என்னோட அப்பா. பேரு பரசுராம். இந்த ஹாஸ்பிடல்ல ட்ரீட்மெண்ட் எடுத்திட்டிருக்கிறதா கேள்விப்பட்டேன். இங்கே இருக்காரா'ன்னு கேட்டான். நான்

போட்டோவைப் பார்த்ததும் போட்டோல இருக்கறவர்தான் பேஷண்ட்ங்கிறதை கன்ஃபர்ம் பண்ணிட்டு, உங்களுக்கு தகவல் கொடுத்தேன். அமர்நாத்துக்கு சொந்த ஊர் திண்டுக்கல். கேட்டரிங் பண்ணிட்டிருக்கான்."

"அமர்நாத் இப்போ எங்கே?"

"பரசுராமோட பாடியை ஊருக்கு கொண்டு போற முயற்சியில மார்ச்சுவரிக்கு வெளியில வெயிட் பண்ணிட்டிருக்கான்."

"அவன்கிட்ட நான் பேசணுமே?"

"ஓய் நாட்?" என்றவர் ரிஸீவரை எடுத்து பி.ஆர்.ஓவிடம் பேசிவிட்டு நாற்காலிக்கு சாய்ந்தார்.

விவேக் கேட்டான்.

"நீங்க அமர்நாத்கிட்ட பேசினீங்களா?"

"ம்...! பேசினேன். உன் அப்பாவுக்கு என்னதான் பிரச்னை... அவருக்கு இப்படியொரு நிலைமை ஏற்பட என்ன காரணம்ன்னு கேட்டேன்."

"அதுக்கு என்ன சொன்னான்?"

"பரசுராமுக்கு அமர்நாத் ஒரே பையன். மனைவி தவறி 10 வருஷமாச்சு. அமர்நாத்துக்குக் கல்யாணமாகற வரைக்கும் அப்பாவுக்கும் மகனுக்கும் உறவு சரியாய்த்தான் இருந்திருக்கு. அதுக்கப்புறம் குடும்பத்துல பிரச்னைகள் ஏற்பட்டு பரசுராம் உடல்ரீதியாவும், மனரீதியாவும் பாதிக்கப்பட்டு ஒரு எல்டர்ஸ் ஹோம்ல போய்ச் சேர்ந்துட்டதா சொன்னான்."

டாக்டர் சொல்லிக் கொண்டிருக்கும் போதே அறைக்கதவு மெலிதாய் தட்டப்படும் சத்தம் கேட்டு, "எஸ்... கம் இன்!" என்றார்.

இளைஞன் ஒருவன் கதவைத் தயக்கமாய்த் திறந்து கொண்டு உள்ளே வந்தான். டாக்டர் திருக்குமரன் தனக்குப்

பக்கவாட்டில் காலியாய் இருந்த நாற்காலியைக் காட்டி, அவன் உட்கார்ந்ததும் குரலைத் தாழ்த்தினார்.

"அமர்நாத்...! உங்க அப்பாவைப் பத்தி விசாரிக்கிறதுக்காக க்ரைம் ப்ராஞ்சிலிருந்து மிஸ்டர் விவேக் வந்திருக்கார். கேட்கிற கேள்விக்கெல்லாம் நீ சரியானப் பதிலைச் சொன்னாத்தான் அந்த வேன் விபத்துல பலியான நபர்கள் யார் யாருங்கிற விபரமும், உண்மையும் வெளியே வரும்..."

'சரி' என்பது போல் அமர்நாத் பவ்யமாய் தலையாட்ட, விவேக் அவனை உன்னிப்பான பார்வையால் நனைத்துக் கொண்டே கேட்டான். "உனக்கும் உங்க அப்பாவுக்கும் என்ன பிரச்னை? அவர் ஏன் குடும்பத்தை விட்டு விலகி முதியோர் இல்லத்துல சேர்ந்தார்?"

"சார்...! என்னோட மனைவி அப்பாவை மரியாதைக்குறைவாப் பேசினதுதான் காரணம். அவளைக் கட்டுப்படுத்த என்னால முடியல. அப்பா தன்னோட சுயமரியாதையைக் காப்பாத்திக்கறதுக்காக வத்தலக்குண்டுல இருக்கற ஒரு முதியோர் இல்லத்துக்குப் போயிட்டார். என்னால ஒண்ணும் பண்ண முடியலை.. ஆனா எனக்கும் அதுதான் நல்லதுன்னு மனசுக்குப்பட்டது. மத்தபடி எந்தக் காரணமும் இல்ல சார்."

"போன இடத்துல அவர் சந்தோஷமா இருந்தாரா?"

"இல்லை சார்...! அங்கேயும் அவரால சந்தோஷமா இருக்க முடியல. என்னை நினைச்சு ரொம்பவும் கவலைப்பட்டுகிட்டு இருந்தார். கூடவே அவருக்கு ஆஸ்துமா வேற இருந்தது. நுரையீரல் நோய் நிபுணர் அப்பாவை மூச்சுப்பயிற்சி பண்ணச் சொன்னதால கொடைக்கானல்ல இருந்த ஒரு யோகா சென்டர்க்கு போயிட்டிருந்தார். அதுக்கப்புறம் மூணு மாசத்துக்கு முந்தி ஒரு நாள் திடீர்னு காணாமே போயிட்டார்."

"அந்த யோகா சென்டர் பேரு தெரியுமா?"

"தெரியும் சார்... டைம் டூ ப்ரீத்."

"அங்கே நீ போயிருக்கியா?"

"ஒரு தடவை போயிருக்கேன்."

"அந்த யோகா செண்டரோட ஓனர் யாரு?"

"ஒரு முஸ்லீம் பொண்ணு சார். பேர் சல்மா"

"சல்மாகிட்ட நீ பேசியிருக்கியா?"

"இல்ல..."

"சரி...! உன்னோட அப்பா இந்த ஹாஸ்பிடல்ல அட்மிட்டாயி ட்ரீட்மெண்ட்ல இருக்கார்ன்னு உனக்கு யார் சொல்லித் தெரியும்?"

"மதன்னு என்னோட ஃப்ரெண்ட் ஒருத்தன் தமிழ்நாட்ல இருக்கிற நிறைய ஹாஸ்பிடல்ஸுக்கு மெடிக்கல் சம்பந்தப்பட்ட உபகரணங்களை சப்ளை பண்ணிட்டிருக்கான். அவனுக்கு என்னோட அப்பா காணாமப் போன விஷயம் தெரியும். இந்த ஹாஸ்பிடலுக்கு அவன் மெடிக்கல் எக்யூப்மெண்ட்டை சப்ளை பண்ணி, ஐ.சி.யூல அதை இன்ஸ்டால் பண்ணும் போது அங்கே ட்ரீட்மெண்ட்ல இருந்த என்னோட அப்பாவைப் பார்த்துட்டு எனக்குத் தகவல் கொடுத்தான். நான் புறப்பட்டு வந்தேன்."

"அப்பா காணாமப் போனதைப் பத்தி நீங்க போலீஸுக்குக் கம்ப்ளைய்ண்ட் பண்ணது ஸ்டேஷன்ல பதிவாகியிருக்கா?"

"ஆமா சார். திண்டுக்கல் பி-செவன் போலீஸ் ஸ்டேஷன்ல புகார் கொடுத்து அந்தப் புகார் மிஸ்ஸிங் லிஸ்ட்ல இருக்கு சார்."

"உனக்கு தினகரைத் தெரியுமா?"

"தெரியாது சார். அவர் யாரு?"

"சல்மாவோட ஹஸ்பெண்ட்..."

தெரியாது என்பதுபோல் தலையசைத்தான் அமர்நாத்.

"உங்கப்பா ஹோம்லேர்ந்து காணாம போன விஷயம் உனக்கு எப்படித் தெரிஞ்சது?"

"ஹோம்லேர்ந்து எனக்கு போன் பண்ணிச் சொன்னாங்க சார். அப்பா மனநிலை பாதிக்கப்பட்டு, சரியா சாப்பிடாம, தூங்காம இருந்திருக்காரு... ஒருநாள் சாயந்தரம் வாக்கிங் போனவர் திரும்பவேயில்லைன்னு சொல்லி... அதுக்கான ஆதாரங்களையும் காட்டினாங்க. ஒரு சிசிடிவி காமிரா ஃபுட்டேஜ்ல அவர் ஹோமை விட்டுத் தனியா வெளியே போறது தெரிஞ்சது." என்று சொன்னவன் தயக்கமான குரலில் கேட்டான்.

"சார், அவரு ஏதாவது தப்பு பண்ணிட்டாரா..? எதுக்காக இப்படி விசாரிக்கறீங்க..?"

விவேக், விஷ்ணுவைப் பார்க்க, விஷ்ணு புரிந்து கொண்டு அமர்நாத்தை ஏறிட்டபடி சொல்ல ஆரம்பித்தான்.

"வத்தலகுண்டு எல்டர்ஸ் ஹோமிலிருந்து வெளியே வந்த உன்னோட அப்பா சென்னைக்கு வந்திருக்கார். ஒரு வேன்ல சில பேரோட பயணம் பண்ணியிருக்கார். வேனுக்குள்ளே நடுத்தர வயசுல லேடீஸ் மூணு பேரும், ஜெண்ட்ஸ் நாலு பேரும் இருந்திருக்காங்க. அதாவது டிரைவரையும் உன்னோட அப்பாவையும் சேர்த்து மொத்தம் எட்டு பேர். வேன் விபத்துக்குள்ளானதும் அந்த எட்டு பேர்ல ஒரு ஆணும், பொண்ணும் ஸ்பாட்ல இறந்து போயிட்டாங்க. மீதியிருந்த ஆறு பேர்ல மூணு பேர் ஏற்கனவே இறந்து போனவங்க. உயிர் பிழைச்ச மூணு பேர்ல ஒருத்தர்தான் உங்க அப்பா. அவரும் இப்ப உயிரோட இல்ல. ட்ரீட்மெண்ட்ல இருந்த ஒரு திருநங்கையும் இறந்துட்டா. நடந்த வேன் விபத்தை சாதாரண வேன் விபத்தா எங்களால நினைக்க முடியல. அந்த விபத்துக்குப் பின்னாடி ஒரு பெரிய விபரீதம் இருக்கு. அது வெளிய வரணும்னா நாங்க கேட்கிற கேள்விகளுக்கு நீ பொய்க் கலப்பு இல்லாம பதில் சொல்லணும். உன்னோட

அப்பாவுக்கு உண்மையிலேயே என்ன பிரச்னை? அவர் எதுக்காக ஹோமிலிருந்து சொல்லாம கொள்ளாமச் சென்னைக்குப் போனார்?"

அமர்நாத் கலவரம் படிந்த கண்களோடு கைகூப்பியபடி விவேக்கையும், விஷ்ணுவையும் பார்த்தான்.

"சார்... நீங்க ஏதேதோ சொல்றீங்க. எனக்கு ரொம்ப பயமாயிருக்கு சார்! அப்பா எதுக்காக அந்த வேன்ல போனார், அவர் கூட பயணம் பண்ணினவங்க யாரு, இந்தக் கேள்விக்கெல்லாம் எனக்கு சத்தியமா பதில் தெரியாது. ஆனா ஒரே ஒரு உண்மையை மட்டும் ஒத்துக்கறேன். அப்பாவை அவரோட கடைசிக் காலத்துல நான் சரியா பார்த்துக்கல. காரணம் என்னோட மனைவி. அப்பாவுக்கு பென்ஷன் வருதுங்கிற ஒரே ஒரு காரணத்துக்காகத்தான் அவ சோறு போட்டா. மத்தப்படி அவர் அவளுக்கு வேண்டாத விருந்தாளிதான். அதனாலதான் அப்பா அந்த ஹோம்ல போய் சேர்ந்தாரு. ஆனா ஹோம்லயும் இருக்க விரும்பாம சென்னைக்கு ஏன் போனார்ன்னுதான் தெரியல."

அமர்நாத் சொல்லிக் கொண்டிருக்கும் போதே அவனுடைய சட்டைப் பாக்கெட்டில் இடம் பிடித்திருந்த செல்போன் மெலிதாய் ரிங்டோனை வெளியிட்டது. அவன் போனை எடுத்து அழைப்பது யார் என்று பார்த்துவிட்டு இணைப்பை துண்டிக்க முயல, விவேக் குரல் கொடுத்தான்.

"போனைக் கட் பண்ணாதே. ஸ்பீக்கரை ஆன் பண்ணிட்டு பேசு!"

"ஸார்... அது வந்து..."

"போன்ல யாரு...? எதுக்கு தயங்கறே...?"

அமர்நாத் பதில் சொல்லாமல் செல்போனின் டிஸ்ப்ளேவில் தெரிந்த பச்சை டிக் மார்க்கைத் தேய்க்காமல் இறுகிய முகத்தோடு பார்த்துக் கொண்டிருக்க, விஷ்ணு எரிச்சலடைந்து, அவன் கையிலிருந்த செல்போனை பறித்து அழைப்பது யாரென்று பார்த்தான்.

அடுத்த விநாடியே அடியோடு முகம் மாறினான்.

"பாஸ்...!"

"என்னடா?"

"கூப்பிடறது யார் தெரியுமா?"

"யாரு?"

"டாக்டர் தான்யா..."

20

விவேக்கும் ஆச்சர்யப்பட்டான்.

"அமர்நாத்! டாக்டர் தான்யா அசிஸ்டெண்ட் கமிஷனர் ஆஃப் போலீஸ் மிஸ்டர் நவநீதனோட ஒய்ஃப்தானே?"

"ஆமா சார்..."

"அவங்க ஏன் உனக்கு போன் பண்றாங்க? சரி, நீ செல்போன் ஸ்பீக்கரை ஆன் பண்ணிட்டுப் பேசு... நீ என்ன பேசறேன்னுப் பார்க்கலாம்."

அமர்நாத், விஷ்ணுவிடமிருந்து செல்போனை வாங்கி தயக்கத்தோடு அழைப்பை ஏற்றுக் காதில் வைத்து குழறலான குரலில் பேசினான்

"ஹ... ஹலோ..."

மறுமுனையிலிருந்து ஒரு பெண் குரல் சற்றே அதட்டலான குரலில் கேட்டது.

"பேசறது யாரு..? அமர்நாத்தா?"

"ஆமா..."

"நான் குட்வில் ஹாஸ்பிடலிலிருந்து லேப் டெக்னீஷியன் மிருதுளா பேசறேன்."

"சொல்லுங்க மேடம்!"

"இன்னிக்கு என்ன தேதி?"

"இருபத்தி மூணு..."

“உங்க ஓய்ஃப் ஜமுனாவுக்கு இன்னிக்கு ஏ.எல்.எஸ். நோய்க்கான ரெண்டாவது இஞ்ஜெக்ஷனைப் போடணுமாம். டாக்டர் தான்யா மேடம் உங்களுக்கு ஞாபகப்படுத்தச் சொன்னாங்க. அதை உங்களுக்கு ரிமைண்ட் பண்றதுக்காகத்தான் போன் பண்ணினேன்.”

“ஸாரி... மறந்துட்டேன்.”

“என்னது மறந்துட்டீங்களா..? சரியாப் போச்சு. அந்த இஞ்ஜெக்ஷன் போட ஆரம்பிச்சா அதை ப்ராப்பரா கண்டினியூ பண்ணனும். இல்லேன்னா நோயைக் கட்டுப்படுத்த முடியாதுன்னு உங்களுக்குத் தெரியாதா?”

“ஏதோ ஞாபகத்துல இருந்துட்டேன் மேடம். ரெண்டு நாள் கழிச்சுக் கூட்டிட்டு வரலாமா?”

“சரி... இன்னிக்கு புதன்கிழமை. வெள்ளிக்கிழமை காலை பத்து மணிக்கெல்லாம் நீங்க உங்க ஓய்ஃப்போட வந்துடணும். என்ன வந்துடறீங்களா?”

“வந்துடறேன் மேடம்.” அமர்நாத் சொல்லிவிட்டு போனின் இணைப்பைத் துண்டிக்க முயல, விவேக் கையமர்த்தி அவனைத் தடுத்து போனை வாங்கிக் கொண்டு அறைக்கு வெளியே வந்து வராந்தாவில் நடந்தபடி போனை காதில் வைத்தான்.

“மிஸ் மிருதுளா...! திஸ் ஈஸ் க்ரைம் ப்ராஞ்ச் போலீஸ். ஐயாம் விவேக். போன் ஸ்பீக்கர் ஆன்ல இருந்ததால நீங்களும், அமர்நாத்தும் பேசினதை நானும் கேட்டேன். உங்ககிட்ட சில விஷயங்கள் பேசணுமே...”

அந்த மிருதுளா மறுமுனையில் கலவரமானாள்.

“எ... என்ன சார் ஏதாவது பிரச்னையா?”

“நோ...! இது ஒரு ஃபார்மல் என்கொய்ரி. தட்ஸ் ஆல். உங்ககிட்ட ஒரு சில கேள்விகள் அவ்வளவுதான். இப்ப நீங்க பேசிட்டிருக்கிற செல்போன் யாரோடது?”

“என்னோடது சார்.”

“ஆனா...! அமர்நாத்துக்கு போன்கால் வந்தப்ப அவர் போன்ல டாக்டர் தான்யா பேர் ஸ்க்ரால் ஆச்சே?”

“அது... அமர்நாத் எங்களைக் காண்டாக்ட் பண்ணிப் பேசறதுக்கு அவர்க்கு நான் என்னோட நம்பரைக் கொடுத்திருந்தேன். அந்த நம்பருக்கு டாக்டர் தான்யா மேடமோட பேரையே அவர் சேவ் பண்ணியிருக்கலாம்ன்னு நினைக்கிறேன். இது மேடம் நம்பர் கிடையாது. பொதுவா பேஷண்ட்டுக்கு டாக்டர்ஸ் பர்சனல் நம்பரைத் தரமாட்டாங்க!”

“பை... த... பை... அமர்நாத்தோட மனைவிக்கு என்ன பிரச்னை... ஏதோ ஏ.எல்.எஸ்ன்னு சொன்னீங்க?”

“ஆமா ஸார்...! அவரோட மிஸஸ் ஜமுனா ‘அமியோட்ரோபிக் லேட்டரல் ஸ்க்லரோசிஸ்’ன்னு சொல்லப்படற ஒருவகை நரம்பியல் சம்பந்தப்பட்ட நோயால பாதிக்கப்பட்டு இருக்காங்க. அதுக்கான ட்ரீட்மெண்ட்டை டாக்டர் தான்யாதான் தர்றாங்க. பொதுவா இது மாதிரியான நோயாளிங்க சீரான இடைவெளியில தொடர்ந்து இஞ்ஜெக்ஷன் போட்டுட்டு வந்தா மட்டுமே நோயைக் கட்டுப்பாட்டுக்குள்ள வைக்க முடியும். அவங்க இந்த விஷயத்துல அலட்சியமாய் இருந்துடக் கூடாதுன்னு டாக்டர்ஸ் லேப் டெக்னீஷயன்களுக்கு இன்ஸ்ட்ரக்ஷன் கொடுத்துடுவாங்க சார். நாங்க அதை நோட் பண்ணி வெச்சுக்கிட்டு அந்தக் குறிப்பிட்ட நாள் வந்ததும் பேஷண்ட்டுக்கோ இல்லேன்னா பேஷண்ட்டோட அட்டெண்டர்க்கோ இன்ஃபார்ம் பண்ணி வரச் சொல்லிடுவோம்.”

விவேக் சில விநாடிகள் மவுனமாய் இருந்து விட்டு கேட்டான்.

“டாக்டர் தான்யா இப்ப ஹாஸ்பிடல்ல இருக்காங்களா?”

“இருக்காங்க சார்...”

“பேச முடியுமா..?”

"பக்கத்து ரூம்ல ஓ.பி பார்த்துட்டிருக்காங்க. கேட்டுச் சொல்றேன் சார்."

விவேக் செல்போனை காதுக்கு ஒற்றியபடி காத்திருக்க, சரியாய் ஒரு நிமிடத்திற்கு பிறகு தான்யாவின் குரல் கேட்டது.

"குட் ஆஃப்டர்நூன் மிஸ்டர் விவேக்!"

"குட்ஆஃப்டர்நூன் மேடம். உங்களைக் கொஞ்சம் டிஸ்டர்ப் பண்ண வேண்டியதாயிடுச்சு."

"நோ இஷ்யூஸ்...! நீங்க காரணம் இல்லாம பேச மாட்டிங்களே..? அமர்நாத்தோட மனைவி ஜமுனாவுக்கு ஒரு இஞ்ஜெக்ஷன் போட வேண்டியிருந்தது. அதை ரிமைண்ட் பண்ணத்தான் லேப் டெக்னீஷியன் மிருதுளா அமர்நாத்கிட்ட பேசியிருக்கா. எனி ப்ராப்ளம்?"

"எஸ்."

"என்ன?"

விவேக் அரை நிமிட நேரத்தை செலவழித்து அமர்நாத் சம்பந்தமான விபரங்களைச் சொல்ல, மறுமுனையில் தான்யா திகைத்தாள்.

"என்ன சொல்றீங்க? அமர்நாத்தோட அப்பா பரசுராம் அன்னிக்கு நடந்த வேன் விபத்துல இறந்து போன ஆட்கள்ல ஒருத்தரா?"

"எஸ்...! பரசுராமோட நடவடிக்கை அப்பறம் மரணத்திலயும் நிறைய சந்தேகங்கள் இருந்ததால அமர்நாத்தைக் கொஞ்சம் ஆழமா விசாரிக்க வேண்டியிருந்தது."

"ஹோ ஓ.கே! இதுல நான் உங்களுக்கு எப்படி உதவணும்னு எதிர்பார்க்கறீங்க?"

"ம்...! இன் நீட் ஆஃப் ஸம் க்ளாரிபிகேஷன்ஸ் ஃப்ரம் யூ..."

"வித் ப்ளஷர்...! உங்களுக்கு இருக்கிற சந்தேகங்களை தாராளமாக் கேட்கலாம்."

விவேக் குரலைத் தாழ்த்தினான்.

"மேடம்...! நான் இப்போ ஈடுபட்டிருக்கிற இந்த அண்டர்கவர் இன்வெஸ்டிகேஷன்ல இதுவரைக்கும் உபயோகமான ஒரு விஷயம் கிடைச்சிருக்குன்னா இந்த அமர்நாத்தோட விவகாரம்தான். அமர்நாத்தோட அப்பா பரசுராம் கொடைக்கானல்ல சல்மா நடத்திட்டு வந்த 'டைம் டூ ப்ரீத்'ங்கற யோகா சென்டர்ல யோகா வகுப்புகளை அட்டெண்ட் பண்ணியிருக்கார். ஒரு கட்டத்துல சல்மா, தான் நடத்திட்டு வந்த யோகா சென்டரை திடீர்ன்னு ஒரு கட்டத்துல நிறுத்தியிருக்கா."

"காரணம்..?"

"யோகா கத்துக்க வந்துட்டிருந்த ரெண்டுபேர் ஹார்ட் அட்டாக்ல இறந்து போனதுதான்னு காரணம் அவ ஹஸ்பெண்ட் தினகர் என்கிட்ட பேசும் போது சொன்னான்."

"அந்த மரணங்கள்ல உங்களுக்கு சந்தேகம் இருக்கா?"

"எஸ்...! யோகா க்ளாஸுக்கு வந்தவங்களை சல்மா அஞ்சு குழுக்களா பிரிச்சு தனித்தனியா க்ளாஸ் எடுத்திருக்கா. அதுவுமில்லாம க்ளாஸ் முடிஞ்சு போகும் போது எல்லாருக்கும் செம்பருத்தி ஜூஸ் கொடுத்திருக்கா. பரசுராம் வேன் விபத்துல இறந்து போயிருந்தாலும், எனக்கென்னவோ அவரோட மரணம் ஒரு உறுத்தலாவே இருக்கு. அமர்நாத்தை விசாரிச்சுப் பார்த்ததுல உபயோகப்படற மாதிரி எந்த ஒரு தகவலும் கிடைக்கலை. ஒருவேளை அவனோட மனைவி ஜமுனாகிட்ட பேசிப்பார்த்தா ஒருவேளை உண்மைகள் வெளியே எட்டிப் பார்க்க வாய்ப்பு இருக்கு... ஆனா ஜமுனா ஒரு பேஷண்ட்டாய் உங்ககிட்ட ட்ரீட்மெண்ட் எடுத்துட்டிருக்கிறதா உங்க ஹாஸ்பிடல் லேப் டெக்னீஷியன் மிருதுளா மூலமா அஞ்சு நிமிஷத்துக்கு முன்னாடிதான் தெரிஞ்சுது. அந்தப் பொண்ணுக்கு எதுமாதிரியான ஹெல்த் ப்ராப்ளம்ன்னு சொல்ல முடியுமா டாக்டர்?"

"அவளுக்கு 'ஏ.எல்.எஸ்'. இது ஆபத்தான வகையைச் சேர்ந்த நியூரான் சிதைவு நோய். முதுகுத் தண்டுவடம்,

அப்பறம் மூளையில இருக்குற நியூரான் செல் எல்லாத்தையும் கொஞ்சம் கொஞ்சமாய்ச் சிதைக்கற கொடிய நோய் இது. இந்த நோயைக் குணப்படுத்த முடியாது. ஆனா சரியானபடி ட்ரீட்மெண்ட் எடுத்து இஞ்ஜெக்‌ஷன்களைக் குறிப்பிட்ட காலக் கெடுவுக்குள்ளே தவறாமப் போட்டுட்டு வந்தா நோயைக் கட்டுப்பாட்டுக்குள்ள வைக்க முடியும். இஞ்ஜெக்‌ஷனைப் போட்டுக்க நோயாளிகள் மறந்து போனாலும் டாக்டர்கள் மறந்துடக் கூடாதுன்னு எங்க சீஃப் டாக்டர் லட்சுமிபதி சொல்வார். அதனாலதான் பேஷண்ட்களுக்கு ஒரு வாரத்துக்கு முன்னாடியே ரிமைண்ட் பண்ணிடுவோம்."

"தேங்க்ஸ் ஃபார் யுவர் எக்ஸ்பிளனேஷன் மேடம். அப்படியே நீங்க ஒரு உதவி செய்யணுமே?"

"சொல்லுங்க..."

"உங்க ஹாஸ்பிடல்ல வெச்சு அந்த ஜமுனாகிட்ட நான் ஒரு என்கொய்ரி பண்ணணும்."

"நீங்க தாராளமா அவகிட்ட பேசலாம். அடுத்த ரெண்டு நாளைக்குள்ள ட்ரீட்மெண்ட்டுக்காக எப்படியும் ஜமுனா ஹாஸ்பிடலுக்கு வருவா. வந்ததும் உங்களுக்கு இன்ஃபார்ம் பண்றேன். நீங்க புறப்பட்டு வந்துடுங்க."

"தேங்க்ஸ் ஒன்ஸ் அகெய்ன்!"

விவேக் செல்போனை அணைத்துவிட்டு அறைக்குத் திரும்ப முயன்ற விநாடி, விஷ்ணு வராந்தாவில் வேகமாக வந்து கொண்டிருந்தான்.

"பாஸ்..!"

"என்னடா..?"

"நெப்போலியன் என்னோட செல்போனுக்கு ஒரு வாய்ஸ் மெசேஜ் அனுப்பியிருக்கான். மெசேஜ் உங்களுக்குத்தான்... கேட்டுப்பாருங்க."

விவேக் போனை வாங்கி, அந்த வாய்ஸ் மெசேஜ்க்கு உயிர் கொடுக்க, குரல் கரகரத்தது.

"சார்...! நான் நெப்போலியன். உங்க போனுக்கு என்ன பிரச்சினைன்னு தெரியலை. கால் பண்ணா போகலை.. அதே மாதிரி நான் அனுப்பின வாட்ஸப் மெசேஜும் ரீச் ஆகலை. அதனால விஷ்ணுவோட போனுக்கு இந்த மெசேஜை அனுப்பியிருக்கேன். நீங்க நேத்துச் சொன்ன ஒரு விஷயத்தை ஃபாலோ பண்ணதுல ஒரு உண்மை கிடைச்சிருக்கு ஸார். நீலாங்கரை வால்மீகி நகர்ல அவனுக்கு வீடு இருக்கு. போய்ப் பார்த்தேன். அதை வீடுன்னு சொல்ல முடியாது. பெரிய பங்களா. இப்போ அதுக்கு பக்கத்துலதான் இருக்கேன். பங்களாவுக்குள்ள மயான அமைதி. ஏதோ தப்பு இருக்கிற மாதிரி தெரியுது ஸார். நான் உள்ளே போய்ப் பார்க்கட்டுமா... இல்ல... நீங்க வர்றீங்களா?"

21

விவேக் வாட்ஸ்அப்பில் ஒலித்த நெப்போலியனின் வாய்ஸ் மெசேஜைக் கேட்ட பின், தன்னுடைய செல்போனை எடுத்து ஒரு எண்ணைத் தேய்த்துக் குரலைத் தாழ்த்தினான்.

"நெப்ஸ்..."

"ஸார்..."

"உன்னோட வாய்ஸ் மெசேஜை இப்பத்தான் கேட்டேன். அது என்ன நகர்னு சொன்னே?"

"வால்மீகி நகர் ஸார். நீலாங்கரை ரெண்டாவது க்ராஸ்கட் பீச் ரோட்டுல திரும்பி, உள்ளே ஒரு கிலோமீட்டர் தூரம் போனா, சவுக்கு மரங்களுக்கு நடுவுல அவனோட ஸ்நோ ஒயிட் கலர் பங்களா அமர்க்களமா இருக்கு ஸார். நாலாபக்கமும் நல்ல ஹைட்ல காம்பவுண்ட் சுவர். அதுக்கும் மேலே முள் கம்பி. பத்தடி உயரத்துல ஸ்டெய்ன்லஸ் ஸ்டீல் காம்பவுண்ட் கேட். கேட்டுக்கு முன்னாடியே ஒரு செக்யூரிட்டி செல் க்யூப்."

"அக்கம் பக்கத்துல வீடுங்க இருக்கா?"

"ஒரு வீடுகூட இல்ல ஸார். ஆனா பங்களாலிருந்து நூறு மீட்டர் தள்ளி 'ஹனி பாரடைஸ்'னு ஒரு ரிசார்ட் இருக்கு. மத்தபடி அக்கம்பக்கம் எதுவும் இல்லை."

"ஆள் நடமாட்டம்?"

"ஒரு ஈ காக்கா கண்ணுல படலை ஸார்."

“சரி, அந்த பங்களா இருக்கிற கரெக்ட் லொக்கேஷனை எனக்கு வாட்ஸ்அப் மூலமா அனுப்பி வை. நானும் விஷ்ணுவும் இன்னும் ஒரு மணி நேரத்துக்குள்ளே அங்கே இருப்போம்.”

“ஓகே சார்...! வெயிட் பண்றேன்”

“பி... காஷியஸ்! உன்னை பங்களால இருக்கிற யாராவது பார்த்துடப் போறாங்க...”

“ஸார், நான் இப்போ அந்த பங்களாவுக்கு எதிர்ல நூறு மீட்டர் தூரத்துல இருக்கிற சவுக்கு மரத்துக்குப் பின்னாடி ஒரு பாறைத்திட்டு மேல மறைவா உட்கார்ந்து பேசிட்டிருக்கேன்.”

“குட்...! நாங்க ஸ்பாட்டுக்கு வர்ற வரைக்கும் அங்கேயே இரு...”

விவேக் பேசிவிட்டு செல்போனை அணைத்துப் பாக்கெட்டில் போட்டுக் கொண்டே விஷ்ணுவை ஏறிட்டான்.

“போலாம் வா...”

“எங்கே போறோம்...பாஸ்?”

“ஒரு வாரமா என்கூடத்தானே இன்வெஸ்டிகேஷன்ல இருக்கே?”

“ஆமா...!”

“அப்படீன்னா நீ கண்டுபிடிச்சிருக்கணுமே?”

“பாஸ்...! மூணு ஷிஃப்ட்ல வேலை செய்யற உங்க மூளையும், அடிக்கடி லீவு போடற என்னோட மூளையும் ஒண்ணா? எனக்கு ஒண்ணும் புரியல. நீலாங்கரையில இருக்கிறது யாரோட பங்களா?”

விவேக் சிரித்தான்.

“இப்போ நாம புறப்பட்டா நெப்போலியன் இருக்கிற நீலாங்கரை ஸ்பாட்டுக்குப் போய்ச் சேர்றதுக்கு எப்படியும் ஒரு மணி நேரம் ஆயிடும். அந்த ஒரு மணி நேரத்துக்குள்ளே நாம யாரைப் பாக்கப் போறோம்ன்னு நீ கண்டுபிடிச்சுட்டா

டி.ஜி.பிகிட்டப் பேசி உனக்கு இந்த வருஷம் சி.எம் போலீஸ் அவார்ட் கிடைக்க ஏற்பாடு பண்றேன்."

"சவாலை ஏத்துக்கறேன் பாஸ். நீலாங்கரை போய் சேர்றதுக்குள்ளே நாம பார்க்கப் போற ஆளோட பேரைச் சொல்றேன்..." சொன்ன விஷ்ணு, தன்னுடைய கட்டை விரலை உயர்த்தினான்.

நீலாங்கரை அந்த மத்தியான வெயிலில் சோம்பல் முறித்தது.

கூகுள் மேப் வழி சொல்ல, விவேக் காரை மிதமான வேகத்தில் செலுத்தி, இரண்டாவது க்ராஸ்கட் பீச் ரோட்டில் திரும்பினான்.

தொலைவில் கடல் ஒரு நீளமான நீலநிற ரிப்பனைப் போல் அசைந்தது. வால்மீகி நகர் என்கிற பெயர்ப்பலகை ரோட்டோரமாய்ச் சாய்ந்து தெரிந்தது.

"பாஸ்...! ஸ்பாட்டுக்கு வந்துட்டோம்."

"சரி நாம யாரைப் பாக்கப் போறோம்ன்னு கெஸ் பண்ணிட்டியா?"

"ஓரளவுக்கு..."

"சொல்லு பார்க்கலாம்."

"இருந்தாலும் சந்தேகமாயிருக்கு பாஸ்."

"எதுக்குச் சந்தேகம்?"

"சொன்னா சி.எம் அவார்ட் கண்டிப்பா எனக்கு கிடைக்குமான்னு..."

"நீ கெஸ் பண்றதே பெரிய விஷயம். தப்பாயிருந்தாலும் பரவாயில்ல, சொல்லு."

"பாஸ்...! அந்த டிரைவர் சாம்ராஜ் ஹாஸ்பிடல் ட்ரீட்மெண்ட்ல இருந்தப்ப, அவன் தப்பிச்சுப் போக உதவி பண்ணின நர்ஸ் செல்வியை நாம விசாரிச்சோம் இல்லையா?"

"ஆமா...!"

“அப்ப நீங்க அந்த நர்ஸ்கிட்டே சாம்ராஜ்ஜோட ஃப்ரெண்ட் பத்தி ஒரு கேள்வி கேட்டீங்க ஞாபகமிருக்கா?”

“ஆமா சாம்ராஜ் கூட நெருங்கிப் பழகின ஃப்ரண்ட்ஸ் யாரையாவது தெரியுமான்னு கேட்டேன்.”

“அதுக்கு அவ என்ன பதில் சொன்னா?”

“என்னடா என்னை டெஸ்ட் பண்றியா?”

“சொல்லுங்க பாஸ்...!”

“‘ஜி.ஹெச்சுக்கு எதிர்ல இருக்கிற டாக்ஸி ஸ்டாண்ட்ல செபாஸ்டியன்ங்கிற பேர்ல ஒரு டிரைவர் சாம்ராஜுக்கு ஃப்ரெண்டா இருந்தாரு. இப்ப அந்த செபாஸ்டியன் அங்கே இருக்காருன்னு எனக்குத் தெரியாது... ஆனா அவங்க ரெண்டு பேரும் க்ளோஸ் ஃப்ரெண்ட்ஸ்’ன்னு அந்த நர்ஸ் சொன்னா.”

“அந்த செபாஸ்டியனைத்தான் இப்ப நாம பார்க்கப் போறோம் இல்லையா பாஸ்?”

விவேக் காரின் வேகத்தைக் குறைத்து சாலையோரமாய் நிறுத்திவிட்டு விஷ்ணுவை வியப்பாய்ப் பார்த்தான்.

“எப்படிடா..?”

“என்ன பாஸ்...! கரெக்டா கெஸ் பண்ணிட்டேனா?”

“அதான் எப்படின்னு கேட்கிறேன்?”

“இது ஒரு அரதப் பழசான பழமொழிதான் பாஸ். இருந்தாலும் சொல்றேன். பூவோட சேர்ந்தா நாரும் மணக்கும்ன்னு உங்களுக்குத் தெரியாதா..? நாம இந்த கேஸ்ல சந்தேகப்பட்ட எல்லாரையுமே விசாரிச்சுட்டோம். விசாரிக்காத ஆளு யார்ன்னு என்னோட மூளைக்கு ஓவர்டைம் கொடுத்து வேலை வாங்கினேன். செபாஸ்டியன் பேரு ஞாபகத்துக்கு வந்தது.”

“என்னால நம்பவே முடியலடா. நேத்து நான் நெப்போலியன் கிட்ட போன்ல பேசும் போது ஒட்டுக் கேட்டியா?”

"நீங்க இப்படியெல்லாம் கேட்டு என்னை அவமானப் படுத்தறதாயிருந்தா அப்புறம் இந்த அண்டர்கவர் இன்வெஸ்டிகேஷனிலிருந்து நான் விலக வேண்டியிருக்கும் பாஸ்."

"வேண்டான்டா...! அப்படியெல்லாம் நீ முடிவு எடுத்துட்டா இன்வெஸ்டிகேஷன் சிக்கலாயிடும்."

"அந்த பயம் இருக்கட்டும், பாஸ்."

விவேக் காரை நகர்த்தினான்.

இரண்டு நிமிடப் பயணத்திற்கு பிறகு சவுக்கு மரங்கள் பார்வைக்குத் தட்டுப்பட, பின்னணியில் அந்த பங்களா ஒரு வரைபடம் போல் தெரிந்தது.

சவுக்கு மரத்துக்குப் பின்னால் பாறையின் மேல் உட்கார்ந்தபடி செல்போனில் எதையோ பார்த்துக் கொண்டிருந்த நெப்போலியன் விவேக்கின் கார் நிற்பதைப் பார்த்ததுமே எழுந்து வேகவேகமாய் வந்தான்.

ஒரு சல்யூட் அடித்து விட்டுக் குனிந்தான். விவேக் கேட்டான்.

"என்ன நெப்ஸ்...! அந்த வீடுதானா?"

"ஆமா சார்."

"உன்னோட டூ வீலர் எங்கேயிருக்கு?"

"அந்தப் புதர்க்குப் பின்னாடி நிறுத்தியிருக்கேன் சார்."

"உன்னை யாரும் பார்த்துடலையே?"

"ரெண்டு மணி நேரமாய் இங்கே உட்கார்ந்துட்டிருக்கேன். ஆள் நடமாட்டமே அறவேயில்லை சார். பங்களாவுக்குள்ளே யிருந்தும் யாரும் வெளியே வரல..."

"சரி...! நீயும், விஷ்ணுவும் அப்படி மறைவாப் போய் அந்த பாறைத் திட்டுலயே உட்கார்ந்து வெயிட் பண்ணுங்க. நான் மட்டும் பங்களாவுக்குள்ளே போறேன்."

"பாஸ்...! நீங்க தனியா உள்ளே போறது ரிஸ்க்."

"விஷ்ணு! சில பேரை தனியாப் போய்ப் பார்த்தாதான் அவங்களோட சுயரூபம், விஸ்வரூபம் எல்லாம் தெளிவாத் தெரியும். உள்ளே என்ன பிரச்னை நடந்தாலும் அதை எப்படி ஃபேஸ் பண்றதுன்னு நான் பார்த்துக்கறேன். இப்ப நீங்க ரெண்டு பேரும் வெளியே இருந்து யாராவது வர்றாங்களான்னு மட்டும் அப்சர்வ் பண்ணுங்க போதும்."

விஷ்ணு காரினின்றும் இறங்கிக் கொள்ள, விவேக் காரை நகர்த்தி பங்களாவை நெருங்கினான்.

அந்த ஸ்டீல் காம்பவுண்ட் கதவு சூரிய வெளிச்சத்தில் மினுமினுப்பாய் தெரிய, அதற்கு முன்பாய் காரை நிறுத்தி, ஒரு சாஃப்ட் ஹார்ன் சத்தத்தைக் கொடுத்துவிட்டுக் காத்திருந்தான்.

விநாடிகள் மவுனமாய் கரைந்து கொண்டிருக்க, ஒரு நிமிட நேரத்திற்குப் பிறகு, காம்பவுண்ட் கேட்டின் வலதுபக்க ஓரமாய் இருந்த விக்கெட் டோரைத் திறந்து கொண்டு சாம்பல்நிறச் சீருடையில் செக்யூரிட்டி ஒருத்தர் வெளியே வந்தார்.

காரை நெருங்கி விவேக்கிடம் குனிந்தார்.

"யார் நீங்க?"

"க்ரைம் பிராஞ்ச்"

செக்யூரிட்டியின் முகம் சட்டென்று மாறியது.

"எ... என்ன விஷயம் ஸார்?"

"சொன்னாத்தான் கேட்டைத் திறப்பீங்களா?"

"அது வந்து சார்..."

"ஐ.டி கார்டைக் காட்டணுமா?"

"வேண்டாம் சார்...! ப்ளீஸ் ஒரு நிமிஷம் வெயிட் பண்ணுங்க!" சொன்ன செக்யூரிட்டி தள்ளிப் போய் நின்று கொண்டு தன்னிடமிருந்த செல்போனை உயிர்ப்பித்து யாரிடமோ தாழ்ந்த குரலில் பேசிவிட்டு மறுபடியும் விவேக்கை நெருங்கினான்.

"சார்...! உள்ளே போங்க. மேடம் இருப்பாங்க." சொன்ன செக்யூரிட்டி தன் சட்டைப் பாக்கெட்டில் வைத்திருந்த ரிமோட் கண்ட்ரோலை எடுத்து பட்டனை அழுத்த, காம்பவுண்ட் கேட் இரண்டாகப் பிரிந்து கார் உள்ளே போகும் அளவுக்கு வழிவிட்டது.

விவேக், காரை நகர்த்தி உள்ளே நுழைந்தான்.

வீட்டுக்கு முன்பாய் இருந்த சதுரமான புல்வெளியும், அதையொட்டி இருந்த அடர் நீலநிற நீர் நிரம்பிய நீச்சல் குளமும் பார்வைக்குக் கிடைக்க, அகன்ற போர்ட்டிகோவில் வெளிநாட்டு கார் ஒன்று தரிசனம் தந்தது.

தன்னுடைய காரை போர்ட்டிகோ படிகளுக்கு அருகில் நிறுத்திக் கொண்ட விவேக் இறங்கிப் படிகளில் ஏற முயல, டை கட்டிய இளைஞன் ஒருவன் எதிர்பட்டான்.

"சார்...! ப்ளீஸ் கம்."

விவேக் அவனைத் தொடர்ந்தான்.

ஐம்பதடி நடந்ததும் பளபளப்பான ரோஸ்வுட் கதவு ஒன்று குறுக்கிட, அந்த இளைஞன் கதவின் கைப்பிடியைப் பிடித்து இழுத்துத் திறந்து கொண்டே சொன்னான்.

"ப்ளீஸ்...! கோ இன்சைட் சார்."

விவேக் உள்ளே நுழைந்தான்.

காற்றில் கலந்திருந்த ஏ.ஸியின் குளிர் ஒரு சால்வையைப் போல் அவனுடைய உடம்பைப் போர்த்தியது. அறையின் நடுவேயிருந்த 'ட' வடிவ ராயல் சூட் சோஃபாவைக் காட்டினான் அந்த இளைஞன்.

"கொஞ்சம் வெயிட் பண்ணுங்க சார்...! மேடம் இப்ப வந்துடுவாங்க." சொல்லிவிட்டு, அவன் காணாமல் போக, விவேக் வரப்போகும் அந்த மேடத்துக்காக காத்திருக்க ஆரம்பித்தான்.

22

சரியாய் ஐந்து நிமிடம் கரைந்து காணாமல் போயிருந்தபோது, பக்கவாட்டு அறையின் திரைச்சீலையைத் தள்ளிக் கொண்டு, அந்தப் பெண் ஹாலுக்குள் நுழைந்தாள்.

முப்பத்தைந்துக்கும் நாற்பதுக்கும் இடைப்பட்ட ஒரு வயதில் அதீத மேக்கப்பின் உதவியோடு, தன்னை இன்னமும் இளமையாகக் காட்ட முயன்று தோற்றுப் போயிருந்தாள். கையில் வைத்திருந்த சிறு கர்ச்சீஃப்பால் நெற்றிப் பரப்பில் மினுமினுத்த வியர்வையை ஒற்றிக் கொண்டே விவேக்கிற்கு முன்பாய் வந்து உட்கார்ந்தபடி உதட்டை அலட்சியமாய் சுழித்து ‘எஸ்’ என்றாள்.

விவேக் தன்னுடைய சட்டைப் பாக்கெட்டில் இருந்த ஐ.டி கார்டை எடுத்து அவளுடைய முகத்துக்கு நேராகப் பிடித்தான்..

“கம்மிங் ஃப்ரம் க்ரைம் பிராஞ்ச்.”

“தெரியும்...! செக்யூரிட்டி சொன்னாரு. என்ன விஷயமா வந்திருக்கீங்க? ” அவள் குரலில் சிறிதும் பயமில்லை.

“ஒரு என்கொய்ரி... செபாஸ்டியன் கிட்ட பேசணும். கூப்பிடுங்க அவரை!”

“அவர் ஊர்ல இல்லை.”

“எங்கே போயிருக்கார்?”

“அகோலா.”

"நாக்பூருக்கு பக்கத்துல இருக்கே அந்த ஊரா?"

"அதேதான்."

"எதுக்காக போயிருக்கார்?"

"தெரியலை."

"நிஜமாவே தெரியாதா..?"

"எனக்கு பொய் சொல்லிப் பழக்கமில்லை சார்."

"சரி...! நீங்க யாரு... செபாஸ்டியனோட ஒஃய்ப்பா?"

"இல்லை..."

"தென்..?"

"லிவ்விங் டூகெதர்ல இருக்கோம்.."

"அதாவது ஒஃய்ப் மாதிரினு சொல்லலாமா?"

அவள் பேசாமல் மவுனம் காக்க, விவேக் தொடர்ந்து பேசினான்.

"உங்க பேரு?"

"மாயா..."

"செபாஸ்டியனை எத்தனை வருஷமாத் தெரியும்...?"

"அஞ்சாறு வருஷமா."

"எப்படிப் பழக்கம்?"

"முதல்ல எதுக்காக இந்த விசாரணைன்னு தெரிஞ்சுக்கலாமா..?" மாயாவின் பேச்சில் முதன்முறையாக அனல் தெறித்தது.

"சொல்றேன்...! ஆனா இப்ப நான் கேக்கற கேள்விக்கெல்லாம் ஒழுங்கா பொய் கலப்பில்லாமே பதில் சொல்லுங்க. அப்புறமா உங்க கேள்விக்கு பதில் சொல்றேன். விசாரணைக்கு ஒத்துழைப்பு கொடுக்காத பட்சத்தில் நீங்க போலீஸ் கஸ்டடிக்கு வரவேண்டியிருக்கும். அதை மட்டும் ஞாபகம் வச்சிக்கோங்க!" விவேக் குரலில் சற்று

கடுமைக் காட்ட, மாயா சட்டென்று தன் நெற்றி வியர்ப்பதை தன்னிச்சையாய் உணர்ந்து கர்ச்சீஃப்பால் ஒற்றிக்கொண்டே செயற்கை புன்முறுவலுடன் சொன்னாள்.

"நான் எதுக்கு சார் பொய் சொல்லப் போறேன்? நீங்க கேட்கிற கேள்விக்கு பதில் தெரிஞ்சா சொல்றேன். இல்லேன்னா தெரியாதுன்னு சொல்லிட்டுப் போறேன்."

விவேக் சில விநாடிகள் மௌனம் காத்துவிட்டு மாயாவின் கண்களையே உன்னிப்பாய் பார்த்தபடி கேட்டான்.

"சாம்ராஜைத் தெரியுமா?"

அவளுடைய கண்கள் திகைப்பது தெரிந்தது.

"எந்த சாம்ராஜ்?"

"ஜி.ஹெச்ல ஆம்புலன்ஸ் டிரைவரா வேலை பார்த்த... சாம்ராஜ்."

"ஓ அவரா... தெரியும்!"

"எப்படித் தெரியும்?"

"செபாஸ்டியன் மூலமாத்தான். அவங்க ரெண்டு பேரும் க்ளோஸ் ப்ரண்ட்ஸ்..."

"சரி, இப்ப அந்த சாம்ராஜ் எங்கே?"

"தெரியாது...!ஜி.ஹெச்ல டிரைவரா வேலை பார்த்துட்டிருந்த சாம்ராஜ் அந்த வேலையை விட்டுட்டு சொந்தமா டிராவல்ஸ் ஒண்ணை ஆரம்பிச்சு நடத்திட்டிருக்கிறதா செபாஸ்டியன் ஒரு தடவை சொன்னாரு."

"சாம்ராஜைக் கடைசியா என்னிக்குப் பார்த்தீங்க?"

"போன வருஷம் இங்கே வந்தப்ப..."

"எதுக்காக வந்தார்?"

"அதுபத்தி எனக்குத் தெரியாது. அந்த ரூம்ல ரெண்டு பேரும் உட்கார்ந்து ரொம்ப நேரம் பேசிக்கிட்டிருந்தாங்க."

"அவங்களுக்குள்ள சுமூகமான உறவு இருந்ததா?"

"அன்னிக்கு சாம்ராஜ் சந்தோஷமான மூட்ல சாப்டுட்டுட்டுத்தான் போனாரு. அப்பிடி அவங்களுக்குள்ள பிரச்னை ஏதாவது இருந்திருந்தா செபாஸ்டியன் என்கிட்டே கண்டிப்பா சொல்லியிருப்பார்."

"இப்ப செபாஸ்டியன் என்ன வேலை பண்றார்?"

"லக்ஸரி கேரவன் ரெண்டல் சர்வீஸ்னு ஒரு கம்பெனியை நடத்தறார். மொத்தம் இருபது கேரவன் இருக்கு. ஃபிலிம் இண்டஸ்ட்ரில இருக்கிறவங்கதான் பெரும்பாலும் புக் பண்ணுவாங்க."

"செபாஸ்டியன் இதுக்கு முன்னாடி சாதாரண டாக்ஸி டிரைவராத்தானே இருந்தார்?"

"ஆமா...!"

"இப்போ எப்படி இவ்வளவு வசதி...?"

"கடுமையா உழைச்சார்..."

"எப்படி உழைச்சிருந்தாலும் இவ்வளவு குறுகிய காலத்துல இப்படியொரு வசதி வர வாய்ப்பில்லையே?"

மாயா பதில் பேசாமல் மவுனம் சாதிக்க, விவேக் கேள்வியின் போக்கை மாற்றினான்.

"இதுக்கு முன்னாடி நீங்க என்ன பண்ணிட்டிருந்தீங்க?"

"நான் சினிமாவுல துணை நடிகையா ஸ்ரீமாயாங்கிற பேர்ல நடிச்சிட்டிருந்தேன். அப்பத்தான் செபாஸ்டியன் எனக்கு அறிமுகமானார்."

"இத்தனை நாளா அவர்கூட இருக்கீங்க. அவருக்கு எப்படி இப்படியொரு வாழ்க்கை சாத்தியம்னு உங்களுக்குச் சந்தேகம் வரலையா?"

"வரலை..."

"சரி...! இப்ப எதுக்காக அகோலா போயிருக்கார்?"

"அதான் சொன்னேனே சார்...! எனக்குத் தெரியாதுன்னு."

“அவருக்குப் போன் போட்டு குடுங்க. நான் பேசறேன்”

“ஸாரி.”

“எதுக்கு ஸாரி?”

“அவராய்க் கூப்பிடாமே நான் கூப்பிட்டுப் பேசினா அவருக்குப் பிடிக்காது.”

“சரி...! நீங்க பேசாதீங்க. நான் பேசறேன். நம்பர் சொல்லுங்க.”

“அவரோட அனுமதி இல்லாமே நம்பரைக் கொடுக்க முடியாது. அடுத்த வாரம் சென்னை வந்துடுவார். நீங்க அப்ப வந்து அவரை மீட் பண்ணுங்க...”

“அப்படியா...! நீங்க சொல்றதும் சரிதான். அடுத்த வாரமே நான் செபாஸ்டியனை வந்து பார்த்துக்கறேன். ஆனா அவர் அகோலாவிலிருந்து திரும்பி வர்ற வரைக்கும் நீங்க லாக்அப்ல இருங்க.”

மாயாவின் பவுடர் பூசிய முகம் சட்டென்று வெளிறிப்போக... பென்சில் கோடு புருவங்கள் அதிர்ச்சியில் அரைமில்லி மீட்டர் உயர்ந்தன. நடுக்கமான குரலில் கேட்டாள்.

“நான் எதுக்கு சார் லாக்அப்புக்குள்ளே இருக்கணும். நான் என்ன தப்பு பண்ணினேன்?”

“போலீஸ் விசாரணைக்கு ஒத்துழைப்புத் தரலைன்னா அதுவும் குற்றம்தான். நீலாங்கரை போலீஸ் ஸ்டேஷனுக்கு நான் போன் பண்ணி தகவல் கொடுத்தாப் போதும், அடுத்த பத்தாவது நிமிஷம் போலீஸ் ஜீப் வீட்டுக்கு முன்னாடி வந்து நிக்கும். என்ன போன் பண்ணட்டுமா?”

“வே... வேண்டாம் சார்.”

“வேண்டாம்ன்னா விசாரணைக்கு ஒத்துழைப்புத் தரணும். துணிச்சலாப் பேசறோம்னு நினைச்சு திமிராப் பேசக்கூடாது.. இப்ப நான் கேக்கற கேள்விக்கெல்லாம் சரியான பதிலை டாண் டாண்னு சொல்லணும். புரியுதா?”

"புரியுது சார்...! என்னை போலீஸ் ஸ்டேஷனுக்கெல்லாம் கூட்டிட்டுப் போயிடாதீங்க சார். எனக்குத் தெரிஞ்ச உண்மை எல்லாத்தையும் சொல்லிடறேன். செபாஸ்டியன் வசதியாய் இருக்கார்ங்கிற ஒரே ஒரு காரணத்துக்காகத்தான் தாலி கட்டாத மனைவியா வாழ்ந்துட்டு வர்றேன். அவர் லக்ஸரி கேரவன் ரெண்டல் சர்வீஸ் மூலமா ஒரு நாளைக்கு அஞ்சு லட்ச ரூபாய் வரைக்கும் சம்பாதிக்கிறார்."

"அவர்கிட்டே இருபது கேரவன் இருக்கிறதா சொன்னீங்க இல்லையா?"

"ஆமா சார்..."

"அந்த கேரவன் எல்லாம் வாங்கறதுக்கு செபாஸ்டியனுக்கு பணம் எப்படிக் கிடைச்சது?"

"நீங்க கேட்ட இதே கேள்வியை நானும் அவர்கிட்டக் கேட்டிருக்கேன் சார்..."

"என்ன பதில் வந்தது?"

"பேங்க்ல கடன் வாங்கினேன்னு சொன்னார். ஆனா அது பொய்ன்னு கொஞ்ச நாள்லேயே எனக்குத் தெரிஞ்சிடுச்சு."

"எப்படித் தெரிஞ்சுக்கிட்டீங்க?"

"அவர் வெளியூர் போயிருந்த சமயத்துல ஒரு தடவை ஐ.டி அசஸ்மெண்ட் சம்பந்தப்பட்ட அவருடைய ஃபைல்ஸைப் புரட்டிப் பார்த்தேன். அதுல பேங்க் லோன் சம்பந்தப்பட்ட ஒரு விபரம்கூட இல்லை. அதைப்பத்தி அவர்கிட்ட கேட்டா அவருக்கு கோபம் வரும்ன்னு நினைச்சு பேசாம இருந்துட்டேன். மேற்கொண்டு பேசி அதனால இப்ப எனக்கு கிடைச்சிருக்கற வசதியான வாழ்க்கை போயிடுமோன்னு பயந்துட்டேன்.."

"சரி...! செபாஸ்டியன் இப்ப எதுக்காக அகோலா போயிருக்கார்ன்னு நிஜமாவே தெரியாதா?"

"சத்தியமா தெரியாது சார்...! ப்ளீஸ் நம்புங்க." கையெடுத்துக் கும்பிட்டாள்.

"சரி...! அவரோட போன் நம்பர் என்ன...? நான் பேசறேன். நீங்கதான் நம்பர் கொடுத்தீங்கன்னு நான் சொல்ல மாட்டேன்."

"இருந்தாலும் அவருக்கு என் மேலத்தான் சந்தேகம் வரும்."

"சந்தேகம் வராத அளவுக்கு நான் பேசறேன்."

விவேக் சொல்லிக் கொண்டே தன்னுடைய செல்போனை எடுத்துக் கொள்ள, மாயா வியர்த்த முகத்தோடு செல்போன் எண்ணை நிறுத்தி நிதானமாக சொன்னாள்.

அந்த எண்களைக் கேட்ட விவேக்கின் முகம் மாறியது.

மாயாவை ஒரு கோபப் பார்வைப் பார்த்தான்.

"டோன்ட் ஃபூல் மீ...! நான் செபாஸ்டியனோட செல்போன் நம்பரைக் கேட்டேன்."

"நானும் அதைத்தான் சொன்னேன் சார்."

"எங்கே... மறுபடியும் சொல்லுங்க."

சொன்னாள்.

கேட்க கேட்க விவேக்கின் முகத்தில் இருந்த கோபம் சிறிது சிறிதாய் கரைந்து அதிர்ச்சியாய் மாறியது.

23

விவேக், மாயாவை ஓர் ஆச்சரியப் பார்வையில் நனைத்துக் கொண்டே கேட்டான்.

"இப்ப நீங்க சொன்ன செல்போன் நம்பர் செபாஸ்டியன்தா?"

"ஆமா."

"ஒரு நார்மல் செல்போன் நம்பருக்கு மொத்தம் பத்து எண்கள் தானே இருக்கும்?"

'ஆமாம்' என்பது போல் தலையசைத்தாள் மாயா.

"நீங்க சொன்ன செல் நம்பர்ல 15 எண்கள் இருக்கே? ஸோ...! இது நார்மல் செல்போன் கிடையாது. செபாஸ்டியன் கிட்ட இருக்குறது எது மாதிரியான செல்போன்னு தெரியாதா?"

"தெரியாது சார். ஏதோ காஸ்ட்லி போன்னு நினைச்சுட்டிருந்தேன்."

"காஸ்ட்லி போன்தான். இதுக்கு பேர் சாட் போன். போனோட பதினைஞ்சு இலக்க எண்களை வெச்சுப் பார்க்கிறப்போ... இது எம் சாட் ஸ்கை டெர்ரா சாட்டிலைட் நிறுவனத்தைச் சேர்ந்ததா இருக்கலாம்னு நினைக்கிறேன். பொதுவா நார்மல் செல்போனுக்கு சிக்னல் பூமியில இருக்கிற டவர் மூலமா கிடைக்கும். ஆனா சாட் போனுக்கு நேரிடையா சாட்டிலைட்டிலிருந்தே சிக்னல் கிடைச்சுடும். இது சாதாரண நபர்கள்கிட்டே இருக்காது. உயர் அரசு அதிகாரிகள், ராணுவ

அதிகாரிகள், பவர்ஃபுல் செலிபரிட்டிஸ்கிட்டதான் இருக்கும். செபாஸ்டியன்கிட்டே இந்த சாட் போன் இருக்குன்னா ஏதோ ஒரு விஷயத்துல முக்கியமான நபராய் இருக்கார்ன்னு அர்த்தம். அது எதுமாதிரியான விஷயம்ன்னு உங்களுக்குத் தெரியாம இருக்க நியாயமில்லை.”

மாயா தன்னுடைய இரண்டு கைகளையும் ஆட்டியபடி பதறினாள்.

“சார்...! நீங்க நினைக்கிற மாதிரி எனக்கு எதுவும் தெரியாது. நான் முன்னாடியே சொன்னமாதிரி நான் செபாஸ்டியனுக்கு வொய்ஃப் மாதிரிதான். வொய்ஃப் இல்லை. அதனால அவரை ஏன் எதுக்குன்னு ஒரு வார்த்தை கேட்க முடியாது. எங்க போறீங்க, என்ன செய்யறீங்கன்னும் கேட்க முடியாது. அவர் சொல்றபடிதான் நான் நடந்துக்கணும். கூப்பிடற இடத்துக்குப் போகணும். அவ்வளவுதான். நீங்க அவரோட நம்பரைக் கேட்டீங்க. சொன்னேன். ஏதாவது சந்தேகம் இருந்தா அவருக்குப் போன் பண்ணிக் கேட்டுக்குங்க.”

“என்னோட நார்மல் போன்லயிருந்து சாட் போனுக்கு அழைப்பு கொடுத்தா அது கனெக்ட் ஆகாது. ஆனா சாட் போன்லயிருந்து நார்மல் போனை காண்டாக்ட் பண்ணி பேச முடியும். நான் சைபர் க்ரைமுக்கு தகவல் கொடுத்து ஃபாலோ பண்ணிக்கிறேன்.” என்று சொன்ன விவேக் சுற்றுமுற்றும் பார்த்துவிட்டுக் குரலைத் தாழ்த்தினான்.

“இவ்வளவு பெரிய வீட்ல நீங்க மட்டும்தான் இருக்கீங்களா..?”

“ஆமா...!”

“வேலைக்காரங்க..?”

“ஒரு பி.ஏ, ஒரு செக்யூரிட்டி, சமையல் வேலைக்கு ஒரு பொண்ணு, தோட்ட வேலைக்கு ஒருத்தர்னு நாலு பேரு.

செக்யூரிட்டி மட்டும் அவுட்ஹவுஸ்ல தங்கிக்குவார். மத்த மூணு பேரும் வேலை முடிஞ்சதும் கிளம்பிப் போயிடுவாங்க."

"இப்ப இந்த நிமிஷம் வீட்ல யார் யார் இருக்காங்க?"

"நானும் நீங்க பார்த்த பி.ஏவும் செக்யூரிட்டியும் மட்டும்தான்."

"வேற யாரும் இல்லையா..?"

"இல்ல..."

"ஒருநிமிஷம்... இப்படி வந்து என் பக்கத்துல நில்லுங்க!"

அவள் தயங்கினாள்.

"எதுக்கு ஸார்?"

"ஒரு காரணமாத்தான். நில்லுங்க... சொல்றேன்."

மாயா முகம் முழுவதும் குழப்பத்தை நிரப்பிக் கொண்டு ஒரு தயக்க நடைபோட்டு விவேக்கிற்கு பக்கத்தில் வந்து நின்றாள்.

விவேக் குரலைக் கிசுகிசுப்பாக்கினான்.

"இந்த ஹாலோட வலது பக்க மூலையில ஒரு ஆளுயரக் கண்ணாடி இருக்கா... அதைப் பாருங்க!"

"எதுக்கு...?"

"பாருங்க...! சொல்றேன்."

பார்வையை அந்த கண்ணாடி இருந்த திசைக்குக் கொண்டு போனாள் மாயா. விவேக் கேட்டான்.

"கண்ணாடியில என்ன தெரியுது?"

"ஒண்ணும் தெரியலையே...!"

"நல்லாப் பாருங்க...! கண்ணாடிக்கு நேர் எதிர்ல இருக்கிற ரூமுக்குள்ளே சுவரோட சேர்ந்த மாதிரி ஒரு வார்ட்ரோப் இருக்கு, தெரியுதா?"

"ம்... தெரியுது..."

"அது மட்டும்தான் தெரியுதா?"

“ஆமா...!”

“கொஞ்சம் நல்லா உன்னிப்பா கவனிங்க... மாயா! வார்ட்ரோபுக்கும் சுவர்க்கும் நடுவுல இருக்கிற இடைவெளியில ஒரு பொண்ணு கூனிக்குறுகி முழங்காலைக் கட்டிகிட்டு தலைகுனிஞ்சபடி உட்கார்ந்துட்டிருக்கிறது தெரியலையா?”

மாயாவின் முகம் அடியோடு வெளிறிப் போக, வாய் உலர்ந்து போய் முனகினாள்.

“தெ... தெரியுது...!”

“யாரது?”

“இ... இந்த வீட்டு சமையல்காரி.”

“அவ ஏன் அங்கே ஒளிஞ்சுட்டிருக்கணும்?”

“போலீஸ் வந்திருக்குன்னு செக்யூரிட்டி வந்து சொன்னதும் அவ பயந்துட்டா போல...!”

“தப்பு பண்ணினவங்கதானே பயப்படணும்? சரி... இந்த வீட்ல வேற யாராவது இருக்காங்களான்னு நான் கேட்டப்ப யாருமேயில்லன்னு பதில் சொன்னீங்க. அதாவது பொய் சொன்னீங்க. அது தப்புதானே?”

“ஸாரி சார்.”

“ஸாரி சொன்னா போதாது. உண்மையைச் சொல்லணும்.”

“என்ன உண்மை?”

“இந்த வீட்ல என்ன நடக்குதுன்னு எனக்குத் தெரியணும். செபாஸ்டியன் உண்மையிலேயே அகோலாதான் போயிருக்காரா இல்ல...! இதே வீட்லதான் இருக்காராங்கிற உண்மை தெரியணும். அந்த சமையல்காரப் பொண்ணை மொதல்ல கூப்பிடுங்க.”

மாயா தன் வியர்த்த முகத்தோடு பக்கத்து அறையைப் பார்த்துக் குரல் கொடுத்தாள்.

“சியாமளா..!!!”

அந்த சியாமளா வார்ட்ரோபின் இடைவெளியிலிருந்து சற்று சிரமமாய் வெளிப்பட்டு, நடுக்கம் பரவிய உடம்போடு மெதுவாய் நடந்து வந்து, மாயாவுக்கு முன்பாய் நின்றாள்.

விவேக்கின் பார்வை சியாமளாவை அளந்தது.

“எத்தனை நாளா இங்கே வேலை பார்க்கிற?”

“ஆறு மாசமா...”

“சரி, எனக்கு ஒரு டீ போட்டு எடுத்துட்டு வா!”

சியாமளா உள்ளேயிருந்த சமையலறையை நோக்கி போக, அவளுடைய தலை மறையும் வரை காத்திருந்த விவேக் மாயாவிடம் திரும்பினாள்.

“எனக்கு ஒரு சின்ன சந்தேகம்...!”

“என்ன சார்?”

“சியாமளாவைப் பார்த்தா பொண்ணு மாதிரி தெரியல. அவ ஒரு ட்ரான்ஸ்ஜெண்டர்... அதாவது திருநங்கையாய் இருக்கலாம்னு நினைக்கிறேன்.”

“நீங்க நினைச்சது சரிதான் சார். செபாஸ்டியனுக்கு திருநங்கைன்னா ஒரு சாஃப்ட் கார்னர்.”

“அதனாலதான் வேலைக்கு வெச்சிருக்காரா?”

“ஆமா...! ”

“நான் அப்படி நினைக்கல?”

“வேற என்ன காரணம் இருக்கும்ன்னு நினைக்கறீங்க?”

“ஸார்... நீங்க கேட்ட கேள்விக்கு நான் பதில் சொல்றேன் சொல்லட்டுமா?”

பின்பக்கம் எழுந்த சற்றே கரப்பான குரல் கேட்டு திரும்பிப் பார்த்தான் விவேக்.

சியாமளா நின்றிருந்தாள்.

அவளுடைய முகபாவமும், கால்களை சற்றே அகட்டி, மார்புக்குக் குறுக்கே கைகளை கட்டிக்கொண்டு நின்றிருந்த தோரணையும் வித்தியாசமாய் இருந்தது.

விவேக் திகைப்பாய்ப் பார்த்துக் கொண்டிருக்கும் போதே அவள் எய்த ஈட்டியைப் போல் விவேக்கை நோக்கி பாய்ந்தாள்.

ஒரு மைக்ரோ விநாடி நேரத்திற்குள் நிலைமையைப் புரிந்து கொண்ட விவேக், சட்டென்று விலக, அவள் இலக்குத் தவறி டீபாயின் மேல் பெரும் சத்தத்தோடு விழுந்து பின்னந்தலையில் அடிவாங்கிக் கொண்டு மல்லாந்தாள்.

விழுந்த வேகத்தில் மறுபடியும் ஒரு ரப்பர் பந்து போல் துள்ளி எழும்பி தாக்க முயன்றவளின் பார்வை, திகிலில் உறைந்தது.

விவேக்கின் வலது கையில் ரிவால்வர் முளைத்திருக்க, அதனுடைய ஒற்றைக்கண் சியாமளாவையும், மாயாவையும் மாறி மாறி அளவெடுத்தது.

மாயா கைகூப்பினாள்.

“ஸாரி சார்...! சியாமளா உணர்ச்சிவசப்பட்டு உங்களைத் தாக்க முயற்சி பண்ணிட்டா. நான் எதிர்பார்க்கலை.”

“நான் எதிர்பார்த்தேன். பொதுவா போலீஸ் டிபார்ட்மெண்டல இருக்கிறவங்களுக்கு நாலு கண். சியாமளா என்னைப் பார்த்த பார்வையில பயம் இல்லை. கோபம் தெரிஞ்சது. அந்த விநாடியே என் கோட் மறைவுல இருந்த ரிவால்வர் என் கைக்கு வந்துடுச்சு. உங்க ரெண்டு பேரையும் இந்த விநாடியே முழங்காலுக்குக் கீழே சுட்டு என்னோட பாதுகாப்பை உறுதிப்படுத்திக்க முடியும். ஆனா எனக்கு உங்ககிட்டேயிருந்து உண்மை வேணும். ஒரு நிமிஷம் முடியறதுக்குள்ள ரெண்டு பேர்ல யாராவது ஒருத்தர் வாயைத் திறந்து உண்மையைப் பேசணும்.”

விவேக் சொல்லிக் கொண்டே மாயா, சியாமளா இரண்டு பேரின் முழங்கால்களையும் மாறி மாறிக் குறி பார்த்தான்.

“வேண்டாம் சார்...! ஷூட் பண்ணிடாதீங்க. உண்மையைச் சொல்லிடறேன். செபாஸ்டியன் அகோலா போயிருக்கிறதா சொன்னது பொய்.”

"எங்கே போயிருக்கார்?"

"எங்கேயும் போகல!"

"அப்படின்னா இந்த ஊர்லதான் இருக்காரா?"

"அது வந்து..."

"என்ன..?"

மாயா சில விநாடிகள் மவுனமாய் இருந்து விட்டு தலைகுனிந்தபடி நைந்துபோன குரலில் சொன்னாள்.

"செபாஸ்டியன் இப்போ உயிரோட இல்ல..."

24

விவேக்கும், விஷ்ணுவும் போலீஸ் ஹெட்குவார்ட்டர்ஸின் முதல் மாடியில் டி.ஜி.பி அறைக்கு முன்பிருந்த லாபியில் காத்திருந்தார்கள்.

கடல் காற்று ஜன்னல் வழியாக நுழைந்து அவர்களை அலம்பி விட்டு எதிர் ஜன்னல் வழியாக கடந்து போயிற்று.

"பாஸ்ஸ்ஸ்...!" கிசுகிசுப்பான குரலில் விஷ்ணு அழைக்க, ஆங்கில நாளிதழை அசுவாரசியமாய் புரட்டிக் கொண்டிருந்த விவேக் "சொல்லுடா..!" என்றான்.

"இந்த அண்டர்கவர் ஆபரேஷனிலிருந்து வி.ஆர்.எஸ் வாங்கிக்கலாம்ன்னு இருக்கேன்."

"ஏன்டா?"

"ஒரு வேன் விபத்துக்குப் பின்னாடி இத்தனை விஷயமா..? ராத்திரி பூரா என்னால தூங்க முடியல பாஸ். ஜோதி டிவியில நூத்தியெட்டு வைணவத் திருத்தலங்கள் பத்தின ஒரு தொடரைப் பார்க்க வேண்டியதாயிடுச்சு. 108வது வைணவத் திருத்தலத்தைப் பார்த்து முடிக்கிறப்போ நேரம் விடியக்காலை நாலு மணி. என் கண்ணைப் பாருங்க... கம்யூனிஸ்ட் கலர் தெரியும்."

"சரி... சரி...! உன் கஷ்டம் புரியுது. 108 வைணவத் திருத்தலங்கள்ல கடைசி திருத்தலத்தோட பேர் என்னன்னு சொல்லு பாக்கலாம்?"

"பக்திப் பரவசத்தோடு பார்த்ததாலே பேர் மறந்து போச்சு பாஸ்."

"டேய்...! நீ 108வது வைணவத் திருத்தலத்தைப் பார்த்திருக்க வாய்ப்பேயில்லை."

"பார்த்தேன் பாஸ்."

"எப்டிறா பார்த்திருக்க முடியும். 108வது வைணவத்தலம் இந்த பூமியிலயே இல்லையே?"

"என்ன பாஸ் புதுக்கதை சொல்றீங்க?"

"வானுலகம் போனாத்தான் பார்க்க முடியும். அந்தத் தலத்தோட பேர் பரமபதம்."

"அப்படியா...! ஒரு விஷயம் எனக்கு நல்லாவே புரியுது பாஸ்."

"என்ன..?"

"யார்கிட்ட வேணும்ன்னாலும் கதை விடலாம். ஆனா உங்ககிட்ட கதை விட முடியாது."

விவேக் மெல்ல சிரித்தான்.

"அதான் கதை விட்டுகிட்டு இருக்காங்களே? இந்த வேன் விபத்து கேஸ்ல நாம யாரைச் சந்திச்சாலும் சரி, ஆளுக்கொரு கதை சொல்றாங்க. யோசனை பண்ணிப் பண்ணி மூளை திருநெல்வேலி அல்வா பதத்துக்கு போயிடுச்சு. ம்... யாரு சொல்றது உண்மைன்னு கண்டுபிடிக்கிறதுக்குள்ள காஷ்மீர் பிரச்னை ஒரு முடிவுக்கு வந்துடும் போலிருக்கு." விவேக் சொல்லிப் பெருமூச்சு விட்ட விநாடி வெளிர் நீலநிற சஃபாரி சீருடை அணிந்த விஜிலென்ஸ் ஆபீஸர் ஒருவர் நெருங்கி பவ்யமாக குனிந்து சொன்னார்.

"சார்...! டி.ஜி.பி வந்துட்டார். நீங்க அவரைப் பார்த்துடலாம்."

ஒரு 'தேங்க்யூ'வை உதிர்த்து விட்டு எழுந்து கொண்ட விவேக், டி.ஜி.பி அறையை நோக்கி நடைபோட, விஷ்ணு பின்தொடர்ந்தான்.

ஒரு நிமிட நடையில் இருவரும் டி.ஜி.பியின் அறைக்குள் நுழைந்து அவருக்கு முன்பாய் நின்று ஒரு சல்யூட் கொடுத்து விட்டு தளர்ந்தார்கள்.

டி.ஜி.பி குருபிரசாத் புன்னகையோடு தனக்கு முன்பாய் இருந்த நாற்காலிகளைக் காட்டி இருவரும் உட்கார்ந்ததும் கேட்டார்.

“இந்த ஆபரேஷன்ல ஒரு முக்கியமான கட்டத்துக்கு வந்துட்டீங்க போலிருக்கு?”

“எஸ் சார்...! நர்ஸ் செல்வி கொடுத்த ஒரு தகவல் அடிப்படையில வேன் டிரைவர் சாம்ராஜோட ஃப்ரெண்ட் செபாஸ்டியன் பத்தின விபரங்களைத் தெரிஞ்சுகிட்டு நீலாங்கரையில இருக்கிற அவனுடைய வீட்டுக்குப் போனோம். அங்கே என்ன நடந்ததுங்கிறதை உங்ககிட்ட ஷேர் பண்ணிக்கத்தான் வந்தோம் சார்.”

“தட்ஸ் குட்...! சொல்லுங்க.”

விவேக் சில நிமிடங்கள் நீலாங்கரை வீட்டில் நடந்த நிகழ்வுகளை சொல்லிக் கொண்டே வர, டி.ஜி.பியின் இரண்டு புருவங்களும் வியப்பில் மேலே ஏறுவதும், கீழே இறங்குவதுமாக அனிச்சையாய் செயல்பட்டன.

விவேக் தன் இடதுகை மணிக்கட்டில் இருந்த வாய்ஸ் ரிக்கார்டர் வாட்சைக் கழற்றி மேஜையின் மீது வைத்து ஆன் செய்து விட்டு சொன்னான்.

“ஸார்... செபாஸ்டியன் உயிரோட இல்லைன்னு மாயா சொன்னதும் அவளுக்கும் எனக்கும் நடந்த கான்வர்சேஷனைக் கேட்டுப் பாருங்க.”

வாய்ஸ் ரிக்கார்டர் வாட்ச் பச்சை நிற எலக்ட்ரானிக் புள்ளிகளை உற்பத்தி செய்து கொண்டே பதிவு செய்யப்பட்டதை உமிழ ஆரம்பித்தது.

மாயாவின் குரல் ஒலித்தது.

“செபாஸ்டியன் இப்போ உயிரோடவே இல்லை... சார்.”

"எப்படி?"

"தெரியலை சார்...! போன வாரம் திடீர்னு என்கிட்ட வந்து ஒரு முக்கியமான விஷயமா வெளியூர் போறேன். சென்னை திரும்ப எப்படியும் பத்து நாளாயிடும். வர்றவரைக்கும் வீட்டைப் பத்திரமா பார்த்துக்கோன்னு சொல்லிட்டுப் போனார். ரெண்டு நாளைக்கு முன்னாடி பெல்லாரியிலிருந்து ஒரு கூரியர் போஸ்ட் வந்தது. அந்தக் கவர்ல நாலைஞ்சு போட்டோஸ்கூட ஒரு லெட்டரும் இருந்தது. அதைப் பார்த்ததும் நான் அதிர்ந்து போயிட்டேன். யாரோ செபாஸ்டியனை கத்தியால குத்தி கொலை பண்ணி ரத்த வெள்ளத்துல கிடந்த அவரோட பாடியை பல கோணங்கள்ல போட்டோ எடுத்து அனுப்பியிருந்தாங்க. லெட்டர்ல 'இவன் சாக வேண்டியவன் என்பதால் உயிரை எடுத்துவிட்டோம். உடம்பைச் சாம்பலாக்கி சாக்கடை நீரில் கலந்து விட்டோம். இனி இவனைப் பற்றி நீ கவலைப்படக்கூடாது. போலீஸ் ஸ்டேஷனுக்குப் போய் புகார் கொடுக்கக் கூடாது. செபாஸ்டியனைப் பற்றி யாராவது கேட்டால் வெளியூர் போயிருப்பதாகவும், ஊர் திரும்ப சில மாதங்கள் ஆகும் என்றும் சொல்ல வேண்டும். அனுப்பியிருக்கும் போட்டோக்களையும் இந்த லெட்டரையும் உடனடியாக அழித்து விட வேண்டும்'னு எழுதியிருந்தாங்க..."

"அந்த போட்டோஸ்... லெட்டர் எங்கே...? அதையெல்லாம் அழிச்சிட்டியா?"

"இல்ல சார். என்னிக்காவது ஒருநாள் இப்படி ஏதாவது போலீஸ் விசாரணை, ஒரு பிரச்னைன்னு வரும் போது என்னைப் பாதுகாக்க, தேவைப்படும்ன்னு நினைச்சேன். அதனால பத்திரமா வெச்சிருக்கேன். நான் நினைச்ச மாதிரியே தேடிட்டு வந்துட்டீங்க."

"அந்த ரெண்டும் எங்கே?"

"ஒரு நிமிஷம் சார்...!"

மாயாவின் குரல் தேய்ந்து போக, வாய்ஸ் ரிக்கார்டர் வாட்ச்சை அணைத்த விவேக் அருகில் இருந்த விஷ்ணுவைப்

பார்க்க, அவன் தன் கையில் வைத்திருந்த பழுப்பபுநிறக் கவரை டி.ஜி.பியிடம் நீட்டினான்.

அவர் வாங்கிப் பார்த்து விட்டு அதிர்ச்சியானார்.

"ரொம்பவும் கொடூரமாக் கொலை பண்ணியிருக்காங்க. கொலையாளியோட மனசுக்குள்ள மிகப்பெரிய வன்மம் இருந்தாலொழிய இப்படியொரு சம்பவம் நடக்க வாய்ப்பில்லை."

"எஸ் சார்..!"

"இந்தக் கேஸை மேற்கொண்டு எப்படி டீல் பண்ணப் போறீங்க?"

"இந்த விவகாரத்துல ஒரு முக்கியமான பாயிண்ட் கிடைச்சிருக்கு. அதாவது வேன் விபத்துல இறந்து போன பெண்கள்ல ஒருத்தி டிரான்ஸ்ஜென்டர். செபாஸ்டியன் வீட்ல நாங்க பார்த்த வேலைக்காரி சியாமளாவும் ஒரு டிரான்ஸ்ஜென்டர். அவகிட்ட நான் பேசிப் பார்த்ததுல மனசளவுல அவ ரொம்பவும் பாதிக்கப்பட்டு இருந்தா. வீட்டுக்கு புது ஆட்கள் யாராவது வந்தா அவங்களால தனக்கு ஏதாவது ஆபத்து வருமோங்கிற பயத்துல பின்விளைவுகளைப் பத்தி யோசிக்காம அவங்களை தாக்க நினைக்கிற மனநோய் இருக்குன்னு மாயா சொன்னா."

"இப்ப மாயாவும் சியாமளாவும் போலீஸ் கஸ்டடியிலதானே இருக்காங்க?"

"ஆமா சார்...! பி12 போலீஸ் ஸ்டேஷன்ல தனித்தனி லாக்அப்ல ரெண்டு பேரும் இருக்காங்க. இன்ஸ்பெக்டர் அகிலாதான் விசாரணை பண்ணிட்டிருக்காங்க. எப்படியும் இன்னிக்கு சாயந்தரத்துக்குள்ள அவங்களைப் பத்தின முழு ரிப்போர்ட்டும் வந்துடும் சார். அந்த ரிப்போர்ட்டைப் பார்த்துட்டுத்தான் செபாஸ்டியனை யார் கொலை செஞ்சுருப்பாங்கிற முடிவுக்கு நம்மால வர முடியும்." விவேக் சொல்லிக் கொண்டிருக்கும் போதே டி.ஜி.பியின் மேஜையின்

மீது இருந்த இண்டர்காம் சிக்கனமாய் முணுமுணுத்து அழைத்தது. ரிஸீவரை எடுத்து காதுக்கு வைத்தார். மறுமுனையில் அவருடைய உதவியாளர் பேசினார்.

"சார்...! மனித உரிமைக் கமிஷன் சேர்மன் தமிழரசன் உங்களைப் பார்க்க வந்திருக்கார். உள்ளே அனுப்பலாமா... இல்ல வெயிட் பண்ணச் சொல்லட்டுமா?"

"வெயிட் பண்ண வைக்க வேண்டாம். உடனே அனுப்புங்க!" டி.ஜி.பி பேசிவிட்டு ரிஸீவரை அதனிடத்தில் அமர்த்தியவாறு விவேக்கையும், விஷ்ணுவையும் ஏறிட்டார்.

"வர்ற மனித உரிமை கமிஷன் தலைவர் தமிழரசன் கொஞ்சம் ஓவரா பேசுவார். பேச ஆரம்பிச்சா அவ்வளவு சீக்கிரத்துல நிறுத்தமாட்டார். ஆனா என்னோட ரூம்ல யாராவது இருந்தா மட்டும் அவர் வந்த விஷயத்தை பேசிட்டு உடனே கிளம்பி போயிடுவார். அதனால நீங்க ரெண்டு பேரும் இங்கேயே இருங்க. எதையாவது டிஸ்கஸ் பண்றா மாதிரி பேசிட்டிருங்க போதும்."

ஒரு புன்முறுவலோடு ஆமோதித்த விவேக், மேஜையின் மேல் இருந்த ஒரு ஃபைலை எடுத்து பிரித்து வைத்துக் கொண்ட விநாடி அறுபது வயதை தொட்டிருந்த தமிழரசன் தொப்பை போட்ட உடம்போடு வந்து 'வணக்கம் டி.ஜி.பி சார்' என்று சொல்லிக் கொண்டே காலியாக இருந்த நாற்காலியில் உட்கார்ந்தார்.

"வணக்கம் தமிழரசன்! திடீர்னு வந்திருக்கீங்க... என்ன விசேஷம்?"

தமிழரசனின் பார்வை விஷ்ணு, விவேக்கின் மேல் படிய டி.ஜி.பி குரலைத் தாழ்த்தினார்.

"அவங்க க்ரைம் பிராஞ்ச் பீப்பிள். காணாமப் போன ஒரு டாக்குமெண்டைத் தேடிட்டிருக்காங்க. நாம பேச வேண்டிய விஷயத்தைப் பேசலாம்."

தமிழரசன் மெல்லப் பேச்சை ஆரம்பித்தார்.

“ஸார்...! ஒரு வாரத்துக்கு முன்னாடி மாநில மனித உரிமைக் கமிஷனிலிருந்து ஒரு லெட்டர் அனுப்பியிருந்தாங்க. கூடவே யாரோ ஒருத்தர் அனுப்புன ஒரு புகார் மனு இருந்தது. அதுல எழுதப்பட்டிருந்த ஒரு விஷயத்தைப் படிச்சுட்டு ஷாக்காயிட்டேன்.”

டி.ஜி.பி புருவங்களை உயர்த்தினார்.

“வாட்ஸ் தட்?”

தமிழரசன் குரலை வெகுவாய்த் தாழ்த்தினார்.

“ஆந்திரா, மகாராஷ்டிரா, கர்நாடகா, கேரளா மாநிலங்கள்ல ஒரு குறிப்பிட்ட ஏரியால இருக்கிற வயசானவங்களும், பிச்சைக்காரங்களும் ஒட்டுமொத்தமாக் காணாமே போன மாதிரியே நம்ம தமிழ்நாட்லயும் குறிப்பா சென்னையில காணாமே போயிருக்காங்க சார்.”

டி.ஜி.பி திகைத்து நாற்காலியின் நுனிக்கு வழுக்கினார்.

“சென்னையில எந்த ஏரியா?”

“சௌகார்பேட்டை. கடந்த ஆறுமாச காலத்துல அம்பத்தேழு பேரு காணாமே போயிருக்காங்க. அதுல பாதிக்கும் மேற்பட்டவங்க பிச்சைக்காரங்க. மீதி பேர், குடும்ப நபர்களால துரத்தி விடப்பட்டவங்க. எல்லாருக்குமே வயசு எழுபதுக்கு மேல இருக்கும்.”

ஃபைலை பார்த்துக் கொண்டிருந்த விவேக், தமிழரசன் சொன்னதைக் கேட்டு சட்டென்று திரும்பினான்.

“எக்ஸ்க்யூஸ் மீ சார்...!” என்றவன் தொடர்ந்து பேசினான்.

“காணாம போனவங்க சௌகார்பேட்டையில எந்த ஏரியாவைச் சேர்ந்தவங்கன்னு சொல்ல முடியுமா?”

விவேக்கிற்கு பதில் சொல்வதா வேண்டாமா என்கிற கேள்வியோடு தமிழரசன் டி.ஜி.பியைப் பார்க்க அவர் சொல்லலாம் என்பது போல் தலையசைத்தார்.

தமிழரசன் விவேக்கை ஏறிட்டார்.

“நரசிம்மர் கோயிலைச் சுத்தி இருக்கிற ஏரியா. கோயில் வாசல்லயும் சரி, பிளாட்பாரத்திலயும் சரி...! வயசான ஆண்களும், பெண்களும் நிறைய பேர் இருந்திருக்காங்க... இப்போ அவங்களைப் பார்க்க முடியல... எங்கே போனாங்கன்னும் தெரியல.”

விஷ்ணு, விவேக்கின் காதருகே கிசுகிசுத்தான்.

“பாஸ்...! இது நம்ம கேஸ். உங்களுக்கு அந்த வாசனை வரலையா?”

25

விவேக், விஷ்ணுவின் காதோரம் முணுமுணுத்தான். "நீ சொல்றது உண்மைதான். எனக்கும் அந்த வாசனை செமையா வருது. நாம பண்ணிட்டிருக்கிற அண்டர்கவர் இன்வெஸ்டிகேஷனுக்கும், இவரு சொல்லிட்டிருக்கிற விஷயத்துக்கும் ஏதோ ஒரு லிங்க் இருக்கிற மாதிரி தெரியுது..."

"தெரியுது என்ன பாஸ்...! அதேதான்!"

"சரி...! நீ ஃபைலைப் பார்த்திட்டிரு... நான் அப்படியே தமிழரசன்கிட்ட பேச்சு குடுத்து முழு விஷயத்தையும் ஸ்மெல் பண்ணிட்டு வர்றேன்." சொன்ன விவேக் மெல்ல எழுந்து போய் தமிழரசனுக்குப் பக்கத்தில் காலியாக இருந்த நாற்காலியில் உட்கார்ந்தான்.

"ஸார் அயாம் விவேக். ஃப்ரம் க்ரைம் பிராஞ்ச். நீங்க இப்ப டி.ஜி.பி சார்கிட்ட பேசிட்டிருந்த விஷயத்தை நானும் கேட்டேன். அது சம்பந்தமாய் எனக்குச் சில சந்தேகங்கள் இருக்கு. கேட்கலாமா?"

தமிழரசனின் முகம் மலர்ந்தது.

"என்ன சந்தேகம் இருந்தாலும் கேளுங்க. நான் ரொம்ப நாளா டி.ஜி.பிகிட்டே பேசிட்டிருக்கிற ஒரு பிரச்னைக்கு உங்க மூலமாவாவது தீர்வு கிடைக்குதான்னு பார்க்கலாம்."

"ஸார்...! நீங்க சொன்ன ஒரு விஷயம்... அதாவது ஆந்திரா, மகாராஷ்டிரா, கர்நாடகா, கேரளால ஒரு குறிப்பிட்ட

ஏரியால இருந்த வயசான ஆட்களும், பிச்சைக்காரங்களும் ஒட்டுமொத்தமா காணாம போன மாதிரியே நம்ம தமிழ்நாட்டிலும், குறிப்பா சென்னையில காணாம போயிருக்கிறதா சொன்னீங்க?"

"ஆமா.."

"மொத்தம் எத்தனை பேர்?"

"அம்பத்தேழு பேர்..."

"அது எப்படி அவ்வளவு சரியா அம்பத்தேழு பேர்ன்னு சொல்றீங்க?"

"புகார் மனுல அப்படித்தானே மென்ஷன் பண்ணி இருந்தாங்க."

"புகார் மனு கொடுத்தது யாரு?"

"மனுவை யாரும் நேர்ல வந்து தரலை... சாதாரணத் தபால் மூலமா யாரோ அனுப்பியிருந்தாங்களாமா!"

"அது இப்ப உங்க கையில இருக்கா?"

"ம்... இருக்கே! டி.ஜி.பி சார்கிட்டே காட்டறதுக்காக கொண்டு வந்தேன்." சொன்னவர், தன் கையோடு கொண்டு வந்திருந்த ஃபைலைப் பிரித்து ஒரு பழுப்புநிறக் கவரை எடுத்து நீட்டினார்.

விவேக் அதை வாங்கி உள்ளே மடித்து வைக்கப்பட்டிருந்த, கடிதத்தை இரண்டு விரல்களாலும் உருவி, எடுத்து பிரித்து படிக்க ஆரம்பித்தான்.

கடிதம் நேர்த்தியாய் டைப் செய்யப்பட்டிருந்தது.

பார்வை வரிகளை மேய்ந்தது.

பெறுநர்
மாநில மனித உரிமைக் கமிஷன் தலைவர்
சென்னை.

அன்புடையீர், வணக்கம்.

இந்தக் கடிதத்தை அனுப்பிய நபர் யார் என்பது உங்களுக்கு முக்கியமில்லை. இப்போது நான் குறிப்பிடப்போகும் விஷயம்தான் மிக முக்கியமானது.

நான் சென்னையில் சௌகார்பேட்டைப் பகுதியில் இருபது வருடங்களாக வசித்து வருகிறேன். இங்கே இருக்கும் நரசிம்மர் கோயிலுக்குக் காலை மாலை இருவேளையும் செல்வேன். நான் கோயிலுக்குப் போவது அங்கே இருக்கும் இறைவனை வணங்குவதற்கு மட்டுமல்ல. கோயிலைச் சுற்றிலும் உள்ள பிளாட்பாரங்களைத் தங்களுடைய குடியிருப்பாகவே நினைத்து வாழ்ந்து கொண்டிருக்கிற, குடும்பத்தாரால் கைவிடப்பட்ட முதியவர்களைப் பார்த்து ஆறுதல் வார்த்தைகளைச் சொல்லி அவர்களைச் சந்தோஷப்படுத்தத்தான். அவர்களும் என்னை ஒரு உறவாக நினைத்துத் தங்களுடைய மன வருத்தங்களை என்னிடம் பகிர்ந்து கொள்வார்கள்.

ஆனால் கடந்த ஆறு மாத காலத்தில் நான் ஒரு வித்தியாசத்தை உணர்ந்தேன். அதாவது பிளாட்பாரவாசிகளாக இருந்த வயதான நபர்களில் பலர் என் கண்களுக்குத் தட்டுப்படவில்லை. அவர்கள் எங்கே என்று மற்றவர்களிடம் நான் கேட்ட போது அவர்கள் வேறு இடங்களுக்குக் குடி பெயர்ந்து போய்விட்டதாக சொன்னார்கள். அவர்கள் சொல்வதை என்னால் நம்பமுடியவில்லை. காரணம் அப்படிக் குடி பெயர்ந்து போகிறவர்கள் என்னிடம் சொல்லாமல் கொள்ளாமல் போக மாட்டார்கள். இந்தக் கடிதத்தை நான் உங்களுக்கு அனுப்பும் இந்த நிமிடத்தில் ஐம்பத்தேழு பேர் காணாமல் போயிருக்கிறார்கள்.

சென்ற வாரம் நான் கேள்விப்பட்ட ஒரு தகவல், அந்த ஐம்பத்தேழு பேர்களில் ஒருவரான

தங்கசாமி என்கிற எண்பது வயது முதியவர் ரோட்டோரமாய் மயங்கிக் கிடந்ததாகவும் ஜி.ஹெச்சில் அனுமதிக்கப்பட்ட அவர், அடுத்த சில மணி நேரங்களிலேயே இறந்து விட்டதாகவும், டாக்டர்கள் சந்தேகத்தின் அடிப்படையில் தங்கசாமியின் உடம்பைப் போஸ்ட்மார்ட்டம் செய்து பார்த்தபோது அவர் சாப்பிட்ட உணவு புட்பாய்சனாக மாறி மரணத்தை ஏற்படுத்தியிருப்பதாகவும், டெஸ்ட் ரிப்போர்ட் கொடுத்திருக்கிறார்கள். அதன் அடிப்படையில் இப்போது காணாமல் போயிருக்கிற ஐம்பத்தேழு பேர் என்னவானார்கள் என்பதைக் கண்டுபிடிக்கும் தார்மீக பொறுப்பு மனிதஉரிமைக் கமிஷனுக்கு இருப்பதால், இந்தக் கடிதத்தை எழுதிக் கொண்டிருக்கிறேன்.

இந்தக் கடிதத்தில் இருக்கும் ஒவ்வொரு வார்த்தையும் உண்மை என்று நீங்கள் நம்பினால் நடவடிக்கை எடுங்கள். இல்லாவிட்டால் இந்தக் கடிதத்தை கசக்கி குப்பைக் கூடையில் போட்டுவிட்டு மனித உரிமைகளைக் காக்க ஏ.ஸி அறையில் உட்கார்ந்தபடியே யோசனை செய்து கொண்டிருங்கள்.

இப்படிக்கு
இதயமுள்ள ஒரு மனிதன்

விவேக் கடிதத்தைப் படித்து முடித்து விட்டு தமிழரசனிடம் நிமிர்ந்தான்.

“இந்த லெட்டரை ஆதாரமா வெச்சு என்கொய்ரி ஏதாவது பண்ணினீங்களா?”

“ஆமா...! உடனடியா ஜி.ஹெச்சுக்கு போய் அந்த தங்கசாமி எப்படி இறந்தார்ன்னு சம்பந்தப்பட்ட டாக்டர்ஸ்கிட்ட கேட்டு போஸ்ட்மார்ட்டம் ரிப்போர்ட்டையும் வாங்கிப் பார்த்தோம்.”

"ரிப்போர்ட் காப்பி இப்ப உங்ககிட்ட இருக்கா?"

"ம்... இருக்கு. ரிப்போர்ட்டை ஸ்கேன் எடுத்து வாட்ஸ்அப்ல சேவ் பண்ணிகிட்டேன். நவ் யூ கேன் கோ த்ரூ இட்." சொன்ன தமிழரசன் தன் செல்போனை எடுத்து வாட்ஸப்பை உயிர்ப்பித்து அந்த பி.எம் ரிப்போர்ட்டைக் காட்டினார்.

விவேக் அதை வாங்கிப் பார்த்து படித்துவிட்டு டி.ஜி.பியை வியப்போடு ஏறிட்டான்.

"ஸார்...! இந்த ரிப்போர்ட்ல 'காஸ் ஆப் டெத்'ங்கிற ஆப்ஷனுக்கு கீழே டாக்டர்ஸ் 'அன்-டிடர்மைன்ட் டெத்'ங்கிற வார்த்தையை யூஸ் பண்ணியிருக்காங்க. அதுமட்டுமில்ல 'மெடிக்கலி ஆர் லீகலி அன்-எக்ஸ்ப்ளையண்ட்'ன்னும் சொல்லியிருக்காங்க. இதத்தவிர இன்னொரு டாக்டர் தன்னோட செகண்ட் ஓபினீயனா 'இண்டர்னல் ஆர்கன் டேமேஜ்' 'செப்டிசிமியா' 'ப்ளட் ஸ்ட்ரீம் இன்ஃபெக்ஷன்' 'அனாபைலாக்சிஸ்'ன்னு நாலைஞ்சு மெடிக்கல் டெர்ம்ஸைப் போட்டு உடம்போட திசுக்களை டெல்லியில இருக்கிற தி சென்ட்ரல் ஃபாரன்ஸிக் சயின்ஸ் லேபுக்கு அனுப்பனும்ன்னு பரிந்துரை செஞ்சுருக்கார். பை த பை...! இதே மாதிரியான ஒரு போஸ்ட் மார்ட்டம் ரிப்போர்ட்டைத்தான் கடந்த சில நாட்களுக்கு முன்னால நடந்த வேன் விபத்துல சடலங்களா இருந்த மூணு பேர்களோட உடம்புகளை போஸ்ட்மார்ட்டம் பண்ணின டாக்டர்ஸூம் கொடுத்திருந்தாங்க ஸார்."

டி.ஜி.பியின் முதுகு ஒரு நேர்கோடாய் நிமிர்ந்தது.

"ஸோ...! அந்த வேன் விபத்து கேஸூக்கும், இந்த விவகாரத்துக்கும் ஒரு லிங்க் இருக்குன்னு சொல்ல வர்றீங்களா?"

"எஸ் சார்...! இறந்துபோன தங்கசாமியோட பின்னணியைக் கொஞ்சம் ஆழமா விசாரிச்சாப் போதும். உண்மைகள் வெளியேவர வாய்ப்பிருக்கு."

தமிழரசன் பதட்டமானார்.

"மிஸ்டர் விவேக்...! நீங்க இப்பவே என்கூட வாங்க. அந்த தங்கசாமி குடியிருந்த வீட்டைப் பார்க்கலாம். அங்கப் போயி சோதனை போட்டாலோ, அக்கம் பக்கம் இருக்கிறவங்களை விசாரணை பண்ணினாலோ ஏதாவது உபயோகமான தகவல்கள் கிடைக்கலாம்."

"தட்ஸ் குட் சார். அவரோட வீடு எங்கே இருக்கு?"

"சௌகார்பேட்டையில 'பெரிய சேட்டு சந்து'ன்னு ஒரு இடம். அங்கதான் அவர்க்கு வீடு. அதை வீடுன்னு சொல்ல முடியாது. பிளாட்பாரத்துல டிரான்ஸ்பார்ம்க்கு பக்கத்துல சின்னதா ஒரு குடிசை போட்டுகிட்டு யாராவது சாப்பாடு வாங்கித் தந்தா சாப்பிட்டுகிட்டு நாட்களை ஓட்டிகிட்டு இருந்திருக்கார். துணைக்கு ஒரு சின்னப் பையன் இருக்கான்."

"அப்பறமென்ன... வாங்க போவோம்..!"

விவேக்கும் விஷ்ணுவும் எழுந்து கொண்டார்கள்.

சௌகார்பேட்டை பெரிய சேட் சந்து அவ்வளவு ஆரோக்கியமாக இல்லை. மூச்சையடைக்கும் மூத்திர நெடியோடும், பிளாஸ்டிக் குப்பைக் கழிவுகளோடும் வரவேற்றது. மரத்துக்கு கீழே படுத்திருந்த நோஞ்சான் நாய் ஒன்று எழுந்து, பலஹீனமாய் குரைத்து விட்டு மறுபடியும் படுத்துக் கொண்டது.

விவேக்கும், விஷ்ணுவும் சந்தின் நடுவே இருந்த ஒரு சாக்கடையை ஜாக்கிரதையாய்க் கடந்தார்கள்.

"மாஸ்க் போட்டுக்கிட்டு வந்திருக்கணும் பாஸ்...! கொரோனா இங்கயேிருந்துதான் தன்னோட முதல் பிராஞ்சை ஆரம்பிச்சிருக்கணும்னு நினைக்கிறேன்."

"பேசாம வாடா...!"

முன்னால் போய்க் கொண்டிருந்த தமிழரசன் சிரித்தார்.

“அவர் சொல்றது சரிதான். இந்த ஏரியால இருக்கிறவங்க இந்த இடத்துக்கு வெச்சிருக்கிற பேர் என்ன தெரியுமா...? கலீஜ் சந்து.”

“பேர் வெச்சவனுக்கு முச்சந்தியில ஒரு சிலை வைக்கணும்.”

மூன்று பேரும் மூச்சை அடக்கிக் கொண்டு சந்தின் பாதி தூரத்தைக் கடந்து, அந்தப் பழைய டிரான்ஸ்ஃபார்மர் பக்கத்தில் வந்து நின்றார்கள்.

தமிழரசன் கைகாட்டினார்.

“அதோ அந்தக் குடிசையிலதான் பெரியவர் தங்கி இருந்தார்.”

பாதி பிளாட்பாரத்தை அடைத்துக் கொண்டு, அழுக்கு அப்பிய கிழிந்த பழைய தார்பாலினால் வேயப்பட்ட, அந்தக் குடிசை பார்வைக்குத் தட்டுப்பட்டது.

மூவரும் நெருங்கினார்கள்.

விவேக் தகரத்தாலான குடிசையின் கதவைத் தள்ள, அது கர்ணகடூரமாய் அலறிக் கொண்டு பின்வாங்கியது.

உள்ளே பாயில் படுத்து தூங்கிக் கொண்டிருந்த ஒரு சிறுவன் எழுந்து சோம்பல் முறித்தபடி வெளியே வந்தான். பதினாறு வயது இருக்கும். கருப்பு நிறத்தில் மெலிதான உடம்பு. பேச்சில் சென்னைத் தமிழ் தெறித்தது.

“இன்னா வோணும் சார்?”

“உன்கூட பெரியவரு ஒருத்தர் இருந்தாரே...! அவரைப் பத்தி விசாரிக்கணும்”

“ஓ... பெர்சா...! அதான் புட்டுகிச்சே. டாணாக்காரங்ககிட்ட பேசிப் பேசி பேஜராய்ப் பூட்ச்சு. வூட்ட உட்டு அந்தாண்டை இந்தாண்டை நகர முடியல. உனக்கு இன்னா மேட்டர் சார் வோணும் சார்?”

விஷ்ணு கேட்டான்.

"பெரியவருக்கு நீதான் சாப்பாடெல்லாம் வாங்கி குடுப்பியா?"

"அதொண்ணியும் கெடியாது சார். ஊட்டுக்கே வந்து நாஷ்டா குட்த்துட்டுப் போறவங்களும் கீறாங்க. பெர்சுக்கு சாவுற வரைக்கும் கண்ணாலச் சாப்பாடுதான்..."

விஷ்ணு அந்தச் சிறுவனிடம் பேசிக் கொண்டிருக்கும் போதே, விவேக்கின் பார்வை தகரக்கதவின் ஓரத்தில், எழுதியிருந்த அந்த இரண்டு எழுத்துக்களை உள்வாங்கியது.

கதவை நெருங்கினான்.

கதவில் கருப்பு நிற மார்க்கரால் எழுதப்பட்டிருந்த எழுத்துக்கள் சற்று நிறம் மங்கித் தெரிய உற்றுப் பார்த்துவிட்டு கூப்பிட்டான்.

"விஷ்ணு!"

"பாஸ்...?"

"இங்க... வா!"

விஷ்ணு பக்கத்தில் போய் நின்று என்ன என்பது போல் விவேக்கைப் பார்த்தான்.

"இந்த ரெண்டு எழுத்துக்களையும் படி!"

26

டி.ஜி.பி குருபிரசாத் தீவிரமான யோசனையில் இருந்தார்.

அவருக்கு முன்பாய் இறுகிப்போன முகங்களோடு விவேக், விஷ்ணு மனித உரிமை கமிஷனர் தமிழரசன் மூன்று பேரும் நாற்காலிகளில் சாய்ந்திருந்தார்கள்.

டி.ஜி.பி கேட்டார்.

"மிஸ்டர் விவேக், அந்த தங்கசாமியோட வீட்டுக் கதவுல எழுதியிருந்த அந்த ரெண்டு எழுத்துக்கள் என்னன்னு சொன்னீங்க?"

"அ... நெ..." என்றான் விவேக்.

"அப்படீன்னா...?"

"தெரியலை சார்."

"அந்த அ.நெவுக்குப் பக்கத்துல நம்பர் ஏதாவது இருந்ததா?"

"அப்படி எதுவும் இல்லை..."

"பெரியவருக்கு உதவியா இருந்த அந்தப் பையன்கிட்டே எழுத்துக்களைக் காட்டி அது என்னன்னு கேட்டீங்களா?"

"கேட்டேன் சார். அதுக்கு அவன் கார்ப்பரேஷன்காரன் ஏதாவது அடையாளத்துக்கு எழுதி வெச்சுட்டுப் போயிருப்பாங்கன்னு அலட்சியமாச் சொன்னான். நான் உடனே கார்ப்பரேஷன் கமிஷனருக்குப் போன் பண்ணி

கதவுல எழுதியிருந்த அந்த எழுத்துக்களுக்கு என்ன அர்த்தம்ன்னு கேட்டேன். அதுக்கு அவர் அப்படிப்பட்ட அடையாள எழுத்துக்களை கார்ப்பரேஷன் போட வாய்ப்பேயில்லைன்னு சொல்லிட்டார்."

"அந்த எழுத்துக்கள் மேல உங்களுக்குச் சந்தேகம் வர என்ன காரணம்?"

"சார்...! சௌகார்பேட்டையில ஒரு குறிப்பிட்ட ஏரியால அம்பதுக்கும் மேற்பட்டவங்க காணாமப் போயிருக்காங்க. அதுல பெண்களும் அடக்கம். ஆனா அவங்களுக்கு அட்ரெஸ் வீடு வாசல்னு ஒண்ணும் கிடையாது. பிளாட்பாரத்துல கிடைச்ச இடங்கள்ல எல்லாம் ஒரு மறைவை ஏற்படுத்திகிட்டு வாழ்க்கையை நடத்திகிட்டு வந்திருக்காங்க. தங்கசாமியும் பிளாட்பாரவாசிதான். அவர் இருந்த இடத்தை ஒரு வீடுன்னு சொல்ல முடியாது. அதுக்கு கார்ப்பரேஷன் ஒப்புதலும் கிடையாது. இப்படிப்பட்ட சூழ்நிலையில அந்த இடத்ததுல இருந்த கதவுல யாரோ கருப்பு இங்க் மார்க்கரால அ.நெ்ன்னு எழுதியிருக்காங்க. அது என்னன்னு தெரிஞ்சுக்க ஆர்வம் வருமா வராதா சார்?"

டி.ஜி.பியின் பார்வை மனித உரிமை கமிஷன் ஆணையர் தமிழரசனிடம் திரும்பியது.

"இதைப்பத்தி நீங்க என்ன நினைக்கிறீங்க?"

தமிழரசன் கைகளை விரித்தார்.

"இதுல நான் நினைக்க என்ன சார் இருக்கு? மனித உரிமைக் கமிஷனுக்கு எவனோ ஒருத்தன் லெட்டர் எழுதினதை மனசு பொறுக்காம உங்க கவனத்துக்கு கொண்டு வந்தேன். இப்ப இந்த விவகாரத்தக்குப் பின்னாடி ஏதோ ஒரு பிரச்சனை இருக்குன்னு நல்லாவே தெரியுது. அது என்னன்னு உங்க டிபார்ட்மெண்ட்தான் கண்டுபிடிக்கணும். என்னோட வேலை முடிஞ்சுது. நான் கிளம்பறேன். இன்னிக்கு தேசிய பசுமைத் தீர்ப்பாயத்துல எனக்கு அவசர மீட்டிங் இருக்கு. இன்னும் ஒரு

மணி நேரத்துக்குள்ளே நான் அங்கே இருக்கணும்.” தமிழரசன் கையைக் கூப்பிக் கொண்டே எழுந்து, மூன்று பேர்களிடமும் விடைபெற்றுக் கொண்டு போய்விட, டி.ஜி.பி நெற்றியைப் பிடித்துக் கொண்டு பெருமூச்சொன்றை வெளியேற்றியபடி விவேக்கைப் பார்த்தார்.

“இனிமே என்ன பண்ணப் போறோம்ன்னு தெரியலை. இந்தக் கேஸ்ல இதுவரைக்கும் ஒரு பாசிட்டிவான விஷயத்தைக் கூட நம்ம இன்வெஸ்டிகேஷன் மூலமா கண்டுபிடிக்க முடியல. கேஸை சிபிஐக்கு தள்ளி விட்டுடலான்னு பார்க்கிறேன்.”

விவேக் சிரித்தான்.

“வெண்ணை திரண்டு வர்ற நேரத்துல தாழியை உடைச்சுடாதீங்க ஸார்.”

“வாட் டூ யூ மீன், விவேக்?”

“இந்தக் கேஸ்ல வேற ஒரு உபயோகமான தடயம் கிடைச்சிருக்கு.”

டி.ஜி.பி திகைப்பாய்ப் பார்க்க, விஷ்ணுவின் வாய் தன்னிச்சையாய் ஆச்சரியத்தில் திறந்து கொண்டது.

“என்ன பாஸ் சொல்றீங்க..? எனக்கே தெரியாம எப்படி?”

விவேக், டி.ஜி.பியைப் பார்த்து தன்னுடைய புன்னகையின் பரப்பளவைப் பெரிதாக்கினான்.

“ஸார்...! இது அண்டர்கவர் இன்வெஸ்டிகேஷன்ங்கிற ஒரே ஒரு காரணத்தாலதான் ஹியூமன் ரைட்ஸ் கமிஷன் தலைவர் தமிழரசன் இருக்கும்போது நான் ரெண்டு விஷயங்களைச் சொல்லாம மறைச்சுட்டேன். முதலாவது விஷயம் தங்கசாமி வீட்டுக்கு நாங்க போயிருந்தப்ப அந்த இடத்தை சீன் ஆஃப் க்ரைம் பண்ணினேன். குடிசைக்குப் பின்னாடி இந்தச் சின்ன அட்டைப்பெட்டி கிடைச்சுது.”

சொன்ன விவேக் எழுந்து நின்று தன்னுடைய பேண்ட் பாக்கெட்டில் பத்திரப்படுத்தி வைத்திருந்த டூத்பேஸ்ட்

அளவே இருந்த அந்தச் சிறிய அட்டைப்பெட்டியை எடுத்து மேஜையின் மீது வைத்தான்.

'என்ன இது?' என்பது போல் தன்னுடைய அவர் இரு புருவங்களையும் உயர்த்தினார்.

"ஸார்...! இது 'சைக்ளோஸ்போரின்'ங்கிற மருந்து இருந்த அட்டைப்பெட்டி. மழை வெயில் காரணமா அட்டைப் பெட்டி சேதம் அடைஞ்சிருந்தாலும் பெட்டியோட பக்கவாட்டுல சின்ன எழுத்துக்கள்ல 'சைக்ளோஸ்போரின்'னு தெளிவாவே தெரியுது, பாருங்க."

"இது... இது எதுக்கான மருந்து?"

"எனக்கும் அந்த சந்தேகம் வந்தது சார். உடனே டாக்டர் தான்யாவோட வாட்ஸ்அப் நெம்பர்க்கு மருந்தோட பேரை அனுப்பி இந்த மருந்து எந்த நோய்க்கானதுன்னு கேட்டேன். அதுக்கு தான்யா என்ன பதில் அனுப்பி வெச்சிருக்காங்கன்னு பாருங்க."

விவேக் தன்னுடைய வாட்ஸப்பை உயிர்ப்பித்துக் காட்டினான். டி.ஜி.பி வியப்பு மண்டிய விழிகளோடு வாங்கிப் பார்த்தார்.

வாட்ஸப் மெசேஜ் வரி வரியாக ஓடியது.

'நீங்கள் குறிப்பிட்ட சைக்ளோஸ்போரின் என்கிற மருந்து அரிதான மருந்து. ஸ்டெம்செல் மாற்று அறுவை சிகிச்சைக்கு பிறகோ, அல்லது ஜி.வி.ஹெச்.டி எனப்படும் க்ராஃப்ட் வெர்சஸ் ஹோஸ்ட் என்கிற நோயை குணப்படுத்தவோ கொடுக்கும் மருந்து. இந்த மருந்தைப் பற்றி நீங்கள் கேட்டதால் நானும் சில விஷயங்களை உங்களுடன் தனிப்பட்ட முறையில் பேச வேண்டும். நீங்கள் என்னுடைய கணவரைப் பார்த்து உடல்நலம் விசாரிக்க வருவது போல் என்னுடைய வீட்டிற்கு இன்று மாலை ஐந்து மணிக்கு வரவும். இந்த விஷயம் வெளியே யார்க்கும் தெரிய வேண்டாம்.'

டி.ஜி.பியின் முகத்தில் வெளிச்ச சந்தோஷம் அடித்தது.

"யூ ஹேவ் ப்ரூவன் யுவர் பிரஸன்ஸ் மிஸ்டர் விவேக்."

"தேங்க்ஸ் சார்!"

"அப்புறம்... அந்த அ.நெ? அதுதான் என்னன்னு பிடிபடலையே?"

"ஸார்...! அதுவும் ஹ்யூமன் ரைட்ஸ் கமிஷனர் கூடவே இருந்ததால அப்படிச் சொல்ல வேண்டிய நிலைமை. வெளியாட்கள் எவ்வளவு பெரிய விஐபிக்களாய் இருந்தாலும் கேஸ் சம்பந்தப்பட்ட விஷயங்களை அவங்ககிட்டே ஷேர் பண்ணக்கூடாதுங்கிறது பொதுவான விதி. அதனாலதான் அந்த எழுத்துக்கள் பிடிபடலைனு காட்டிக்கிட்டேன்."

"ஓ... ஓகே...! இப்ப சொல்லுங்க அந்த எழுத்துக்கள் எதை டிநோட் பண்ணுது?"

"அது அ.நெ கிடையாது ஸார்... சு.நே."

"சு.நேவா?"

"எஸ்...! தங்கசாமியோட குடிசைக் கதவுல கருப்பு நிற மார்க்கரால எழுதப்பட்ட அந்த எழுத்துக்கள் வெய்யிலுக்கும் மழைக்கும் நிறம் மங்கி லேசா அழிஞ்சு 'சு', 'அ' மாதிரியும் 'நே', 'நெ' மாதிரியும் தெரியுது. நான் எடுத்த போட்டோவை ஜூம் பண்ணிப் பாருங்க சார். உங்களால அந்த வித்தியாசத்தைக் கண்டுபிடிக்க முடியும்." சொன்ன விவேக் தன் செல்போனின் காலரியில் சேவ் செய்யப்பட்டிருந்த அந்தப் போட்டோவை எடுத்து அவரிடம் கொடுத்தான். டி.ஜி.பி நான்கைந்து தடவை 'ஜூம்' செய்து பார்த்து விட்டு தலையசைத்தார்.

"யூ ஆர் கரெக்ட்...! பட் இந்த எழுத்துக்கள் எதைக் குறிக்குதுன்னு கண்டுபிடிச்சுட்டீங்களா?"

"ஓரளவுக்கு கெஸ் பண்ணிட்டேன். 'சுவாசிக்க நேரமில்லை'ங்கிற வார்த்தையைத்தான் அப்படி சுருக்கமா எழுதியிருக்கணும்."

"அப்படி அனுமானிக்க என்ன காரணம்?"

"அந்த வேன் விபத்துல சிக்கி ட்ரீட்மெண்ட் எடுத்துட்டிருந்த ரெண்டு பேர்ல அந்த திருநங்கை போஜ்புரி பாஷையில சொன்னதும், இன்னொரு நபர் தெலுங்குல சொன்னதும்... இதே 'சுவாசிக்க நேரமில்லை'ங்கிற வார்த்தையைத்தான். இன்னிக்கு தங்கசாமியோட குடிசைக்கதவுல எழுதப்பட்ட அந்த சு.நே எழுத்துக்களும் அதைத்தான் சொல்லுது. இது ஒரு சங்கேத வார்த்தையாய் இருக்கலாம்ன்னு நினைக்கிறேன்."

"அப்படீன்னா அந்த வார்த்தைக்கு பின்னாடிதான் ஏதோ பிரச்னை இருக்கு."

"எஸ் சார்!"

"அதை எப்படிக் கண்டுபிடிக்கப் போறோம்?"

"இன்னிக்கு சாயந்தரம் தான்யாவைப் பார்த்து பேசின பின்னாடிதான் இந்தக் கேஸ்ல ஒரு தெளிவு கிடைக்கலாம் ஸார்."

"மே... பி... மெடிக்கல் மால்ப்ராக்டீஸ்?"

"எஸ் ஸார்...! இல்லீகல் அண்ட் அன்எதிக்கல் ஆக்டிவிட்டீஸ் வித்தின் த ஹெல்த்கேர் சிஸ்டம்."

சென்னை வானகரம் பகுதியின் உள்ளே ஒதுங்கியிருந்த டாக்டர் தான்யாவின் பங்களாவுக்கு விவேக்கும் விஷ்ணுவும் போய்ச் சேர்ந்த போது நேரம் சரியாய் ஐந்து பத்து.

வலது கையிலும் இடது காலிலும் பேண்டேஜ் தெரிய, வீல்சேரில் உட்கார்ந்திருந்தான் நவநீதன்.

ஒரு புன்னகையை உதிர்த்து விட்டு 'குட் ஈவ்னிங்' சொல்ல விவேக் நெருங்கி தோளில் கையை வைத்தான்.

"குட் ஈவினிங் நவநீதன், உங்க ஹெல்த் இப்போ எப்படியிருக்கு?"

"தேறிட்டு வர்றேன்... அடுத்த மாசம் பேண்டேஜை ரிமூவ் பண்ணிட்டு நடக்க வைக்கப் போறதா ஆர்த்தோ டாக்டர் சொல்லியிருக்கார்."

"தட்ஸ் ஃபைன்."

"அந்த வேன் விபத்து கேஸை நீங்கதான் அண்டர்கவர் இன்வெஸ்டிகேஷன் பண்ணிட்டிருக்கிறதா டி.ஜி.பி என்கிட்ட சொன்னார். எனி அப்டேட்?"

"ஒரு முக்கியமான க்ளூ கிடைச்சிருக்கு. அது சம்பந்தமாய் மேடத்துகிட்டே பேசத்தான் வந்திருக்கோம்..." நவநீதன் சொல்லிக் கொண்டிருக்கும் போதே தான்யா திரைச்சீலையைத் தள்ளியபடி பக்கத்து அறையிலிருந்து வெளிப்பட்டாள்.

"வாங்க மிஸ்டர் விவேக்...! இப்பத்தான் உங்களுக்கு போன் பண்ணலாம்ன்னு இருந்தேன்." சொன்னவள் தன் கையில் வைத்திருந்த காபி டம்ளரை நவநீதனிடம் கொடுத்து விட்டு சொன்னாள்.

"என்னங்க...! உள்ளே போய் ஒரு பத்து நிமிஷம் பேசிட்டு வந்துடறேன். நீங்க காபியை சாப்பிட்டுட்டு டிவி பார்த்திட்டிருங்க." தான்யா சொல்லிவிட்டுப் பக்கத்து அறையை நோக்கிப் போக விவேக்கும் விஷ்ணுவும் பின்தொடர்ந்தார்கள்.

மூன்று பேரும் அறைக்குள் நுழைந்தார்கள். ஒரு ஸ்விட்ச்சை அழுத்தி மின்விசிறியை சுழலவிட்ட தான்யா சோஃபாவைக் காட்டி அவர்கள் உட்கார்ந்ததும் தானும் ஒரு நாற்காலியை இழுத்துப் போட்டுக் கொண்டு சாய்ந்து கொண்டாள்.

விவேக் கேட்டான்.

"சொல்லுங்க மேடம், 'சைக்ளோஸ்போரின்'ங்கிற மருந்தைப் பத்தி தனிப்பட்ட முறையில என்கிட்ட பேசணும்ன்னு மெசேஜ் குடுத்து இருந்தீங்க. எனிதிங் அப்நார்மல்?"

"எஸ்...! அப்நார்மல்தான். நான் அதைப் பத்திப் பேசறதுக்கு முந்தி உங்ககிட்ட ஒரு கேள்வி. ஸ்டெம்செல் ட்ரீட்மெண்ட்டைப் பத்தி நீங்க என்ன நினைக்கறீங்க?"

“நான் கேள்விப்பட்ட வரைக்கும் மெடிக்கல் ஃபீல்டுல இது ஒரு பெரிய புரட்சியைப் பண்ணிட்டிருக்குனு நினைக்கிறேன்.”

“டாக்டர்ஸ் அந்த ட்ரீட்மெண்ட்டை நோயாளிகளுக்கு எப்படி தர்றாங்கன்னு தெரியுமா?”

“தெரியாது...!”

“எனி அஸ்செம்ஷன்?”

“நோ ஐடியா...!”

“சரி...! இந்தக் கேள்விக்காவது பதில் சொல்ல முடியுமான்னு பாருங்க. ஸ்டெம்செல் ட்ரீட்மெண்ட்ங்கிற நவீன மருத்துவம் எல்லா ஹாஸ்பிடல்களிலும் சாத்தியமா?”

“சாத்தியம்தான்னு நினைக்கிறேன்.”

“இல்லை.. நீங்க நினைக்கிற மாதிரி இல்லை. ஸ்டெம்செல் ட்ரீட்மெண்ட் ஈஸ் நாட் பாசிபிள் இன் எவ்ரி ஹாஸ்பிடல் இன் இண்டியா. இட் ஈஸ் நாட் ஏ யூனிவர்சிலி அவய்லபிள் ட்ரீட்மெண்ட். இன்னும் சொல்லப் போனா இந்தியால இருக்கிற நாற்பதாயிரத்துக்கும் மேற்பட்ட தனியார் ஹாஸ்பிடல்கள்ல இந்த ஸ்டெம்செல் ட்ரீட்மெண்ட் மருத்துவம் 50க்கும் குறைவான ஹாஸ்பிடல்ஸ்லதான் இருக்கு.”

“ஆச்சரியமாயிருக்கு...!”

தான்யா குரலைத் தாழ்த்தினாள். “அதைவிட ஆச்சர்யம்... இப்போ நான் டாக்டராய் வேலை செய்யற குட்வில் ஹாஸ்பிடல்ல எனக்கே தெரியாமே சட்ட விரோதமான முறையில சில குறிப்பிட்ட நோயாளிகளுக்கு ஸ்டெம்செல் ட்ரீட்மெண்ட் குடுத்துட்டு இருக்காங்க. அந்த நோயாளிகள்ல ஒருத்திதான் ஜமுனா. அமர்நாத்தோட ஓய்ஃப். இன்னிக்கு காலையிலதான் இந்த விஷயமே எனக்குத் தெரிஞ்சது.”

தான்யா சொன்னதைக் கேட்டு விவேக்கும், விஷ்ணுவும் வியப்பின் விளிம்பைத் தொட்டார்கள்.

27

டாக்டர் தான்யா பேசப்பேச அவளுடைய முகத்தில் வியர்வையும் இதயத்துடிப்பும் அதிகரித்தது.

விவேக் கண்களில் வியப்பைக் காட்டினான்.

"என்ன மேடம் சொல்றீங்க?"

தான்யா இன்னமும் குரலைத் தாழ்த்தினாள்.

"எஸ்...! இன்னிக்குக் காலையில அமர்நாத்தோட ஓய்ஃப் ஜமுனாவோட ப்ளட் டெஸ்ட் ரிப்போர்ட்டைப் பார்த்ததும் எனக்கு ஷாக்கிங்காக இருந்தது. அவளுக்கு ஸ்டெம்செல் இஞ்ஜெக்ஷன் போட்டதற்கான அறிகுறிகள் அந்த ரிப்போர்ட்ல இருந்தது. நான் அதிர்ச்சியைக் காட்டிக்காமே ஜமுனாகிட்ட 'சமீபத்துல என்னைத் தவிர வேற எந்த டாக்டர்கிட்டேயாவது ட்ரீட்மெண்ட் எடுத்துக்கிட்டியா'ன்னு இயல்பா கேட்டேன். அதுக்கு அவ இல்ல 'டாக்டர், இந்த ஹாஸ்பிடலுக்கு மட்டும்தான் தவறாமே வந்து மாசா மாசம் ரெவ்யூ பண்ணிட்டு போயிட்டிருக்கேன்'னு சொன்னா. அதுக்கப்புறம் நான் அவளை வெளியே அனுப்பிட்டு நர்ஸைக் கூப்பிட்டு, போன மாசம் ஜமுனாவுக்கு நான் எழுதி கொடுத்த மல்ட்டி விட்டமின் இஞ்ஜெக்ஷனைத்தான் போட்டியா இல்ல வேற ஏதாவது இஞ்ஜெக்ஷனைப் போட்டியான்னு கேட்டேன். அதுக்கு நர்ஸ் 'நீங்க எழுதிக் கொடுத்ததைத்தான் போட்டேன்'னு சொன்னா."

விவேக் குறுக்கிட்டான்.

“நர்ஸ் பொய் சொல்றதா நினைக்கறீங்களா..?”

“என்னால சரியா யூகிக்க முடியல. நர்ஸ் பொய் சொல்றாளா... இல்லை... வேற யாராவது மருந்தை மாத்தி வெச்சு, நர்ஸ் அதை கவனிக்காமே எடுத்துப் போட்டுட்டாளான்னு தெரியலை. ஆனா ஏதோ தப்பு நடந்திருக்குன்னு மட்டும் தெரியுது.”

இப்போது விஷ்ணு மெல்ல பேச்சை ஆரம்பித்தான்.

“மேடம்...! எனக்கு ஒரு சந்தேகம்.”

“கேளுங்க...”

“ஜமுனாவுக்கு போடப்பட்டதா நீங்க நினைக்கிற ஸ்டெம்செல் மருந்தைப் பத்தி உங்களுக்குத் தெரியுமா?”

“தெரியும்...! மெடிக்கல் நேம் ஆட்டோலோகஸ். இது ஒரு ரீஜெனரேட்டிவ் மெடிஸன். ஏ.எஸ்.சி.ஙங்கிற ஒரு வகையான ஸ்டெம்செல் தெரபிக்கு இந்த மருந்தை உபயோகப்படுத்துவாங்க.”

“உங்க ஹாஸ்பிடல் பார்மஸியில இந்த மருந்து இருக்காங்கிறதை செக் பண்ணினீங்களா?”

“ஆமா.. உடனடியாய் என்னோட லேப்டாப்பை ஓப்பன் பண்ணி பார்மஸியில ஸ்டெம்செல் சம்பந்தப்பட்ட மருந்துங்க இருக்கான்னு செக் பண்ணிப் பார்த்தேன். அது இருந்தது. அந்த சமயத்துலதான் நீங்க வாட்ஸ்அப்ல எனக்கு அனுப்பின ‘சைக்ளோஸ்போரின்’ங்கிற மருந்தோட பேரைப் பார்த்தேன். ஸ்டெம்செல் மாற்று அறுவை சிகிச்சைக்கப்புறம் நோயாளிக்கு தர்ற மருந்துதோட பேர்தான் சைக்ளோஸ்போரின்.”

விவேக் குறுக்கிட்டான்.

“அந்த மருந்து உங்க ஹாஸ்பிடல் பார்மஸியில இருந்தது தப்புன்னு சொல்ல வர்றீங்களா மேடம்?”

"அது... வந்து..."

"தைரியமா...! உங்க ஓப்பினீயனைச் சொல்லுங்க!"

"இதுவரைக்கும் அந்த மாதிரியான மருந்துங்க எல்லாம் எங்க பார்மஸியில இருந்தது இல்லை. ஸ்டெம்செல் தெரபி எந்த ஹாஸ்பிடல்ஸ்ல் தர்றாங்களோ அங்கதான் இருக்கும். இருக்கணும். அதுதான் மெடிக்கல்லி எதிக்கல்கூட..."

"அப்படின்னா...! தப்புதானே?"

"தப்புதான்."

"இதைப் பத்தி உங்க ஹாஸ்பிடலோட சீஃப் டாக்டர் லட்சுமிபதிகிட்ட பேசினீங்களா?"

"பேசலை..."

"ஏன்.. எதனால?"

"டாக்டர் லட்சுமிபதி ஒரு நல்ல கார்டியாலிஜிஸ்ட். ஆனா மணி மைன்டட் பர்சன். ஹாஸ்பிடலுக்கு வர்ற பேஷண்ட்களோட எண்ணிக்கை குறைஞ்சா உடனே எல்லா டாக்டர்ஸையும் கூப்பிட்டு ஒரு எமர்ஜன்சி மீட்டிங் போட்டு காரண காரியங்களை அலச ஆரம்பிச்சுடுவார். அதுவும் இல்லாம அவர் கொஞ்ச நாளாவே டல்லா, பதட்டமாயிருந்தார்."

"காரணம்..?"

"நான் கேள்விப்பட்ட வரைக்கும் அவர் அந்த ஹாஸ்பிடலை நவீனப்படுத்துறதுக்காக த்ரீ டி - ஃபோர் டி மைன்ட் ரே நியூவா அல்ட்ரா சவுண்ட் சிஸ்டம்ங்கிற ஒரு மெடிக்கல் யூனிட்டை வாங்கறதுக்காக பேங்க் லோனுக்கு அப்ளை பண்ணியிருந்தார். அந்த யூனிட்டோட விலை கிட்டத்தட்ட நாலு கோடி ரூபாய். லோன் சாங்ஷன் ஆகுற விஷயத்துல பேங்க் லேட் பண்ணினதால அவர் மூட் அவுட்டான நிலையில இருந்தார். சின்ன சின்ன

விஷயங்களுக்கெல்லாம் கோபப்பட்டார். பேஷண்ட்களுக்கு ட்ரீட்மெண்ட் கொடுக்கிற விஷயத்தில் ஏதாவது சந்தேகம் கேட்டா எரிஞ்சு விழுந்தார்."

"நீங்க சொல்றதை வெச்சுப் பாக்கும் போது அவருக்கு பணத்தேவை இருந்திருக்கு, இல்லையா மேடம்?"

"ஆமா..."

"லட்சுமிபதி எம்ர்ஜென்சி மீட்டிங்கைக் கன்வீன் பண்ணி டாக்டர்களுக்கு மத்தியில பேசும்போது என்னிக்காவது 'ஸ்டெம்செல் தெரபி' பத்திப் பேசியிருக்காரா..?"

"லேசா கோடிட்டுப் பேசியிருக்கார்."

"அதைப் பத்திச் சொல்ல முடியுமா?"

"அவர் சொன்னது இதுதான். 'மெடிக்கல் டெக்னாலஜி முன்னேறிட்டு வர்ற வேகத்தைப் பார்த்தா அடுத்த பத்து வருஷத்துக்குள்ள நம்மகிட்ட இருக்கிற எல்லா மெடிக்கல் எக்யூப்மெண்ட்ஸையும் காயலான் கடைக்குப் போட்டுட்டு புதுசு புதுசா வாங்கணும் போலிருக்கு. அதேமாதிரி நாமளும் கொஞ்சம் கொஞ்சமா ஸ்டெம்செல் ட்ரீட்மெண்ட்டுக்கும் மாறணும்'னு பேசினார்."

"எப்போ இப்படி பேசினார்?"

"ஆறு மாசத்துக்கு முந்தி..."

"மேடம்...! நீங்க சொல்றதை வெச்சுப் பாக்கும்போது எனக்கு ஒரு விஷயம் புரியுது. அதாவது ஆறு மாசத்துக்கு முன்னாடியே லட்சுமிபதி, ஹாஸ்பிட்டல்ல இருக்கிற மத்த டாக்டர்ஸ்க்கு தெரியாம, தனிப்பட்ட முறையில ஸ்டெம்செல் தெரபி ட்ரீட்மெண்ட்டை ரகசியமான முறையில, ஹாஸ்பிடலுக்கு வர்ற சில ஓபி பேஷண்ட்டுகளுக்கு கொடுத்து, டெஸ்ட் பண்ணிப் பார்த்திருக்கணும்ன்னு நினைக்கிறேன்."

"வாய்ப்பில்ல...! ஏன்னா இஞ்ஜெக்ஷன் போடறப்போ நர்ஸ்களுக்கு சந்தேகம் வந்திருக்கும்."

“மேடம்...! இல்லீகலா ஒரு விஷயத்தைச் செய்யும் போது அதுலசம்பந்தப்பட்டவங்கஅதெல்லாம்யோசனைபண்ணாமலா இருப்பாங்க? ஸ்டெம்செல் தெரபிக்கான இஞ்ஜெக்ஷன் இருக்கிற மருந்து மேல அச்சாகியிருக்கிற மருந்தோட பேரை எரேஸ் பண்ணிட்டு பேஷண்ட்டுக்கு எப்பவும் போடற சாதாரண மருந்தோட பேரை ப்ரிண்ட் பண்ணியிருக்கலாமே?”

“எஸ்...! சான்ஸஸ் ஆர் தேர்!”

விஷ்ணு கோபத்தில் படபடத்தான்.

“பாஸ்...! இது மெகா மகா மோசடி. நாம உடனடியா குட்வில் ஹாஸ்பிடலுக்கு கிளம்பிப் போய் அந்த சீஃப் டாக்டர் லட்சுமிபதியை மடக்கி அதிரடியா விசாரிச்சா என்ன?”

“அவசரப்பட்டா காரியம் கெட்டுடும். லட்சுமிபதியை நேரிடையா நாமளோ நம்ம டிபார்ட்மெண்ட்டோ விசாரிக்க கூடாது.”

“அப்புறம்?”

“அவர் தப்பிக்கவே முடியாதபடி என்கொய்ரி பண்ண வேற ஒரு வழி இருக்கு.”

“அது என்ன பாஸ்?”

“‘மெடிசினல் யூஸஸ்’ சம்பந்தப்பட்ட விவகாரங்களைக் கவனிக்க பார்மஸிட்டிகல் டிபார்ட்மெண்ட்ல மொத்தம் நாலு கமிட்டி இருக்கு. முதலாவது, ட்ரக் ஸேஃப்ட்டி கமிட்டி... ரெண்டாவது, நேஷ்னல் கமிட்டி ஃபார் எசன்ஷியல் மெடிஸன்ஸ்... மூணாவது, ட்ரக் எதிக்ஸ் கமிட்டி. எல்லாத்துக்கும் மேலா டி.என்.எம்.எஸ்.சி இருக்கு. அதாவது தமிழ்நாடு மெடிக்கல் சர்வீஸ் கார்ப்பரேஷன். இந்த நாலு டிபார்ட்மெண்ட்ஸ்ல நமக்கு வேண்டிய ஆட்கள் இருக்காங்க. அவங்களை அனுப்பி லட்சுமிபதியை உளவு பார்க்கச் சொல்லவேண்டியதுதான். அதுக்கு வேண்டிய ஏற்பாடுகளை இந்த நிமிஷத்திலிருந்து ஆரம்பிச்சிடலாம்.”

தான்யா மையமாகத் தலையாட்டி ஆமோதித்தாள்.

"யூ... ஆர்... கரெக்ட் மிஸ்டர் விவேக். டாக்டர் லட்சுமிபதியைப் பத்தி எனக்கு நல்லாவே தெரியும். போலீஸ் அவரை விசாரிக்க வந்தா அவர் தன்னோட இன்ஃப்ளூயன்ஸை யூஸ் பண்ணி எப்படியாவது தப்பிச்சுக்குவார். நீங்க சொன்ன அந்த நாலு கமிட்டியில ஏதாவது ஒரு கமிட்டி விசாரிக்கப் போனாத்தான்... வசமா மாட்டிக்க வாய்ப்பிருக்கு."

தான்யா பேசப் பேசவே விவேக்கின் செல்போன் வைபரேஷன் மோடில் 'விர்ர்ர்' என்றது. அவன் ஷர்ட் பாக்கெட்டில் இருந்து எடுத்து பார்வையை டிஸ்ப்ளே திரைக்கு கொண்டு போனான். ரூபலாவின் பெயர் 'ஹார்ட்டின்' சிம்பலோடு பார்வைக்குக் கிடைத்தது. செல்போனை எடுத்து காதுக்கு ஒற்றி மெல்ல குரல் கொடுத்தான்.

"சொல்லு ரூபி!"

"இப்ப நீங்க டாக்டர் தான்யா வீட்லதானே இருக்கீங்க?"

"ஆமா..."

"என்கொய்ரி முடிஞ்சுதா?"

"இல்லை... போய்கிட்டு இருக்கு. ஏன், என்ன விஷயம்?"

"தனியா பேசணும். கொஞ்சம் வெளியே வாங்க."

விவேக், தான்யாவைப் பார்த்து ஒரு 'ஸாரி' சொல்லிவிட்டு அறையினின்றும் வெளிப்பட்டு யாருமில்லாத சிட்அவுட் வராந்தா ஓரமாய் போய் நின்று கொண்டு பேச ஆரம்பித்தான்.

"சொல்லு... தனியா வந்துட்டேன்."

"இன்னிக்கு காலையில் நீங்க ப்ரேக்ஃபாஸ்ட் சாப்பிடறப்போ என்கிட்ட ஒரு விஷயம் சொன்னீங்க. அதாவது 'வேன் விபத்து சம்பந்தமான கேஸ்ல தங்கசாமிங்கிற ஒருத்தர் மர்மமான முறையில் இறந்துட்டதாகவும், அவரோட பாடியை போஸ்ட்மார்ட்டம் பண்ணின டாக்டர்ஸ், மரணத்துக்கு காரணம் ஃபுட்பாய்ஸன்னு ரிப்போர்ட்ல

மென்ஷன் பண்ணியிருக்கிறதாகவும் சொன்னீங்க இல்லையா?"

"ஆமா...!"

"சரி, இப்ப உங்க வாட்ஸ்அப்புக்கு ஒரு நியூஸ் பேப்பர் கட்டிங்கை போட்டோ எடுத்து அனுப்பியிருக்கேன். அதைப் படிங்க."

"நீயே விஷயம் என்னன்னு சொல்லு..."

"மொதல்ல பேப்பர் கட்டிங்கைப் படிங்க. அப்புறம்தான் அதைப் பத்திப் பேச முடியும். நான் லைன்ல இருக்கேன்..."

விவேக் வாட்ஸ்அப்க்குப் போய் ரூபலா அனுப்பியிருந்த நியூஸ் பேப்பர் கட்டிங்கைப் பார்த்தான். மெல்ல வாய்விட்டுப் படித்தான்.

முதியவர்களின் உயிரோடு விளையாடும் உணவுதானம்

ஓரிசாவின் தலைநகரான புவனேஷ்வர், கோயில்களுக்கு பிரசித்தி பெற்ற நகரம் என்பது எல்லோருக்கும் தெரியும். அங்கே இருக்கும் ஸ்ரீராம் கோயிலை ஒட்டியுள்ள பகுதியில் ஆதரவற்ற முதியோர்களும், பிச்சை எடுத்து வாழ்பவர்களும் பெருமளவில் வசித்து வருகிறார்கள். இவர்களுக்கு காலை நேரங்களிலும், மதிய நேரங்களிலும் இலவசமாக உணவு அளித்து வந்திருக்கிறார்கள் ஒரு கணவனும் மனைவியும்.

கடந்த ஆறுமாதங்களாக நடைபெற்று வந்த இந்த உணவுதானம். அங்கே இருப்பவர்களால் பாராட்டப்பட்டு வந்தது. ஆனால் கடந்தசில நாட்களாக அந்தப் பகுதியைச் சேர்ந்த வயதானவர்கள் அடுத்தடுத்து இறந்து போவது கண்டுபிடிக்கப்பட்டதும் காவல்துறை விசாரிக்க

ஆரம்பித்தது. விசாரணையில் வயதான நபர்களின் இறப்புக்குக் காரணம் அவர்கள் சாப்பிட்ட உணவு விஷமாக மாறியதுதான் என்பது போஸ்ட்மார்ட்டம் அறிக்கை மூலம் தெரியவந்துள்ளது. தினசரி உணவுதானம் அளித்து வந்த கணவன் மனைவி மீது சந்தேகப்பட்ட காவல்துறை அவர்களைத் தேடிப்போனபோது, அவர்கள் வீட்டை காலி செய்துவிட்டு தலைமறைவாகியிருப்பது அதிர்ச்சியை ஏற்படுத்தியுள்ளது. போலீசார் இது குறித்து புலன் விசாரணை செய்து வருகிறார்கள்.

விவேக் வாட்ஸ்அப்பில் இருந்த செய்தியைப் படித்துவிட்டு செல்போனைக் காதுக்கு ஒற்றினான்.

"படிச்சுட்டேன் ரூபி."

"ஏதாவது பொறி தட்டுதா?"

"பலமாவே தட்டுது."

"என்னன்னு சொல்லுங்க பார்ப்போம்."

"புவனேஷ்வர்ல இருக்கிற ஸ்ரீராம் கோயிலைச் சுத்தி வாழ்ந்திட்டிருந்த வயசானவங்களும், பிச்சைக்காரங்களும் எப்படி ஃபுட்பாய்ஸன் பாதிப்பு ஏற்பட்டு இறந்து போனாங்களோ, அதே மாதிரிதான் நம்ம சௌகார்பேட்டை நரசிம்மர் கோயிலைச் சுத்தி இருந்த வயசானவங்களுக்கும் ஃபுட்பாய்ஸன் பாதிப்பு ஏற்பட்டு இறந்து போயிருக்காங்க. அதுல ஒருத்தர்தான் இந்த தங்கசாமி. விபத்துக்குள்ளான வேன்ல இருந்த பரசுராம் கூட தன்னோட கடைசிநாட்கள்ல சௌகார்பேட்டை ஏரியால இருந்ததா இன்வெஸ்டிகேஷன் ஆபிஸர் ஒருத்தர் சொல்லியிருக்கார். புவனேஷ்வர்ல உணவுதானம் பண்ணது ஒரு கணவன் மனைவி. இங்கே சௌகார்பேட்டையில அதேமாதிரி பண்ணது மெஹருன்னிஸா. நீ அதைத்தானே சொல்ல வர்றே ரூபி?"

“சரியா கேஸோட மையப்புள்ளியில வந்து நின்னுட்டீங்க! மொத வேலையா மெஹருன்னிஸாவை போய் மடக்குங்க. இந்த கேஸுக்கு ஒரு எண்ட் கார்ட் போட்டுடலாம்!”

28

விவேக் வெளியே நின்று செல்போன் பேச்சை முடித்துக் கொண்டு அறைக்குள் மீண்டும் நுழைந்தான்.

டாக்டர் தான்யாவும், விஷ்ணுவும் ஒரு மருத்துவக் கண்டுபிடிப்பைப் பற்றி உற்சாகமாய் பேசிக் கொண்டிருந்தார்கள்.

“மேடம்...! இனி எல்லாமே ஏ.ஐதான்! அவனின்றி ஓர் அணுவும் அசையாதுன்னு சொல்லுவாங்களே அந்த வார்த்தை இந்த ஆர்ட்டிஃபிஷியல் இண்டலிஜென்ஸுக்குத்தான் சரியாப் பொருந்தும். நீங்க வேணும்னாப் பாருங்க மேடம்...! வரப்போற 2050-ம் வருஷத்துக்குள்ளே ஒவ்வொரு ஹாஸ்பிட்டலயும் ஏ.ஐ பவர்ட் ஹ்யூமானாய்ட் ரோபோட்ஸ்தான் சீஃப் டாக்டர்ஸ்ஸா உட்கார்ந்துகிட்டு, உங்க மாதிரியான டாக்டர்ஸை நல்லா வேலை வாங்கிட்டு இருக்கும்.”

அறைக்குள் நுழைந்த விவேக் இறுகிய முகத்துடன் தான்யாவுக்கு எதிரே வந்து நின்றான்.

“சாரி மேடம்! டி.ஜி.பி கிட்டயிருந்து ஒரு அவசர அழைப்பு. உடனே கிளம்பணும். ரெண்டுநாள் கழிச்சு மறுபடியும் சந்திச்சுப் பேசுவோம். இந்த கேஸ் விஷயமா இன்னமும் எனக்கு சில சந்தேகங்கள் இருக்கு...யூ ஹேவ் டூ க்ளாரிஃபை!”

தான்யா மெலிதாய்ப் புன்னகை பூத்தாள்.

"நோ ப்ராப்ளம். நீங்க எப்ப வேணும்ன்னாலும் வரலாம். ஐ'ம் வெயிட்டிங். என் கணவரோட உயிருக்கு ஆபத்தை உண்டாக்கப் பார்த்த அந்த ஆட்கள் யார்ங்கிற உண்மை வெளியே வந்தாத்தான் என் மனசுக்கு நிம்மதி கிடைக்கும்."

"ஓ.கே மேடம். வீ வில் ஸீ யூ சூன்." விவேக் சொல்லிவிட்டு அறையிலிருந்து வெளியேற, விஷ்ணு தொடர்ந்தான்.

போர்ட்டிகோவில் நின்றிருந்த காரை நெருங்கும் வரை மௌனம் காத்த விஷ்ணு பிறகு ரகசியம் பேசுகிற தினுசில் கேட்டான்.

"என்ன பாஸ்... மூட் அவுட் ஆன மாதிரி தெரியுது?"

"தப்பாச் சொல்றே... இப்பத்தான் நான் நல்ல மூட்ல இருக்கேன்." விவேக் சொல்லிக் கொண்டே காருக்குள் ஏறி டிரைவிங் சீட்டை ஆக்ரமிக்க, விஷ்ணு பக்கத்து இருக்கையில் உட்கார்ந்தான்.

"என்ன பாஸ் சொல்றீங்க... நல்ல மூட்ல இருக்கீங்களா?"

"ஆமா...! உன்னோட ரூபலா மேடம் என்னோட வாட்ஸ்அப்க்கு ஒரு நியூஸ் பேப்பர் கட்டிங்கை அனுப்பி வெச்சிருக்காங்க. அதை கடகடன்னு படிச்சுப் பார்த்துட்டு உனக்கு என்ன தோணுதுன்னு சொல்லு பார்க்கலாம்!"

விவேக் தன்னுடைய செல்போனை விஷ்ணுவிடம் கொடுக்க அவன் வாட்ஸப்பில் ரூபலா அனுப்பியிருந்த நியூஸ்பேப்பர் கட்டிங்கை படித்துவிட்டு காரை ஓட்டிக் கொண்டிருந்த விவேக்கைத் திகைப்பாய் பார்த்தான்.

"அய்யோ பாஸ்...! இதைப் படிச்சதும் எனக்கு சௌகார்பேட்டையில இருக்கிற மெஹருன்னிஸா ஞாபகம்தான் வருது. கட்டுச் சோத்துக்குள்ள எலி இருக்கறது தெரியாம ஊர் பூராவும் தேடிட்டு இருந்திருக்கோம். ரூபலா மேடம் சரியான நேரத்துல ஒரு

சரியான க்ளூவை கொடுத்திருக்காங்க பாஸ். இப்ப நாம மெஹருன்னிஸாவைத்தானே பார்க்கப் போறோம்?"

"சரியா கெஸ் பண்ணிட்டே! எஸ்... இப்ப அங்கதான் போறோம். ஆனா இது ஒரு கேஷுவல் விஸிட் மாதிரி இருக்கணும். அவளைச் சந்தேகப்படற மாதிரி நாம காட்டிக்க கூடாது. நான் அவகிட்ட பேசும் போது நீ வாயைத் திறக்க கூடாது. அவளோட ஃபேஸ் எக்ஸ்ப்ரஷனை மட்டும் உன்னிப்பாக் கவனி. உனக்குத்தான் ஃபேஸ் ரீடிங் நல்லா தெரியுமே!" விவேக் சொல்லிக் கொண்டிருக்கும் போதே அவனுடைய செல்போன் வைபரேஷனில் அதிர்ந்தது.

"யாருன்னு பாரு..."

"பி12 போலீஸ் ஸ்டேஷனிலிருந்து இன்ஸ்பெக்டர் அகிலா, பாஸ்."

"போனை ஸ்பீக்கர்ல போடு."

விஷ்ணு ஆன் செய்ததும் விவேக் காரை மெதுவாக நகர்த்திக் கொண்டே குரல் கொடுத்தான்.

"சொல்லுங்க அகிலா..."

"சார்...! லாக்அப்ல இருக்கிற மாயாவையும் அந்த ட்ரான்ஸ்ஜெண்டர் பொண்ணையும் ரெட்செல்லுல வெச்சு, தேர்ட் டிகிரி ட்ரீட்மெண்ட் வரைக்கும் கொடுத்து விசாரிச்சு பார்த்துட்டேன்."

"உபயோகமான தகவல் உண்டா?"

"சாரி சார்...! மாயாவுக்கும் சரி, அந்த ட்ரான்ஸ்ஜெண்டருக்கும் சரி, செபாஸ்டியன் என்ன பண்ணிட்டிருந்தான்ங்கிற விபரமெல்லாம் தெரியலை. மாயா அவனுக்கு தாலிகட்டாத மனைவி, ட்ரான்ஸ்ஜெண்டர் ஒரு சமையல்காரி அவ்வளவுதான். அதே மாதிரி வீட்ல இருந்த பி.ஏவும் செக்யூரிட்டி ஆளும், தோட்டக்காரனும் ஹார்ம்லஸ் சார். மாயாவைத் தவிர வேற யாருமே செபாஸ்டியன்கிட்ட பேச மாட்டாங்களாம்."

“அந்த அஞ்சு பேரும் சொன்னதை உங்களால நம்ப முடியுதா அகிலா?”

“சார், என்னோட பதினஞ்சு வருஷ சர்வீஸ்ல குற்றவாளிகளை ஸ்மெல் பண்றதுல நான் தப்பு பண்ணினதே இல்லை. ஒரு விசாரணைக் கைதியோட கண்ணைப் பார்த்தே அவங்க சொல்றது உண்மையா பொய்யான்னு கண்டுபிடிக்க முடியும்.”

“அப்ப... உங்க முடிவு... அந்த மாயா, ட்ரான்ஸ்ஜெண்டர், பி.ஏ, செக்யூரிட்டி, தோட்டக்காரன் அஞ்சுபேருமே செபாஸ்டியன் கொலை செய்யப்பட்ட விவகாரத்தோட சம்பந்தப்பட்டிருக்க மாட்டாங்க, அப்படித்தானே?”

“ஆமா சார்...! செபாஸ்டியன் தன்னை ஒரு ஃபேமிலிமேன் மாதிரி காட்டிக்கிறதுக்காகத்தான் நீலாங்கரையில ஒரு பங்களாவைக் கட்டியிருக்கான். அவன் என்ன பிசினஸ் பண்றான். அவனுக்கு பணம் எப்படி வருதுங்கிற விஷயம் அவங்களுக்குத் தெரியல. இருந்தாலும் அந்த அஞ்சு பேரையும் ஒரு பதினைஞ்சு நாளைக்காவது ரிமாண்ட் பண்ணி உள்ளே வெக்கணும். சைலண்ட் அப்சர்வேஷன் ஈஸ் ஏ மஸ்ட்.”

“தட்ஸ் ஏ குட் அப்ரோச்!”

அடுத்த சில வினாடிகளில் இன்ஸ்பெக்டர் அகிலாவுடன் செல்போன் பேச்சை முடித்துக் கொண்ட விவேக் காரின் வேகத்தை லேசாய் அதிகரித்தான்.

விஷ்ணு குரலைத் தாழ்த்தினான்.

“பாஸ்...! இந்த விஷயத்துல என்னோட பாய்ண்ட் ஆஃப் வ்யூ சொல்லட்டுமா?”

“சொல்லு...”

“விபத்துக்குள்ளான வேனை ஓட்டிட்டு வந்தது செபாஸ்டியனோட ஃப்ரண்ட் சாம்ராஜ்தானே..?”

“ஆமா...!”

“சாம்ராஜ் இப்போ ஹாஸ்பிடல்ல செமி-கான்ஷியஸ் ஸ்டேஜ்ல இருக்கான். அப்படிப்பட்ட நிலைமையில அவன் இருக்கக் காரணம், ரோட்டோர பார்க்ல அவன் யாருக்காகவோ காத்துட்டிருக்கிறப்ப ‘டெஸ்ப்ளூரேன்’ங்கிற அனஸ்தீஷியாவை அவனுக்கு அதிகப்படியாய்க் கொடுத்து வெஜிடேட்டிவ் நிலைமைக்கு கொண்டு போக முயற்சி பண்ணியிருக்காங்க இல்லையா?”

“ஆமா.”

“அதாவது சாம்ராஜைக் கொஞ்சம் கொஞ்சமாச் சாகடிக்கிறதுதான் கொலையாளியோட நோக்கம்.. அந்த வேலையை யார் செஞ்சாங்களோ அந்த நபர்தான் செபாஸ்டியனை கொலை பண்ணியிருக்கணும்..?”

“மே... பி.”

“மே... பி... இல்ல பாஸ். கன்ஃபர்மா அதேதான்”

“சரி...! இப்ப நீ என்ன சொல்ல வர்றே?”

“அந்தக் கொலையாளி ஏன் மெஹருன்னிஸாவா இருக்ககூடாது?”

“இருக்கலாம்... உன்னோட யூகம் சரியா தப்பான்னு இன்னும் கொஞ்ச நேரத்துல தெரிஞ்சுடும்.” சொன்ன விவேக் தீவிர யோசிப்போடு காரின் வேகத்தைப் படிப்படியாக அதிகரித்தான்.

சரியாய் நாற்பது நிமிடப் பயணம்.

சௌகார்பேட்டை ஜன நெரிசலோடு வந்தது. நரசிம்மர் கோயிலுக்கு முன்பாய் இருந்த பூக்கடைகளில் பக்தர்கள் கூட்டம் மொய்த்தது.

கார் போக்குவரத்தில் நீந்தி கோயிலினின்றும் சற்றுத் தள்ளியிருந்த தெருவுக்குள் நுழைந்து மெஹருன்னிஸாவின் வீட்டுக்கு முன்பாக நின்றது.

இருவரும் காரை விட்டு இறங்கி, குறுகலான வாசற்படிகளில் ஏறினார்கள்.

வீட்டுக்குள்ளே டி.வி செய்திகளை வாசித்து கொண்டிருந்தது.

"சட்டசபையில் நான்காவது நாளாக வரலாறு காணாத ரகளை"

விஷ்ணு கதவுக்கு இடதுபக்கமாய் தெரிந்த அழைப்புமணிக்கான பொத்தானின் மேல் கையை வைத்தான்.

வீட்டுக்குள்ளே கிளிக்கூட்டம் கத்துவது போல் ஐந்து விநாடிகளுக்கு சத்தம் கேட்டு ஓய்ந்தது.

காத்திருந்தார்கள்.

ஒரு நிமிடம் முழுவதுமாய்க் கரைந்தும் கதவு திறக்காமல் போகவே, விஷ்ணு குழப்பமாய் விவேக்கைப் பார்த்தான்.

"என்ன பாஸ்... டி.வி சத்தத்துல காலிங்பெல் சத்தம் கேட்கலைன்னு நினைக்கிறேன்." சொல்லிக்கொண்டே பக்கவாட்டில் லேசாய் திறந்து இருந்த ஜன்னலைத் தள்ளி உள்ளே எட்டிப் பார்த்தான்.

மின்விசிறி சாவதானமாய் சுழன்று கொண்டிருக்க, டி.வி இப்போது தங்கம் விலை ஏறுவது குறித்து கவலைப்பட்டுக் கொண்டிருந்தது.

"பாஸ்...! டி.வி இருக்கிற ரூம்ல யாருமேயில்லை. வேற ரூமுக்குள்ளே இருப்பாங்கன்னு நினைக்கிறேன். நீளமாச் சங்கு ஊதிட வேண்டியதுதான்." சொன்னவன் மீண்டும் அழைப்புமணிக்கான பொத்தானின் மேல் கட்டைவிரலை வைத்து பத்து விநாடிகளுக்கு அழுத்தி பிடித்தான்.

உள்ளே மீண்டும் கிளிக்கூட்டம் கத்தி ஓய அவர்களுக்குப் பின்பக்கம் குரல் கேட்டது.

"மெஹருன்னிஸாவையா பார்க்க வந்தீங்க?"

இருவரும் திரும்பிப் பார்த்தார்கள். நடுத்தர வயதில் ஒரு நபர் நின்றிருந்தார். லுங்கியும் பனியனும் அணிந்து தலைக்குல்லாவோடு நல்ல உயரத்தில் தெரிந்தார். தாடையில் ஒழுங்கற்ற நரை தாடி.

விஷ்ணு தலையசைத்தான்.

"ஆமா!"

"அந்த பொண்ணு வீட்ல இல்லைன்னு நினைக்கிறேன். பத்து நிமிஷத்துக்கு முன்னாடிதான் ஒரு கார் வந்து வீட்டுகிட்ட நின்னுச்சு. அப்பறம் கார் கிளம்பி... புறப்பட்டுப் போச்சு."

"நீங்க யாரு?"

"எம் பேரு... கஸாலி. ப்ராய்லர் கோழிக்கடை வெச்சிருக்கேன். அதோ! அதுதான் என்னோட கடை." சொன்னவர் ரோட்டுக்கு எதிரே சற்றுத் தள்ளியிருந்த ஒரு கடையைக் காட்டிவிட்டு பேச்சைத் தொடர்ந்தார்.

"வீடு உள்பக்கமா பூட்டியிருக்கு. வீட்டுக்குள்ள ஒரு வேலைக்கார பொண்ணு இருக்குமே சார். காலிங் பெல்லை அடிங்க..."

"அடிச்சுப் பார்த்துட்டோம்."

"அது பின்னாடி பக்கம் ஏதாவது வேலை செஞ்சுட்டிருக்கும். நான் போய்ப் பார்க்கட்டுமா ஸார்?"

"வேண்டாம்...! நாங்களே பார்த்துக்கறோம்."

"சரி சார்." கஸாலி தலையாட்டிவிட்டு போய்விட, விவேக்கும் விஷ்ணுவும் வீட்டைச் சுற்றிக் கொண்டு பின்பக்கம் வந்து கதவை மெல்லத் தள்ளிப் பார்த்தார்கள்.

அது எந்த எதிர்ப்பும் காட்டாமல் உள்வாங்கிக் கொள்ள, நுழைந்தார்கள்.

இரண்டு வாழைக்கன்றுகளும் ஒரு மல்லிகைப் பந்தலும் பார்வைக்குத் தட்டுப்பட சமையலறைக் கதவு காற்றுக் அசைந்து கொண்டிருந்தது.

விஷ்ணு கதவைத் தள்ளிக்கொண்டு உள்ளே போனான். சமையலறை சுத்தமாய் இருந்தது.

பின்தொடர்ந்த விவேக் சமையலறை மேடையில் இருந்த கேஸ் ஸ்டவ்வைத் தொட்டான். லேசாய் முகம் மாறினான்.

“விஷ்ணு...”

“என்ன பாஸ்?”

“வேலைக்காரி வீட்லதான் இருக்கணும். தேடிப்பாரு!”

விஷ்ணு வீட்டில் இருந்த மூன்று அறைகளையும் போய்ப் பார்த்துவிட்டு வந்தான்.

“அவ வீட்ல இல்ல, பாஸ். விஷயம் தெரிஞ்சு நாம இங்கே வர்றதுக்கு முன்னாடியே எப்படியோ, ரெண்டு பேரும் தப்பிச்சுட்டாங்க போலிருக்கு. எனக்கென்னமோ இது அண்டர்கவர் இன்வெஸ்டிகேஷன் மாதிரி தெரியலை பாஸ். எங்கேயோ பைப் லைன் உடைஞ்சிருக்குன்னு நினைக்கிறேன்.”

விவேக், விஷ்ணுவைப் பார்த்து அரைப் புன்னகை பூத்தான்.

“இந்த இக்கட்டான நேரத்துல இந்த பாதி மோனாலிசா சிரிப்புக்கு என்ன அர்த்தம் பாஸ்?”

“இடுக்கண் வருங்கால் நகுக’ன்னு வள்ளுவர் சொல்லியிருக்கார் தெரியுமா?”

29

அந்த அதிகாலை ஐந்தரை மணிவேளையில் நித்ராதேவியின் பிடியில் வசமாய் சிக்கியிருந்தான் விஷ்ணு.

கைக்கு எட்டும் தூரத்தில் ஃபைபர் டீபாயின் மேலிருந்த அவனுடைய செல்போன் வெளிச்சம் பிடித்துக் கொண்டு ரிங்டோனை வெளியிட்டது.

போர்வையிலிருந்து கையை நீட்டி செல்போனை எடுத்து சிக்கனமாய் ஒரு கண்ணை மட்டும் திறந்து அழைப்பது யாரென்று பார்த்தான்.

'பாஸ்' என்கிற வார்த்தையை டிஸ்ப்ளே திரை சொல்ல, போர்வையினின்றும் ஒரு கத்தியைப் போல் தன்னை உருவிக் கொண்டு எழுந்து உட்கார்ந்தான். செல்போனை காதுக்கு ஒற்றி ஒரு அவசரக் கொட்டாவியோடு 'குட்மார்னிங் பாஸ்' என்றான்.

"என்னடா இன்னும் தூங்கறியா... வாக்கிங் போக ரெடியாகலை?"

"பாஸ் மணி இப்ப அஞ்சரை. நாம வழக்கமா ஆறுமணிக்குத்தானே கிளம்புவோம்?"

"இனிமேல நம்ம வாக்கிங் நேரம் அஞ்சரை. ஆறுமணிக்குப் புறப்பட்டா எல்லா பீச்லேயும் தீபாவளி டைம் ரங்கநாதன் தெரு மாதிரி ஒரே நெரிசல். நான் இப்ப உன் வீட்டுக்கு முன்னாடி கார்ல உட்கார்ந்துட்டிருக்கேன். நீ பத்து நிமிஷத்துக்குள்ளே ரெடியாயி வெளியே வரணும்.

வரலைன்னா பதினோராவது நிமிஷம் புறப்பட்டு போயிட்டே இருப்பேன்."

"ரொம்பவும் மிரட்டாதீங்க பாஸ். இன்னும் ஒன்பது நிமிஷத்துல உங்களுக்கு பக்கத்துல உட்கார்ந்திட்டிருப்பேன்." சொல்லிவிட்டு செல்போனை அணைத்த விஷ்ணு பரபரவென்று இயங்கி, சரியாய் எட்டாவது நிமிஷம் வீட்டை விட்டு வெளிப்பட்டு ஒன்பதாவது நிமிஷம் காருக்குள் ஏறி விவேக் அருகே உட்கார்ந்தான்.

"போலாம் பாஸ்... இன்னிக்கு வாக்கிங் எந்த ஏரியா?"

"பெசண்ட் நகர் பீச் போயிடலாம்." சொல்லிக் கொண்டே காரை நகர்த்தி வேகம் எடுத்தான் விவேக்.

சென்னையின் விடியற்காலைத் தெருக்கள் எல்.இ.டி விளக்குகளின் வெளிச்ச மழையில் குளித்துக் கொண்டிருக்க, சாலையோர டீக்கடைகளும், காய்கறிக் கடைகளும் சோம்பல் முறித்துக் கொண்டிருந்தன. ராத்திரி ஒட்டப்பட்ட போஸ்டர்களில் ஒரு அரசியல் தலைவர் எல்லாப் பற்களையும் காட்டி சிரித்து போஸ் கொடுத்து தன்னுடைய பிறந்தநாளைக் கொண்டாடிக் கொண்டிருந்தார்.

விஷ்ணு கேட்டான்.

"பாஸ்...! ஏதாவது உபயோகமான தகவல் உண்டா..?"

"எதைப் பத்தி கேக்கற..?"

"என்ன பாஸ்... அம்னீஷியா ஆசாமி மாதிரி கேட்கறீங்க? தப்பிச்சு போன மெஹருன்னிஸா பத்தி ஏதாவது தகவல் கிடைச்சுதான்னு கேட்டேன்."

"கிடைக்கலை...! நாம வரப்போறதை எப்படியோ தெரிஞ்சுகிட்டு மெஹருன்னிஸாவும் வேலைக்காரியும்தான் எப்படியோ தப்பிச்சு போயிட்டாங்களே?"

"நாம அங்கதான் போறோம்ன்னு அவங்களுக்குத் தகவல் கொடுத்தது யாராய் இருக்கும்ன்னு நினைக்கறீங்க பாஸ்?"

"யோசனை பண்ணு..."

"பார்த்துட்டேன். முடியல பாஸ். எப்படி அந்த ரெண்டு பேரையும் கண்டுபிடிக்கப் போறோம்?"

"வா... மொதல்ல ஒரு நல்ல காஃபி சாப்பிடுவோம்." சொன்ன விவேக் காரை இடது பக்கமாய் ஓடித்து சாலையோரமாய் இருந்த அந்த பழமையான ஹோட்டலுக்கு முன்பாய் நிறுத்திவிட்டு கீழே இறங்கினான். தொடர்ந்து விஷ்ணுவும் இறங்க, ஹோட்டலின் பெயர்ப்பலகை பார்வைக்குத் தட்டுப்பட்டது.

சாந்தோம் சாம்பசிவ அய்யர் பவன்
உயர்தர சைவ விடுதி
போர்டிங் அண்ட் லாட்ஜிங்
ஸ்தாபிதம் 1941

சிமெண்ட்டினால் உருவாக்கப்பட்ட எழுத்துக்களின் மேல் அடிக்கப்பட்ட பெயிண்ட் உதிர்ந்து போயிருந்தாலும் வார்த்தைகள் தெளிவாய் புரிந்தது.

விஷ்ணு திகைப்போடு கேட்டான்.

"பொதுவா நாம வாக்கிங் போற நேரத்துல காபி சாப்பிடற வழக்கம் இல்லையே? இது என்ன புது பழக்கம் பாஸ்?"

"இன்னிக்கு சாப்பிடுவோம். இந்த சாம்பசிவ அய்யர் ஹோட்டலுக்கு எழுபத்தஞ்சு வயசு. இங்கே ஃபில்டர் காஃபி சூப்பராய் இருக்கும்." விவேக் சொல்லிக் கொண்டே, ஹோட்டலின் வாசற்படிகளில் ஏறி உள்ளே போக நெற்றியில் ஸ்ரீ சூர்ணத்தோடும், குடுமியோடும் ஒரு வயதான நபர் எதிர்ப்பட்டார்.

"வாங்கோ... நமஸ்காரம்!" இருகைக் கூப்பி கும்பிட்டார்.

விவேக் சுற்றுமுற்றும் பார்த்துவிட்டு கேட்டான்.

"ராத்திரி புதுசா யாரும் வந்து ரூம் எடுக்கலையே?"

"நீங்கதான் ரெண்டு நாளைக்கு வெளியாட்கள் யார்க்கும் ரூம் குடுக்ககூடாதுன்னு சொல்லிட்டீங்களே. அப்புறம் எப்படி தர்றது சார்?"

விவேக் அவரை ஒரு புன்னகையோடு கடந்து, பக்கவாட்டில் வளைந்து போன மாடிப்படிகளில் ஏறினான்.

விஷ்ணு முறைத்தான்.

"பாஸ்ஸ்ஸ்...!"

"என்னடா..?"

"அண்டர்கவர் இன்வெஸ்டிகேஷன்ங்கிற பேர்ல நீங்க கீழடிக்கு சமமா அகழ்வராய்ச்சி பண்ணிட்டிருக்கீங்கன்னு நினைக்கிறேன். இங்கே என்னதான் பாஸ் நடக்குது?"

விவேக், விஷ்ணுவின் தோள் மீது கையை வைத்தான்.

"இதோ பார் விஷ்ணு...! இந்தக் கேஸ்ல நீயோ நானோ பேசி வெச்சுகிட்டு நேரிடையா சில விஷயங்களைச் செய்ய முடியாது. நீறு பூத்த நெருப்பா சில விஷயங்களைச் செஞ்சாத்தான் உண்மைகளை வெளியே கொண்டுவர முடியும். அடுத்த சில நிமிஷங்கள்ல நடக்கப் போற விஷயங்கள் உனக்கு எல்லாத்தையும் புரிய வைக்கும்." பேசிக் கொண்டே நடந்த விவேக் சட்டென்று நின்று வராந்தாவின் பக்கவாட்டில் தெரிந்த 14 என்று கதவில் எழுதப்பட்டிருந்த அந்த அறைக்கு முன்பாக நின்றான்.

காலிங்பெல் பட்டனை அழுத்தினான்.

அடுத்த சில விநாடிகளில் கதவு திறக்கப்பட, நெப்போலியன் வெளிப்பட்டு தூக்கக் கலக்க முகத்தோடு சல்யூட் வைத்தான்.

"குட் மார்னிங் ஸார்...!"

"குட்மார்னிங் நெப்ஸ்...! எனி ப்ராப்ளம்?"

"ஒரு பிரச்னையும் இல்ல ஸார். இப்பத்தான் இன்ஸ்பெக்டர் அகிலா போன் பண்ணிக் கேட்டாங்க. நீங்க எந்த நிமிஷமும் வரலாம்ன்னு சொல்லிட்டிருந்தேன்."

"சரி...! போலாமா?"

"போலாம் சார்...!"

"ரூம் நம்பர்?"

"இருபத்தேழு சார்." சொன்ன நெப்போலியன் தன்னுடைய அறையைப் பூட்டிக் கொண்டு வராந்தாவிலிருந்த மரத்தாலான படிகளில் சரசரவென ஏறினான்.

இரண்டாவது மாடிக்கு வந்து 27 எண்ணிட்ட அறைக்கு முன் நின்று அழைப்பு மணிக்கு வேலை கொடுத்தான்.

கதவு உடனே திறந்தது.

யூனிஃபார்மைத் தவிர்த்திருந்த இன்ஸ்பெக்டர் அகிலா வெளிர் நீலநிற சேலையில் தெரிய, இரண்டு பெண் கான்ஸ்டபிள்கள் சுடிதாரில் கல்லூரி மாணவிகளைப் போல் தோற்றம் காட்டினார்கள்.

விவேக், விஷ்ணுவைப் பார்த்ததுமே மூன்று பேரும் அட்டென்ஷனுக்கு வந்து சல்யூட் அடித்துவிட்டு ஒரே குரலில் "குட்மார்னிங் ஸார்...!" என்றார்கள்.

விஷ்ணு குழப்ப முகத்தோடு அறைக்குள் பார்வையைப் போட்டான்.

அறையின் மூலையில் போடப்பட்டிருந்த கட்டிலில் முழங்கால்களை கட்டிக்கொண்டு தலைகுனிந்து உட்கார்ந்திருந்த அந்தப் பெண்ணைப் பார்த்த விஷ்ணு அதிர்ச்சியோடு விவேக்கிடம் திரும்பினான்.

"பா... பாஸ்... இது... இது..."

"மெஹருன்னிஸாவேதான்..."

"இ.. இங்கே எப்படி?"

விவேக் மெல்லச் சிரித்துவிட்டு அறைக்குள் நுழைந்தபடி கேட்டான்.

"விஷ்ணு, நீயும் நானும் டி.ஜி.பியோட ரூம்ல இருந்தப்ப, மனித உரிமை கமிஷன் தலைவர் தமிழரசன் என்ன சொன்னார்ன்னு ஞாபகம் இருக்கா?"

“வயசானவங்க சாப்பிட்ட அன்னதான உணவு ஃபுட்பாய்சன் ஆனதா சொன்னாரு.”

“அவர் அப்படிச் சொன்ன அந்த விநாடியே எனக்கு மெஹருன்னிஸா மேல சந்தேகம் வந்தது. உடனே நெப்போலியனுக்கும், இன்ஸ்பெக்டர் அகிலாவுக்கும் வாட்ஸப்ல தகவல் கொடுத்து அவளை அதிரடியாய் ஆனா யாருக்கும் சந்தேகம் வராத மாதிரி மஃப்ட்டில போயி அரெஸ்ட் பண்ணச் சொன்னேன். ஸ்டேஷனுக்கு கூட்டிட்டு போகாம இந்த ஹோட்டல்ல தங்க வைக்கச் சொன்னேன். ஸ்டேஷன்ல விசாரணை நடந்தா விஷயம் எப்படியும் மீடியாக்கு போயிடும்ன்னு எனக்குத் தெரியும். நாம ரெண்டு பேரும் மெஹருன்னிஸாவைத் தேடிப்போனது கூட மத்தவங்களை நம்ப வைக்கிறதுக்காக நான் போட்ட கண்துடைப்பு நாடகம்.”

விஷ்ணுவின் திறந்த வாய் மூட முழுசாய் முப்பது விநாடிகள் பிடித்தன.

“பாஸ்...! இவ்வளவு பிரச்னைக்கும் காரணம் மெஹருன்னிஸா தானா?”

இன்ஸ்பெக்டர் அகிலா இடைமறித்தாள்.

“எஸ்...! ராத்திரி முழுக்க அவளைத் தூங்கவிடாம டார்ச்சர் செஞ்சதுல ஒத்துக்கிட்டா... இப்ப, நாம கேக்கப் போற கேள்விக்கெல்லாம் பதில் சொல்ல தயாராய் இருக்கா.”

“குட் ஜாப் அகிலா!” சொன்ன விவேக் ஒரு நாற்காலியை இழுத்துப் போட்டுக் கொண்டு மெஹருன்னிஸாவுக்கு எதிரே உட்கார்ந்தான்.

“சொல்லு...! எதுக்காக இதெல்லாம்? நடந்த சம்பவங்களுக்குப் பின்னாடி நீ மட்டுமே இருக்க சாத்தியமில்லை. யாரு அந்த சூத்ரதாரி?”

அவள் நீர் நிரம்பிய விழிகளோடு விவேக்கை ஏறிட்டாள்.

"சார்...! நான் அப்ரூவரா மாறி எல்லா உண்மையையும் சொல்லிடறேன். கோர்ட் என்னை மன்னிச்சு விட்டுருமா?"

"நீ சொல்ற எல்லாத் தகவல்களுமே உண்மையாய் இருக்கிற பட்சத்துல கோர்ட் உன் மேல கருணை காட்டி விடுதலை பண்ணலாம். ஆனா நீ ஒரு சின்ன பொய்யைச் சொன்னாக்கூட தண்டனையிலிருந்து தப்ப முடியாது."

"இனிமே பொய் சொல்ல ஒண்ணுமேயில்ல சார். நான் எல்லா உண்மையையும் சொல்லிடறேன்."

"ம்...! ஆரம்பி... உனக்குப் பின்னாடி இருக்கிற அந்த சூத்ரதாரி யாரு?"

"குட்வில் ஹாஸ்பிடல் சீஃப் டாக்டர் லட்சுமிபதி."

விவேக்கின் புருவங்கள் முடிச்சு போட்டுக் கொண்டன.

"டாக்டர் தான்யா வேலை செய்யற அந்த ஹாஸ்பிடலா?"

"ஆமா சார்."

"அவர் எதுக்காக இதையெல்லாம் பண்ணனும்?"

"ஏ.எஸ்.சி.ஐன்னு சொல்லப்படற ரீஜெனரேட்டிவ் மெடிசனைப் பத்தி கேள்விப்பட்டிருக்கீங்களா சார்?"

"இல்ல...! என்ன அது?"

"'ஏ.எஸ்.சி.ஐ'ன்னா ஆட்டோலோகஸ் ஸ்டெம்செல் இஞ்ஜெக்ஷன் தெரபி. மனித உயிர்களுக்கு ஆபத்தை விளைவிக்கற மாதிரியான நோய்களை இந்த இஞ்ஜெக்ஷன் மூலமா குணப்படுத்த முடியும்ன்னு டாக்டர் லட்சுமிபதி நம்புனாரு. இதுல அவர்க்கு உதவி செய்யறதுக்கு ஒரு மெடிக்கல் டீமே இருந்தது."

"அந்த டீம்ல யார் யார் இருந்தாங்கன்னு சொல்ல முடியுமா?"

"யாரு... எவ்வளவு பேருன்னு எனக்குத் தெரியாது சார். ஆனா அது ஒரு பெரிய டீம்னு மட்டும் தெரியும் சார். அதுல நிச்சயமா அம்பது டாக்டர்ஸ்க்கு மேல இருந்தாங்க. அதுல

பாதிப் பேர் மஹாராஷ்ட்ரா, ஆந்திரா, கர்நாடகா, கேரளாவைச் சேர்ந்தவங்க. அதைத்தவிர மெடிக்கல் ஃபீல்ட்ல நேரிடையா வேலை செய்யாத நான்-டெக்னிக்கல் ஆளுங்ககூட டீம்ல இருந்தாங்க."

"அவங்க வேலை என்ன?"

"ஆதரவில்லாமே, அநாதையா இருக்கற வயசான வங்களையும் பிச்சைக்காரங்களையும் குறிவெச்சு, அவங்களோட நடமாட்டம் அதிகமாய் இருக்கிற பகுதிகளை செலக்ட் பண்ணி அன்னதானம்ங்கிற பேர்ல ஃபுட் பாக்கெட்ஸ் கொடுப்பாங்க. அந்த ஃபுட் பாக்கெட்ஸ்ல ஏ.எஸ்.சி.ஐ சம்பந்தப்பட்ட மருந்து கலந்திருக்கும். அந்த உணவைச் சாப்பிட்டவங்களோட ஆரோக்கியம் மேம்படுதா இல்லை சீர் குலையுதான்னு அப்ஸர்வ் பண்ணி டாக்டர் லட்சுமிபதிக்கு வாரத்துக்கு ஒரு தடவை ரிப்போர்ட் அனுப்புவாங்க."

"அட நாதாரிகளா...!" விஷ்ணுவின் வாய் தன்னிச்சையாய் திறந்து ஒரு கெட்ட வார்த்தையைப் பேச முயல விவேக் அவனைக் கையமர்த்தினான்.

மெஹருன்னிஸா தொடர்ந்து பேச ஆரம்பித்தாள்.

"ஸ்டெம்செல் மெடிகேட்டட் ஃபுட்டை தொடர்ந்து சாப்பிடற சிலரோட நிலைமை மோசமடைஞ்சு உயிருக்கு ஆபத்துங்கிற நிலைமை ஏற்படறப்ப டாக்டர் லட்சுமிபதிக்கு 'சுவாசிக்க நேரமில்லை'னு சங்கேத வார்த்தையை அனுப்புவாங்க. இந்த ப்ராஜெக்ட் பக்கத்து மாநிலங்களிலும் நடந்ததால அந்தந்த மாநிலத்தோட தாய்மொழியில சுவாசிக்க நேரமில்லைங்கிற வார்த்தையை கோட்வேர்டா யூஸ் பண்ணுவாங்க. பாதிக்கப்பட்ட அந்த ஆட்களோட வீடு எதுன்னு அடையாளம் தெரியறதுக்காக அவங்க வீட்டுக் கதவுல ஓரத்துல 'சுநே'ன்னு எழுதி வைக்கிறதும் உண்டு."

விவேக் அதிர்ச்சியில் சில விநாடிகள் இருந்து விட்டு இயல்புக்கு மீண்டான்.

“இப்ப ஒரு முக்கியமான கேள்விக்கு வர்றேன். வேன் விபத்துல இறந்து போன பெண்கள்ல உன் கூடப் பொறந்த ட்வின் சிஸ்டர் சுடர்விழிங்கிற சல்மாவும் ஒருத்தி இல்லையா?”

“ஆமா சார்.”

“அவ எதுக்காக அந்த வேன்ல ட்ராவல் பண்ணா?”

மெஹருன்னிஸாவின் முகம் இருண்டது.

30

விவேக் கேட்ட கேள்வியில் வெகுவாய் இருண்டு போன முகத்தோடு உடனடியாகப் பதில் சொல்லாமல் சில விநாடிகள் மவுனமாய் இருந்துவிட்டு மெல்லப் பேச ஆரம்பித்தாள் மெஹருன்னிஸா.

“அந்த வேன்ல சல்மா ஏன் பயணம் பண்ணான்னு எனக்குத் தெரியாது சார்.”

“பொய் சொல்லாதே..!”

“நான் இனிமே பொய் சொல்ல முடியாத நிலைமைக்கு வந்துட்டேன், சார். என்னை நம்புங்க...! நான்தான் அப்ரூவரா மாற சம்மதம்ன்னு சொல்லி நீங்க குடுத்த ஃபார்ம்ல கையெழுத்து போட்டிருக்கேனே சார். இப்ப உங்ககிட்ட நான் பேசற ஒவ்வொரு வார்த்தையும் சத்தியம் சார். ப்ளீஸ் நம்புங்க!”

“சரி! உன்னை நம்பறேன். அதனால நம்பற மாதிரி பதில் சொல்லு... சரியா? ம்...! சொல்லு, வேன்ல பயணம் பண்ண மத்தவங்க எல்லாம் யாரு?” அவளைக் கூர்மையாய் பார்த்துக் கொண்டே கேட்டான் விவேக்.

“அவங்க யாருன்னு... முழுசா... தெரியாது... ஓரளவுக்குத்தான்... தெ... தெரியும்.” என திக்கித் திணறிப் பேசியவளை இடைமறித்தான்.

“ம்...! பரவாயில்ல... தெரிஞ்சவரைக்கும் சொல்லு!”

“வேன்ல பயணம் பண்ணவங்க மொத்தம் எட்டு பேர். எட்டு பேர்ல மூணு பேர் ஏற்கனவே இறந்து போனவங்க. மத்த அஞ்சு பேர் அந்த சமயத்துல உயிரோடதான் இருந்தாங்க. அதுல ஒருத்தன் டிரைவர் சாம்ராஜ், இன்னொருத்தர் ரிடையர்ட் கான்ஸ்டபிள் பரசுராம், மூணாவது ஒரு திருநங்கை.”

“அதெல்லாம் எங்களுக்கு தெரிஞ்ச விஷயம்... அந்த ரெண்டு பேரு யாருன்னு சொல்லு?”

“அவங்க டாக்டர் லட்சுமிபதி அனுப்புன ஆளுங்க...”

“எப்படிச் சொல்றே?”

“எனக்குக் கிடைச்ச தகவல்படி வேன்ல இருந்த அந்த மூணு டெட்பாடீஸையும் டிஸ்போஸ் பண்றதுக்காக டாக்டர் லட்சுமிபதி டிரைவர் சாம்ராஜ் மூலமா ஏற்பாடு பண்ண ஆளுங்கதான் அவங்க ரெண்டு பேரும். ஆனா அவங்களும் விபத்துல பலியாயிட்டாங்க. நீங்க லட்சுமிபதியை விசாரிக்கிற மாதிரி விசாரிச்சா அவங்க யாரு, என்னங்கிற விபரம் கிடைக்கும் சார்.”

“ரிடையர்ட் கான்ஸ்டபிள் பரசுராமையும், அந்த திருநங்கையையும் எதுக்காக வேன்ல கூட்டிட்டு போனாங்க?”

“ஸ்டெம்செல் மருத்துவ பரிசோதனைக்காக ரகசியமான ஒரு இடத்துக்கு கொண்டு போக நினைச்சிருக்கலாம்.”

“அந்த திருநங்கை கான்ஷியஸுக்கு வந்தப்ப போஜ்புரி மொழியில சுவாசிக்க நேரமில்லைன்னு சொல்லியிருக்கா. படுகாயமடைஞ்ச இன்னொரு ஆளும் சுயஉணர்வுக்கு வந்தப்ப அதையே தெலுங்குல சொல்லியிருக்கார். ஏன் சுவாசிக்க நேரமில்லைனு சொன்னாங்க?”

“தெரியலை சார்... ஆனா ஆக்ஸிடென்ட்ல நல்லா அடி பட்ட அவங்களுக்கு சாகப்போறோம்ன்னு தெரிஞ்சிருக்கும். அதுக்கு முன்னாடி டாக்டர்கிட்டே உண்மையைச் சொல்ல நினைச்சு, ஸ்டெம் செல் தெரபி சிகிச்சை பத்தி முழுமையா

தெரியப்படுத்த முயற்சி செஞ்சு இருக்கலாம். சரியா பேச முடியாமே சுவாசிக்க நேரமில்லைங்கிற சங்கேத வார்த்தையை மட்டும் சொல்ல ட்ரை பண்ணியிருக்காங்கனு நினைக்கிறேன் சார்."

விவேக் சில விநாடிகள் அவளையே உற்றுப் பார்த்து விட்டு கேட்டான்.

"வேன் டிரைவர் சாம்ராஜையும் அவனோட ஃப்ரெண்ட் செபாஸ்டியனையும் உனக்கு எப்படி தெரியும்?"

"அவங்க ரெண்டு பேருமே டாக்டர் லட்சுமிபதிக்கு நம்பிக்கையானவங்க. ஸ்டெம்செல் தெரபி ப்ராஜக்ட்டுக்கு உறுதுணையாய் இருந்தாங்க... அதனால பரிச்சயம்."

"அப்படீன்னா உன்னோட சிஸ்டர் சல்மாவுக்கும் அந்த ரெண்டு பேரோட தொடர்பு இருந்திருக்கணும் இல்லையா?"

"ஆமா...! சார்."

"இப்ப செபாஸ்டியன் உயிரோட இல்லை. அவனை யாரோ கொடூரமான முறையில கொலை பண்ணியிருக்காங்க. சாம்ராஜையும் தீர்த்துக்கட்ட ஒரு அபாயகரமான அனஸ்தீஷியாவைக் கொடுத்து இருக்காங்க. இதுக்கு யார் காரணமாயிருப்பாங்கன்னு நினைக்கிறே?"

"இதிலென்ன சார் சந்தேகம்? டாக்டர் லட்சுமிபதிதான்."

"எப்படி அவ்வளவு நிச்சயமாச் சொல்றே?"

"ஸார்...! லட்சுமிபதியைப் பத்தி எனக்கு நல்லாத் தெரியும். ஒருத்தர்கிட்ட இருக்கிற உழைப்பையெல்லாம் உறிஞ்சி எடுத்துக்கிட்டு, இனி தேவையில்லன்னு அவர் நினைச்சுட்டாருன்னாலும் அவங்க மேல போலீஸ் நிழல் பட்டாலும் அந்த ஆள் உயிரோட இருக்க மாட்டான். டாக்டர் தான்யாகிட்ட லட்சுமிபதி எப்பேர்ப்பட்டவர்ன்னு கேட்டுப் பாருங்க, இந்த ஸ்டெம்செல் தெரபி ட்ரீட்மெண்ட் விவகாரத்துல அவர் என்னென்ன மால் ப்ராக்டீஸ் பண்ணியிருக்கார்ன்னு தெரியும்."

"அதையெல்லாம் நான் பார்த்துகிறேன். இப்ப நான் கேட்கப்போற கேள்விக்கு பதில் சொல்லு."

என்ன என்பது போல் பார்த்தாள் மெஹருன்னிஸா.

"உன்னோட சிஸ்டர் சல்மா, தினகர்ன்னு ஒருத்தரைக் கல்யாணம் பண்ணிகிட்டு, கொடைக்கானல் போய் செட்டிலாயி ஒரு பார்மஸியையும் நடத்திட்டு வந்திருக்கா இல்லையா?"

"ஆமா...! சார்."

"சல்மா பார்மஸி தொழிலையும் நர்ஸ் வேலையையும் விட்டுட்டு ஒரு யோகா சென்டரை நடத்திட்டு வந்திருக்கா... அது உனக்கு தெரியுமா?"

"கேள்விப்பட்டிருக்கேன்..."

"யோகா சென்டர்ல வயசான நபர்களுக்கு 'டைம் ட்ரீ ப்ரீத்'ங்கிற பேர்ல கிளாஸ் எடுத்ததும் அந்த சமயங்கள்ல 'ஹைபிஸ்கஸ் ஜூஸ்'ன்னு சொல்லி எதையோ யோகா கத்துக்க வந்தவங்களுக்கு குடிக்கக் கொடுத்ததும் தெரியுமா..?"

"இல்லை சார்...! அதுபத்தி எனக்கு எதுவும் தெரியாது."

"அந்த ஜூஸ் குடிச்ச சிலருக்கு உடல் ஆரோக்கியக் குறைபாடு ஏற்பட்டதால வந்த பிரச்சனைல சல்மா யோகா சென்டரை மூடிட்டு பெங்களூர்ல இருக்கிற ஒரு ஹாஸ்பிடலுக்கு நர்ஸ் வேலைக்குப் போனதாவது உனக்குத் தெரியுமா?"

"பெங்களூர்ல நர்ஸ் வேலை பாக்கறாளுமட்டும்தான் தெரியும் சார்.. மத்தபடி ஒண்ணும் தெரியாது."

"சல்மா உன்னோட பார்வையிலேயும், உங்க அம்மா அப்பா பார்வையிலேயும் ஒரு மோசமான பொண்ணு இல்லையா?"

"ஆமா..."

"அவளோட நடவடிக்கைகள் மோசமா இருந்ததுனால நீயும் உன்னோட அம்மாவும் அப்பாவும் அப்படி

நினைச்சதுல தப்பு இல்லை. ஆனா, நல்லவளான நீ எப்படி நரசிம்மர் கோயிலைச் சுத்தி இருக்கிற வயசானவங்களுக்கு அன்னதானம்ங்கற பேர்ல ஒரு ஆபத்தான மருந்து கலந்த ஃபுட் பாக்கெட்ஸை கொடுத்தே?"

"ஸ.. ஸார்.. என்ன சார் சொல்றீங்க? அது... அது மருந்தோ விஷமோ கலந்த ஃபுட் இல்லை...சார். நல்ல முறையில தயாரிச்ச ஹோம் ஃபுட்தான்."

"இதோ பார், உன்னோட வாயிலிருந்து ஒரு சின்னப் பொய் வந்தாக்கூட உன்னை சட்டத்தோட பிடியிலிருந்து என்னால காப்பாத்த முடியாதுன்னு ஏற்கனவே சொல்லிட்டேன். ஏன்னா போஸ்ட் மார்ட்டம் ரிப்போர்ட் எல்லா உண்மைகளையும் அப்பட்டமாச் சொல்லிடுச்சு. நீ அப்ரூவரா மாறினது உண்மையாயிருந்தா பொய் சொல்லக் கூடாது. அப்பிடி சொன்னா குறைஞ்சது பத்து வருஷம் ஜெயிலுக்குள்ள நீ போறது நிச்சயம்."

"வேண்டாம் ஸார்...! நா எதையும் மறைக்காம... ஒண்ணு விடாம எல்லா உண்மையையும் சொல்லிடறேன். என்னைத் தண்டனையில இருந்து எப்பிடியாவது காப்பாத்துங்க சார்!" அவள் இரண்டு கைகளையும் ஆட்டியபடி பதறினாள்.

"தட்ஸ் குட்....! இப்பிடி உண்மையை தவணை முறையில சொல்லாமே முழுசா எங்க சொல்லு பார்க்கலாம்!"

"அந்த மெடிகேட்டட் ஃபுட் பாக்கெட்ஸை வயசான ஆட்களுக்கு அன்னதானமாக் கொடுத்தது மெஹருன்னிஸா இல்லை சார்!"

"மெஹருன்னிஸா, 'மெஹருன்னிஸா இல்லை'னு சொல்றா... ம்... புரியலையே?" என்றவன் "அப்ப வேற யாரு பண்ணா?" நெற்றியை நிரடிக்கொண்டே கேட்டான்.

"அ.. அது வந்து...! நான் இப்ப சொல்லப் போறது உங்களுக்கு அதிர்ச்சியா இருக்கலாம். சார், நீங்க நினைக்கிற மாதிரி நா... நான்... மெஹருன்னிஸா இல்லை."

“உளற ஆரம்பிச்சுட்ட போல இருக்கு!”

“உளறலை ஸார். நான்தான் சல்மா.”

“அடி பாதகத்தி..!” என்று விஷ்ணு அலறினான்.

விவேக் புன்னகை பூத்தான்.

“வெரி குட்....! இப்பத்தான் முகூர்த்த நேரம் ஆரம்பிச்சிருக்கு. இந்த மெகா மகா உண்மை உன்னோட வாயிலிருந்து எப்ப வரும்ன்னுதான் இத்தனை நேரமா காத்திட்டிருந்தேன். வந்துருச்சு...”

சல்மாவின் கண்களில் வியப்பும், பயமும் மாறி மாறித் தெரிந்தது.

“எ... எ... என்ன ஸார் சொல்றீங்க? நா... நான் சல்மான்னு உங்களுக்கு முன்னாடியே தெரியுமா?”

“தெரியும்!”

“எ... எப்படி ஸார்?”

விவேக் பக்கத்தில் இருந்த நெப்போலியனைச் சிரிப்போடு பார்க்க அவன் தன்னுடைய செல்போனை எடுத்துக் கொடுத்தான்.

சல்மா வியர்த்து வழிய, விவேக் செல்போனின் கேலரி ஆப்ஷனுக்குப் போய் வீடியோ ஒன்றை ஆன் செய்தபடி சொன்னான்.

“இந்த வீடியோ நேத்து ராத்திரி இதே அறையில எடுக்கப்பட்ட வீடியோ. எடுத்தது வேற யாருமில்ல, நெப்போலியன்தான். வீடியோல நீ என்ன பண்ணிட்டிருக்கே பாரு!”

பார்த்தாள்.

இரண்டு நிமிட வீடியோ அது.

வீடியோவில் நெப்போலியன் சல்மாவை விசாரிப்பதும், ஒரு கட்டத்தில் அவன் அடிக்க முயல சல்மா தடுப்பதும், காப்பியை ஃப்ளாஸ்கிலிருந்து டம்ளரில் ஊற்றி குடிப்பதும்,

ஹோட்டலில் இருந்து வரவழைக்கப்பட்ட இரவு உணவைச் சாப்பிடுவதுமாக வீடியோ ஓடி முடிந்தது.

விவேக்கிடம் திரும்பினாள் சல்மா.

“ஸார்... இதை வெச்சு..”

“எப்பிடி கண்டு பிடிச்சேன்னு கேட்கறியா? நேத்து ராத்திரி சௌகார்பேட்டையில உன் வீட்டுக்கு கொஞ்சம் தள்ளி ப்ராய்லர் சிக்கன் கடை வெச்சிருக்கிற கஸாலிகிட்ட உன்னோட குடும்பத்தைப் பத்தி விசாரிச்சேன். அந்த விசாரணையில ஒரு உண்மை தெரிஞ்சது. நீயும், மெஹருன்னிஸாவும் ட்வின்ஸா இருந்தாலும் உனக்கும், அவளுக்கும் இருந்த ஒரேயொரு வித்தியாசம், உனக்கு இடது கைப் பழக்கம். அவளுக்கு வலது கைப் பழக்கம். இப்ப இந்த வீடியோவை மறுபடியும் பாரு. விசாரணைக்கு நீ ஒத்துழைக்காதப்ப நெப்போலியன் அடிக்கக் கை ஓங்குனப்ப, நீ உன் இடது கையாலதான் தடுக்கிறே. அப்பறம் ஃப்ளாஸ்க்லயிருந்து காப்பியை டம்ளர்ல ஊத்தறப்ப இடது கையைத்தான் பயன்படுத்தறே. நேத்து ராத்திரி சாப்பிடறப்ப இடது கையாலதான் உனக்கு நீயே பரிமாறிக்கிறே. எல்லாத்துக்கும் மேலே கொஞ்ச நேரத்துக்கு முந்தி நீ அப்ரூவரா மாறத் தயார்ன்னு சொல்லி ஒரு ஃபார்ம்ல கையெழுத்து போடறப்ப என்கிட்டேயிருந்து பேனாவை வாங்கி இடது கையாலதான் கையெழுத்து போட்டே. இந்த ஒரு விஷயம் போதுமே... நீ சல்மாதான்னு தெரிஞ்சிக்க!”

விவேக் சிரிப்போடு பேசி முடிக்க விஷ்ணு கோபப் பார்வையில் சல்மாவை நனைத்து அடிக்குரலில் கேட்டான்.

“மெஹருன்னிஸாவுக்கு என்னாச்சுன்னு இப்ப சொல்றியா?”

சல்மா ஒடுங்கிப் போனவளாய் இரண்டாய் மடிந்து மண்டியிட்டாள். கைகளை குவித்து குரல் தழுதழுத்தாள்.

“ஸார்...! அவளுக்கு ஆரம்பத்திலிருந்தே என்னோட நடவடிக்கைகள்ல சந்தேகம். வேவு பார்க்க ஆரம்பிச்சா.

அம்மா அப்பா இறந்ததும் தினகர் இல்லாத சமயம் பார்த்து அடிக்கடி கொடைக்கானலுக்கு வந்தா... பணக்கார வீட்டைச் சேர்ந்த ஒரு ட்ரான்ஸ்ஜென்டரை முழுமையான பொண்ணா மாத்த டாக்டர் லட்சுமிபதியோட சேர்ந்து நான் முயற்சி பண்றதை எப்படியோ மோப்பம் பிடிச்சுட்டா. ஸ்டெம் செல் தெரபி சம்பந்தமா ஜாடைமாடையா என்கிட்ட கேள்வி கேட்டா. நான் இந்த விஷயத்தை லட்சுமிபதிகிட்ட சொன்னேன். அவ்வளவுதான் அவர் அவளைக் கடத்தி வெச்சுகிட்டு ஒரு சோதனை எலியா பயன்படுத்த ஆரம்பிச்சார். யாரும் சந்தேகப்படாமே இருக்கிறதுக்காக நான் மெஹருன்னிஸாவா மாறி சௌகார்பேட்டைக்கு வந்தேன். லட்சுமிபதி சொன்னமாதிரி வயசானவங்களுக்கு அன்னதானம் பண்ண ஆரம்பிச்சேன். ஒரு கட்டத்துல அன்னதானம் பண்ணவேண்டாம்னு டாக்டர் சொன்னதும் நிறுத்திட்டு வீட்டுக்குள்ளேயே இருந்துக்கிட்டு ஒர்க் அட் ஹோம் மாதிரி வேலை பார்த்திட்டிருந்தேன். லட்சுமிபதிக்கு அரசியல் செல்வாக்கு இருந்ததால போலீஸ் என்னை நெருங்க மாட்டாங்கன்னு அசட்டையா இருந்துட்டேன். நீங்க முதல் தடவை வீட்டுக்கு வந்து விசாரணைப் பண்ணப்ப, நான் சொன்ன விஷயத்தை எல்லாம் நம்பி திரும்பி வர மாட்டிங்கனு நினைச்சேன். ஆனா...!”

சல்மா உடைந்து போய் பெரிதாக அழ ஆரம்பித்தாள்.

அன்று இரவு ஒன்பதரை மணி.

டிவி சேனலில் செய்தி போய்க் கொண்டிருந்தது.

நியூஸ் ரீடர் பெண் லிப்ஸ்டிக் ஈஷிய சிவப்பு உதடுகளைச் சிக்கனமாய் அசைத்து ப்ராம்ட் போர்டைப் பார்த்து வாசித்துக் கொண்டிருந்தாள்.

“நாட்டையே உலுக்கிய ‘காணாமல் போன முதியோர்கள் பிரச்னை’யில் ‘ஸ்டெம்செல் தெரபி இஞ்ஜெக்ஷன்’ மிகப்பெரிய மருத்துவ ஊழலாக மாறியிருக்கிறது. இதுதவிர

திருநங்கைகளுக்குத் தவறான சிகிச்சை முறைகளை அளித்து அவர்களின் உயிருக்கு ஆபத்தை விளைவித்த அதிர்ச்சியான சம்பவங்கள் வெளிவந்த வண்ணம் உள்ளன. மிகப்பெரிய அரசியல்புள்ளிகளின் அழுத்தம் இருந்ததன் காரணமாக லட்சுமிபதி போன்ற மருத்துவர்கள் சட்டத்தின் பிடியிலிருந்து தப்பித்து வந்திருக்கிறார்கள் என்பது விசாரணையில் தெரிய வந்துள்ளது. இது சம்பந்தமாய் நாடு முழுவதும் 50க்கும் மேற்பட்ட டாக்டர்களும், அவர்களுக்கு உதவியாய் இருந்த செவிலியர்களும் ஆம்புலன்ஸ் டிரைவர்களும் கைது செய்யப்பட்டு இருக்கிறார்கள். வரும் நாட்களில் மேலும் சில முக்கியப் புள்ளிகள் கைது செய்யப்படலாம் என்று மத்திய சுகாதாரத் துறை அமைச்சர் கன்யாலால் முந்தடா தெரவித்தார்."

ஏழு உருளைக்கிழங்கு போண்டாக்களை ஹதம் செய்துவிட்டு எட்டாவது போண்டாவைக் கையில் எடுத்த விஷ்ணு, தனக்கு பக்கத்தில் உட்கார்ந்து செல்போனில் எதையோ உன்னிப்பாய்ப் பார்த்துக் கொண்டிருந்த விவேக்கை ஏறிட்டான்.

"பாஸ்.."

"சொல்லு"

"டிவி நியூஸ் கேட்டீங்களா?"

"ம்...! கேட்டுக்கிட்டுத்தான் இருக்கேன்"

"நடந்த அந்த வேன் விபத்துக்குப் பின்னாடி இருந்த எல்லா உண்மைகளையும் தோலுரிச்சு காட்டினது நீங்க. ஆனா பப்ளிக் மத்தியில் பேர் வாங்கினது என்னமோ அந்த ஹெல்த் மினிஸ்டர். என்னோட 72 கிலோ உடம்பும் திகுதிகுன்னு எரியுது பாஸ்!"

"டேய்...! அண்டர்கவர் ஆபரேஷன்ல... நம்ம பேர் எல்லாம் வெளியே வராது. வரவும் கூடாது. ஆனா இது நம்ம மொத்த காவல்துறைக்கும் கிடைச்ச பெருமைக்குரிய

விஷயமா நினைச்சுக்கோ. ஒரு மெகா மெடிக்கல் க்ரைமைக் கண்டுபிடிச்சு குற்றவாளிகள் அத்தனை பேரையும் சட்டத்துக்கு முன்னாடி நிறுத்தியிருக்கோம். மக்களுக்கு வெளிச்சம் போட்டுக் காட்டியிருக்கோம். அந்த மருத்துவ ஊழலிருந்து யாரும் தப்பிக்க முடியாதபடி சுத்தியும் ஒரு மதில் சுவரையே எழுப்பிட்டோம்."

"இருந்தாலும் பாஸ்... நீங்க செஸ் போர்டுல காய் நகர்த்தற மாதிரி சம்பவங்களை முன்கூட்டியே கணிச்சு சாமர்த்தியமா டாக்டர் லட்சுமிபதிக்கு செக் வெச்சீங்க பாருங்க... சூப்பர் பாஸ்."

விவேக் சிறு புன்னகையுடன் விஷ்ணு சொல்வதைக் கேட்டுக் கொண்டிருந்தான்.

"ஆனா பாஸ்... எனக்கு ஒரு வருத்தம் பாஸ். இந்த கேஸ்ல நான் ஒரு டம்மி பீஸ் ஆயிட்டேன்."

"அடேய்...! இப்டியெல்லாம் பகிரங்கமா உண்மையை ஒத்துக்கிட்டுப் பாவ மன்னிப்பு கேக்கக் கூடாதுடா! உனக்கு ரோட்டுல ஒரு சிலை வெச்சிடுவாங்க... பார்த்துக்கோ!" சிரித்தான் விவேக்.

"போங்க பாஸ்...! எனக்கு நீங்க ஸ்கோப்பே தராமே... நீங்களே ஆடி முடிச்சிட்டீங்கனு வருத்தத்துல புலம்பிட்டு இருக்கேன். நீங்க வேற..!" என்றவனை அடிக்க முயல்வதைப் போல் வலதுகையை உயர்த்தினான் விவேக்.

"அய்யோ, சாரி பாஸ்..." என சிரித்துக்கொண்டே விலகியவன், "ஆனா ஒண்ணு பாஸ்...! நெப்ஸ் நீங்க சொன்ன விஷயங்களை கரெக்டா ஃபாலோ பண்ணி திரைமறைவுல இருந்துக்கிட்டே அதகளம் பண்ணிட்டான். அவனுக்கு உங்க செலவுல ஆளுயர கட்அவுட் வைச்சு பாலாபிஷேகம் பண்ணனும் பாஸ்." சொன்ன விஷ்ணு, தட்டில் இருந்த அடுத்த போண்டாவை கையில் எடுத்துக்கொண்டே எதிரில் உட்கார்ந்து சலனமில்லாமல் டி.வி பார்த்துக் கொண்டிருந்த ரூபலாவிடம் திரும்பினான்.

“என்ன மேடம்...! நீங்க ஒண்ணுமே பேசாம சைலண்டா இருக்கீங்க..? ஏதாவது பேசுங்க...! இல்லேன்னா என்னையாவது திட்டுங்க. கம்முன்னு இருந்தா எப்படி மேடம்?”

“இர்றா... கொஞ்சம் யோசனை பண்ணிட்டிருக்கேன்.”

“என்ன யோசனை மேடம்...! எந்தவொரு மோசமான வார்த்தைல என்னைத் திட்டறதுன்னா?”

முறைத்தாள் ரூபலா.

“இந்த வேன் விபத்து கேஸ்ல நடந்த எல்லா சம்பவங்களையும் ஸ்டோரி ரைட்டர் ராஜேஷ்குமார் சார்கிட்ட சொல்லி ஒரு க்ரைம் தொடர்கதை எழுதச் சொல்லலாமான்னு யோசிச்சுட்டிருக்கேன்.”

“நல்ல யோசனை மேடம். அந்தக் கதையில பாஸோட பேரும், என்னோட பேரும், நெப்ஸூம், நீங்களும் வரணும்னு அவருக்கு சொல்லிடுங்க. இந்த கதைக்கு என்ன தலைப்பு வெக்கலாம் மேடம்!”

“அதை நாம முடிவு பண்ணக்கூடாது.”

“அப்புறம்..?”

“இந்தக் கதையை படிக்கப் போற வாசகர்களே ஒரு நல்ல தலைப்பை வெக்கட்டும்னு அவர்கிட்ட சொல்லப் போறேன்!”

●●●

www.ingramcontent.com/pod-product-compliance
Lightning Source LLC
La Vergne TN
LVHW090321210926
848480LV00001B/319